ഒരു ബൊഹീമിയൻ ഡയറി

Oru Bohimiyan Diary

Novel

P M Madhu

CHINTHA PUBLISHERS
Thiruvananthapuram

First Edition
April 2024

Second Impression
September 2024

Second Edition
April 2025

Published & Typesetting
Chintha Publishers, Thiruvananthapuram

Printed at
Repro India Ltd, Mumbai

Cover Design
Vinod Mangoes

ISBN : 978-81-970063-6-4

CR - 3668 / 7401

₹ 260

Email: chinthapublishers@gmail. com
Website: www. chinthapublishers. com

A version is available at National Libraries
Kolkata, Mumbai, Chennai and Delhi

Distribution
DESHABHIMANI BOOK HOUSE
H O Thiruvananthapuram 695035

Branches & Agencies
Head Office Kunnukuzhi • Statue Thiruvananthapuram
Saphalyam Complex Thiruvananthapuram
Machingal Lane Thrissur • IG Road Kozhikode
Mavoor Road Kozhikode • NGO Union Building Kannur
Central Bus Terminal Complex Thavakkara Kannur
Revenue Tower Ernakulam • Sulthanpetta Palakkad
Postoffice Road Kottaym • Hospital Road Nilamboor
Old Municipal Bus Stand Kalpatta

ഒരു ബൊഹീമിയൻ ഡയറി

പി എം മധു

ചിന്ത പബ്ലിഷേഴ്സ്
തിരുവനന്തപുരം 695 035
വില: ₹ 260

പി എം മധു

കണ്ണൂർ ജില്ലയിലെ ചെറുതാഴം സ്വദേശി. ഇപ്പോൾ കണ്ണൂർ ഗവ. ആയുർവേദ കോളേജിൽ അസിസ്റ്റന്റ് പ്രൊഫസർ.

കൃതികൾ : *A working model for Diagnosis in ayurveda, Consultations in Ayurvedic dermatology, Gulmam, Agni in clinicalpractice, The Vaidya, രക്തമോക്ഷം, കുടുംബഡോക്ടർ, ചർമ്മ രോഗങ്ങളും ആയുർവേദ ചികിത്സയും, സൗഖ്യം ആയുർവേദത്തിലൂടെ, ആത്മവത്* (ആരോഗ്യ വിദ്യാഭ്യാസ പുസ്തകങ്ങൾ) *ഉയിരറിവ്, വേജ്ജരായ ചരിതം* (നോവലുകൾ)

വിലാസം : മരങ്ങാട്ടുമഠം
മണ്ടൂർ പി ഒ
കണ്ണൂർ 670 501
ഫോൺ : 9447706756
Email : drpmmadhu@gmail.com

പ്രസാധകക്കുറിപ്പ്

രണ്ടാം ലോക മഹായുദ്ധവും നാസിസവും ഹോളോകോസ്റ്റും ഇന്നും മനുഷ്യഭാവനയിൽ മായാതെ കിടക്കുന്നു. കാല ദേശങ്ങൾ കടന്ന് അവയുടെ ദുരന്തസ്മരണകൾ സഞ്ചരിക്കുന്നു. ഇനിയൊരിക്കലും മാനവരാശി കടന്നുപോകാൻ ആഗ്രഹിക്കാത്ത അവസ്ഥ. മലയാള സാഹിത്യം ഈ ലോകാനുഭവങ്ങളിലേക്ക് ഇതിനുമുമ്പും എത്തി നോക്കിയിട്ടുണ്ടെങ്കിലും സ്വതന്ത്രമായി എഴുതപ്പെട്ട ആദ്യത്തെ ഹോളോകോസ്റ്റ് നോവലാണിത് എന്ന വിശേഷണം *ഒരു ബൊഹീമിയൻ ഡയറി*ക്ക് നൽകാവുന്നതാണ്. കോൺസൻട്രേഷൻ ക്യാമ്പിൽനിന്നും പുറത്തുവന്ന വിക്ടർ ഫ്രാങ്ക്ളിൻ എന്ന മനഃശാസ്ത്രജ്ഞന്റെ വ്യക്തിപരവും സാമൂഹികവുമായ സംഘർഷങ്ങളാണ് ഈ നോവലിന്റെ പ്രമേയം. ഡാന്യൂബ് നദിയും ഓഷ്വിറ്റ് ശ്മശാനവും ശവം നിറച്ച തീവണ്ടികളും ഭയജനകമായ രൂപകങ്ങളായി നമുക്കു പുറകെ സഞ്ചരിക്കും. കാരണം ഓഷ്വിറ്റ് കഴിഞ്ഞുപോയ ഒരു കാലത്തിന്റെ ആഖ്യാനമല്ല; നമ്മെ നിരന്തരം പിന്തുടരുന്ന ഭീതിയാണ്. ആഖ്യാന ചാരുതകൊണ്ട് നമ്മെ പൊള്ളിക്കും ഈ നോവൽ.

ചിന്ത പബ്ലിഷേഴ്സ്

കോൺസൺട്രേഷൻ ക്യാമ്പിലെ പീഡനങ്ങൾ അതിജീവിച്ച പ്രശസ്ത മന:ശാസ്ത്രജ്ഞൻ പ്രൊഫ. വിക്ടർ ഫ്രാങ്ക്ളിന്റെ ജീവിതത്തെയും രചനകളെയും ഉപജീവിച്ചെഴുതിയ സ്വതന്ത്ര നോവൽ.

മലയാളത്തിൽ സ്വതന്ത്രമായി എഴുതപ്പെട്ട ആദ്യത്തെ ഹോളോകോസ്റ്റ് നോവൽ. ഹിറ്റ്ലറുടെ കോൺസൺട്രേഷൻ ക്യാമ്പിലെ ക്രൂരപീഡനങ്ങൾക്കു ശേഷം പുറത്തുവന്ന വിക്ടർ ഫ്രാങ്ക്ളിന്റെ ഏകാന്തതയും സ്വത്വ പ്രതിസന്ധിയും മാത്രമല്ല ഇവിടെ പ്രമേയം. ഭരണകൂട ഭീകരതയും ഫാസിസവും വംശീയതയും പലായനവും യുദ്ധവും സാർവ്വദേശീയ തലത്തിൽ മാനവികതയെ സർവ്വനാശത്തിലേക്കു വലിച്ചെറിയുന്ന വേളയിൽ മനുഷ്യൻ എന്ന സത്തയെക്കുറിച്ചുള്ള രാഷ്ട്രീയ വിചാരം തന്നെയാണ് ബൊഹീമിയൻ ഡയറി. ചരിത്രത്തോടും സമകാലികാവസ്ഥയോടും നീതി പുലർത്തുമ്പോൾത്തന്നെ മാനവികതയെ ഒരു പ്രകാശഗോപുരം പോലെ ഉയർത്തി നിർത്തുന്നിടത്താണ് ഈ നോവൽ വ്യത്യസ്തമാവുന്നത്. കാലത്തിന്റെ പുസ്തകം.

- എ വി പവിത്രൻ

You weigh on me, you whom I lost in death.
You' ve given me the silent charge to live for you;
So it is for me now to erase the debt of your extermination.
Until I know that with each ray of sun
You wish to warm me and to meet me;
Until I see that in each blossoming tree
There's some one dead who wants to greet me
Until I hear that every bird's song is your voice
Sounding out to bless me and perhaps to say
That you forgive me that live

-Viktor E Frankl

ഡയറിയിലെ ആദ്യത്തെ പേജ്

1945 മാർച്ച് 12

'പ്രിയപ്പെട്ട സ്റ്റെല്ല,

ഞാൻ മോചിതനായി വിയന്നയിലെത്തിയിട്ട് മൂന്നാഴ്ചയായി. നിനക്കെഴുതണമെന്ന് പല പ്രാവശ്യം കരുതിയിട്ടും സാധിച്ചില്ല. ഒടുവിൽ ഇപ്പോഴാണ് സാഹചര്യം ഒത്തുവന്നത്. പക്ഷേ, നിന്നോട് പങ്കുവെക്കാൻ എന്റെ കൈയിലിപ്പോൾ സങ്കടകരമായ വാർത്തകൾ മാത്രമേയുള്ളൂ. തെരേസിയൻസ്റ്റാറ്റിൽ നിന്ന് എന്നെ ഓഷ്വിറ്റ്സിലേക്കയക്കുന്നതിന് കുറേ മുമ്പുതന്നെ മമ്മയെ അങ്ങോട്ടയച്ചിരുന്നു. അറിയാമല്ലോ അതു കൊണ്ട് എന്താണർത്ഥമാക്കുന്നതെന്ന്. ജ്യേഷ്ഠനെയും അതേ ഗ്യാസ് ചേമ്പറിലിട്ടാണ് കൊന്നുകളഞ്ഞത്. തെരേസിയൻസ്റ്റാറ്റിൽ വെച്ച് ടൈഫോയ്ഡ് വന്നാണ് പപ്പ മരിച്ചത്. എന്റെ മടിയിൽ കിടന്ന്. യുദ്ധം തുടങ്ങുംമുമ്പ് ആസ്ട്രേലിയയ്ക്ക് രക്ഷപ്പെടാൻ തോന്നിയത് നിന്റെ ഭാഗ്യം.

മൂന്നു വർഷം നാലഞ്ചു കോൺസൺട്രേഷൻ ക്യാമ്പുകളിലായി ഞാൻ നരകിച്ചു. ടില്ലിയെങ്കിലും ജീവിച്ചിരിപ്പുണ്ടാകുമെന്നാണ് പ്രതീക്ഷിച്ചത്. ഇനി അവളുമില്ല. അത് ഞാനറിഞ്ഞിട്ട് രണ്ടാഴ്ചയാകുന്നതേയുള്ളൂ. അവളുടെ കൂടെ ബെർഗണിലുണ്ടായിരുന്ന ഒരു നഴ്സാണ് അതെന്നോട് പറഞ്ഞത്. ടൈഫോയ്ഡാണത്രേ അവളെയും കൊണ്ടുപോയത്. പിന്നെയും എന്തൊക്കെയോ പറയാൻ അവർ വെമ്പിയെങ്കിലും ഞാൻ കൂടുതലൊന്നും കേൾക്കാൻ നിന്നില്ല. എനിക്കറിയാം, ഓഷ്വിറ്റ്സിലെയും ബെർഗൻ-ബെൽസണിലെയും ക്യാമ്പുകളിൽ അവളുടെ പ്രായത്തി

ലുള്ള യുവതികൾ അനുഭവിച്ച പീഡനങ്ങളും കഷ്ടപ്പാടുകളും. എല്ലാം വിധിയാണ്. ഞാനിവിടെ തനിച്ചാണ്. പുറത്ത് റോന്തു ചുറ്റുന്ന റഷ്യൻ ടാങ്കറുകളുടെ ഇരമ്പലും മരവിച്ച കുറേ ഓർമ്മകളും മാത്രമാണ് കൂട്ടിന്. വല്ലാതെ ക്ഷീണിതനാണ്, പ്രതീക്ഷിക്കാനൊന്നുമില്ല, എന്റെ ജീവിതത്തിനിനി യാതൊരർത്ഥവുമില്ല ...'

കുറേ നേരമെടുത്താണ് ഞാൻ അത്രയും എഴുതിയത്.

അപ്പോഴേക്കും, മങ്ങിമങ്ങി വന്നിരുന്ന എന്റെ കാഴ്ചയിൽ ഇരുട്ടു കയറി. തളർന്ന വലം കൈയിൽ നിന്ന് പേന താഴേക്ക് ഊർന്നു വീണു. ആ കടലാസു കഷണം എങ്ങനെയോ മടക്കി ഡയറിയിലേക്ക് വെച്ച് ഞാനെഴുന്നേൽക്കാൻ ശ്രമിച്ചു. ആശുപത്രിയിൽ ഒരു പ്രത്യേക മുറിയിലാണ് എന്നെ പാർപ്പിച്ചിരിക്കുന്നത്. രണ്ട് ആത്മഹത്യാശ്രമങ്ങളിൽ നിന്നും എന്നെ പിന്തിരിപ്പിച്ച് ഇവിടെ വരെയെത്തിക്കാൻ പോളിനു കഴിഞ്ഞു. ഇപ്പോൾ അവനിവിടെയില്ല.

കൊട്ടിയടച്ച ജനലിന്റെ നരച്ച ഗ്ലാസിനപ്പുറമുള്ള ലോകത്തെ ഞാൻ എന്നെന്നേക്കുമായി മറന്നിരുന്നു. എങ്കിലും ചുട്ടുപൊള്ളുന്ന തലയിൽ ജീർണ്ണിച്ച ഓർമ്മകളുടെ ചുഴലിക്കാറ്റ് വീശിയടിച്ചു കൊണ്ടേയിരുന്നു.

ഇരുട്ടുനിറച്ച് ഇടുങ്ങിയ ഒരു തുരങ്കത്തിന് നടുവിലിട്ട് ഞെരുക്കിയത് പോലെ എനിക്ക് ശ്വാസം മുട്ടി. കാഴ്ചകളെല്ലാം ചാരംകൊണ്ട് മൂടിയിരുന്നു. വായ മൂടിക്കെട്ടിയ നിലവിളികൾ പല ദിശയിൽ നിന്നുമിഴഞ്ഞ് വന്ന് വലിയ മുഴക്കത്തിൽ എന്റെ ചെവിയിൽ വീണുടഞ്ഞു.

ആരോ എന്റെയടുത്തേക്ക് നടന്നുവരുന്നതായി തോന്നി. ഓരോ കാലടി മുഴക്കത്തിലും ഞാൻ നടുങ്ങി. അത് തൊട്ടുപിന്നിലെത്തിയപ്പോൾ ഞാൻ തിരിഞ്ഞു നോക്കി.

'ഒന്നു പെട്ടെന്നാവട്ടെ...'

ഉറക്കെയാണതു പറഞ്ഞത്. ഭീമാകാരനായ ഒരു നിഴൽ. അതിന്റെ തുറിച്ച കണ്ണുകളിൽ തീയാളുന്നുണ്ടായിരുന്നു.

മൂർച്ചയുള്ളൊരു പേനാക്കത്തി. അതെങ്ങനെയാണ് എന്റെ കൈയിലെത്തിയതാവോ?

'നീയെന്തിനാണിനിയും കാത്തു നിൽക്കുന്നത്? കുത്തിയിറക്ക്... ഈ നശിച്ച ജീവിതത്തിൽ നിന്ന് പുറത്തു ചാട്' അത് എന്റെ തൊട്ടടുത്തു വന്നു നിന്നിരുന്നു.

വെന്തെരിയുന്ന മനുഷ്യമാംസത്തിന്റെ ഗന്ധം.

ആന്തലോടെ ഞാൻ ചുറ്റും നോക്കിയപ്പോൾ അതുപോലുള്ള കുറേ നിഴലുകൾ എന്നെ വളഞ്ഞുനിന്ന് ധൃതികൂട്ടുന്നുണ്ടായിരുന്നു

'പെട്ടെന്നാവട്ടെ' നാസി ക്യാമ്പിൽ നിന്ന് ഓടിക്കിതച്ചെത്തിയ വേട്ടപ്പട്ടികളെപ്പോലെ അവർ കിതച്ചു കൊണ്ടേയിരുന്നു. സൂക്ഷിച്ചു നോക്കി

യിട്ടും നിഴലുകളെയല്ലാതെ ആരെയും എനിക്ക് കാണാനായില്ല. ഇടം കൈയിലെ നീല ഞരമ്പിനോടൊട്ടി നിന്ന കത്തിയുടെ തിളങ്ങുന്ന മൂർച്ച എന്നെ നോക്കി പല്ലിളിച്ചു.

ഒന്നമർത്തി വലിച്ചാൽ കഴിഞ്ഞു. സിരയിലെ കട്ടപിടിച്ച ഇരുട്ട് ഒരു പുഴയുടെ സ്വാതന്ത്ര്യത്തിലേക്ക് ഒഴുകിപ്പരക്കും. പിന്നെ വെളിച്ചം മാത്രം.

വല്ലാത്തൊരവസ്ഥയിലായിരുന്നു ഞാൻ.

ഡാന്യൂബിനു കുറുകെ നിലവിളിച്ച് പാഞ്ഞ ക്ഷയംപിടിച്ച ഒരു തീവണ്ടി, ഭയം ഉറഞ്ഞുകൂടിയ കറുത്തകഫം തുപ്പിക്കൊണ്ടിരുന്നു. ഓഷ്വിറ്റ്സിലെ ശ്മശാനത്തിനു മേലെ സ്വർഗ്ഗത്തിലേക്കു ചൂണ്ടിയ പുക ക്കുഴലിലൂടെ കുമിഞ്ഞുയർന്ന കരിമ്പുകക്കെട്ടുകൾ. എനിക്കു ചുറ്റും തിങ്ങി യടിഞ്ഞ ശൂന്യതയിലേക്കാണ് എല്ലാം അടർന്നു വീണുകൊണ്ടിരുന്നത്. പട്ടാളക്കാരുടെ അലർച്ചകളും വിസിലുകളും മുഴങ്ങിക്കേട്ടു. തടവുകാരെ കു ത്തിനിറച്ച കമ്പാർട്ട്മെന്റിൽ ഞാൻ അമർന്നു കിടന്നു. ഒന്നു തിരിയാൻ പോലും ഇടമുണ്ടായിരുന്നില്ല. ജനൽപ്പാളികളൊക്കെ അടഞ്ഞിരുന്നു. ഒരു കീറ് വെളിച്ചം പോലുമുണ്ടായിരുന്നില്ല.

മലമൂത്രങ്ങളുടെ മുശടുനാറ്റം മൂക്കിലേക്കിരച്ചു കയറിയപ്പോൾ കുറേ പ്രാവശ്യം ഓക്കാനിച്ചു. വയറു കാലിയായതു കാരണം രണ്ടുതുള്ളി അല്ല മല്ലാതെ ഒന്നും ഛർദ്ദിച്ചില്ല. തുറന്ന നിലത്തേക്ക് ഞങ്ങളെയെല്ലാം വരിവരിയായി ഇറക്കി നിർത്തി. മുഷിഞ്ഞുകീറിയ വസ്ത്രങ്ങളണിഞ്ഞ അസ്ഥികൂടങ്ങൾ. കുനിഞ്ഞ തലയുയർത്തി നോക്കാൻ ശ്രമിച്ചു. ഏറെ കഷ്ടപ്പെട്ടാണ് കണ്ണുകൾ തുറന്നത്.

മങ്ങിയാണെങ്കിലും നെടുനീളത്തിലുള്ള കമ്പിവേലികളും സെർച്ച് ലൈറ്റുകളുടെ ടവറുകളുമാണ് കാണാനുള്ളത്. ഒന്നനങ്ങാൻ ശ്രമിച്ച പ്പോൾ മുതുകത്ത് ഒരു ചാട്ട ചീറ്റി. തെറിച്ച് വീണിടത്തുനിന്ന് ഞാൻ പി ടഞ്ഞെഴുന്നേറ്റ് മുട്ടിലിരുന്നു. അസ്ഥി സന്ധികൾ ഞെരിഞ്ഞമർന്ന വേ ദനയിൽ കുനിഞ്ഞിരുന്ന് ശ്വാസംവലിച്ചെങ്കിലും ചുറ്റും ഓക്ക് മരങ്ങൾ കൂട്ടിയിട്ട് കത്തിച്ചാലെന്നോണം ചൂടും പുകയുമാണ് മൂക്കിലേക്ക് ഇരച്ചു കയറിയത്.

നെഞ്ചിൻകൂടിനുള്ളിൽ നരിച്ചീറുകൾ ചിറകടിച്ചു കലമ്പി. ഒരു സൈറന്റെ അമർന്ന കരച്ചിൽ ചെവിയിൽ വട്ടമിട്ടു പറന്നു.

ചുറ്റിലുംനിന്ന നിഴലുകൾ മുഴങ്ങുന്ന ശബ്ദത്തിൽ, മരിച്ചവർക്കുള്ള കദ്ദിഷ് ചൊല്ലി.

തൊട്ടടുത്ത നിമിഷം എന്നെയെനിക്ക് പൂർണ്ണമായും നഷ്ടപ്പെട്ടു. ആഴമേറിയ ഗർത്തത്തിലേക്കുള്ള പാറ മുനമ്പിൽ ഞാൻ കണ്ണുകളിറുക്കി യടച്ചു. ഉള്ളിൽ ഹൃദയത്തിന്റെ പെരുമ്പറ. ചുറ്റും ശൂന്യത...ശൂന്യത. ഒരു

നിമിഷം ഞാനതു ശ്രദ്ധിച്ചു.

എന്നെയാരോ വിളിക്കുന്നുണ്ട്...

'വിക്കീ'

ഞാൻ ചുറ്റും നോക്കി.

'വിക്കീ പ്ലീസ് ഇങ്ങോട്ടൊന്ന് നോക്ക്' അതേ ശബ്ദം. ആർത്തിയോടെ ഞാനതിനു കാതു ചേർത്തു. ലോകം മുഴുവൻ നിശ്ശബ്ദമായി.

അപ്പോഴാണ് ഞാൻ ആ വിളിക്കുവേണ്ടി എത്രമാത്രം തീവ്രമായി ദാഹിച്ചിരുന്നുവെന്ന് എനിക്ക് ബോധ്യമായത്. ഇരുന്നിടത്തു നിന്ന് ഞാനൊന്നെഴുന്നേൽക്കാൻ ശ്രമിച്ചു. ഇടയിലെപ്പൊഴോ എന്റെ കൈയിൽ നിന്നും കത്തി ഊർന്നു വീണിരുന്നു.

'മണ്ടാ...ഓരോന്നാലോചിച്ച് നീ അവസരം തുലയ്ക്കല്ലേ...ഒറ്റക്കുത്ത്. കഴിഞ്ഞു. കത്തിയെടുക്ക്' നിഴൽ രൂപം ആടിയുലഞ്ഞ് ആക്രോശിച്ചു.

എന്റെ കൈകാലുകളിൽ വലിഞ്ഞുമുറുക്കിയ ഉരുക്കു തുടലിന്റെ ഒരറ്റം ആ ഭൂതത്തിന്റെ കൈയിലുണ്ടായിരുന്നു. ആ ഭീകരന്റെ തുറിച്ചു നോട്ടത്തെയവഗണിച്ചും തുടലിന്റെ ഭാരം വലിച്ചുമാണ് ഞാൻ വിളി കേട്ടിടത്തേക്ക് നടന്നത്.

കർട്ടൺ വകഞ്ഞ് ജനൽ തുറന്നപ്പോൾ ലിയോ പോളിലെ തകർന്ന സിനഗോഗിൽ അവശേഷിച്ച സ്തൂപത്തിൽ നിന്നാവണം, ചെറിയൊരു നക്ഷത്ര വെളിച്ചം കണ്ടത്. നോക്കിനിൽക്കേ അതു വളരാൻ തുടങ്ങി. വളഞ്ഞ കൊമ്പുകളുള്ള ഒരു മലയാടിന്റെ നിഴൽ അതിൽ തെളിഞ്ഞുവന്നു. ആൽപ്സിന്റെ മേൽമുടിയിലേക്ക് വലിഞ്ഞു കയറുമ്പോൾ എന്നെ എന്നും പ്രചോദിപ്പിച്ചിട്ടുള്ള മലയാട്. ചെങ്കുത്തായ കയറ്റങ്ങൾ പോലും എത്ര എളുപ്പത്തിലാണത് കയറിപ്പോകാറുള്ളത്!

പ്രകാശം വളർന്നു വളർന്ന് ആകാശത്തു നിറഞ്ഞു നിൽക്കാറുള്ളത്രയും കണ്ണഞ്ചുന്ന വെളിച്ചമായി. അത് എന്നെ മൂടി. ഒപ്പം ഒരു തണുത്ത കാറ്റും കുറേ മഞ്ഞു തുള്ളികളും മുഖത്തേക്കിരച്ചു വന്നു. അവന്റെ കൈകൾ എന്റെ കവിളിൽ തൊട്ടു. അവന്റെ കൈകൾ തന്നെ... ജോസഫിന്റെ. ജോസഫ് ഹാബേൽ.

ചിരിച്ചുകൊണ്ട് അവനെന്നെ ചേർത്തു പിടിച്ചു.

ആ നിമിഷം തിരിച്ചു കിട്ടിയ ബോധത്തിൽ ഞാൻ ഉറക്കെയുറക്കെ കരഞ്ഞു...

'ജോ, നിന്നെയെനിക്ക് കണ്ടേ തീരൂ... ഞാൻ വരികയാണ്.'

1978 മാർച്ച് 3

ഹെലൻ ഡയറി വായിക്കാനിടയായ സാഹചര്യം

ഓടിക്കിതച്ചെത്തുമ്പൊഴേക്കും യഷ്റൂണിലെ കോൺഫറൻസ് ഹാൾ തിങ്ങിനിറഞ്ഞിരുന്നു. ആദ്യമേ പറഞ്ഞിരുന്നതാണ് കുറച്ചു നേരത്തെ പുറപ്പെടാമെന്ന്. എയ്റ്റ് അവന്യുവിൽ നിന്ന് എളുപ്പവഴിയിൽ കയറിയിട്ടും പ്രധാന റോഡിലെത്തിയപ്പോൾ തിരക്കിൽപ്പെട്ടു. എല്ലാവരും യഷ്റൂണിലേക്കു തന്നെയാവണം. തിമോത്തിയെ വണ്ടി പാർക്ക് ചെയ്യാൻ വിട്ട് ഹെലൻ നേരെ വേദിയ്ക്കരികിലേക്കെത്തി. പരിപാടി തുടങ്ങിയിട്ടില്ല. സെക്യൂരിറ്റിക്കാർ കഴിവിന്റെ പരമാവധി ശ്രമിക്കുന്നുണ്ട്, തിരക്കൊന്നു നിയന്ത്രിക്കാൻ. സൂചി വീഴാനിടമില്ലാത്ത വണ്ണം തിങ്ങിനിറഞ്ഞിരുന്നു ഓഡിറ്റോറിയം. പ്രസ് റിപ്പോർട്ടർമാർക്കായി വെച്ച സ്ഥലവും ഒഴിവില്ല. ഈസ്റ്റ് ഹെറാൽഡിന്റെ ഐഡി കാർഡും ഉയർത്തിപ്പിടിച്ച് തിക്കിത്തിരക്കി മുന്നോട്ടു കുതിച്ചപ്പോൾ പടികളിൽ നിന്നവരുടെ കനത്ത നോട്ടങ്ങളും ആക്രോശങ്ങളും അവൾ വകവെച്ചില്ല. വേദിക്കു തൊട്ടരികിലെ തൂണിനു പിന്നിൽ ഏറക്കുറെ സൗകര്യപ്രദമായൊരു സ്ഥലത്ത് എങ്ങനെയോ നിൽക്കാൻ പറ്റി. ചെറുതായൊന്ന് മുന്നോട്ടാഞ്ഞു നോക്കിയാൽ പ്രസംഗസ്ഥലം കാണാം.

നിറയെ കൊത്തുപണികളുള്ള തൂണ് അവൾ വിസ്മയത്തോടെ നോക്കി. ഏറെക്കാലമായി ആഗ്രഹിക്കുന്നതാണ് യഷ്റൂണിലൊന്ന് കയറണമെന്ന്.

ന്യൂയോർക്ക് ഇൻസ്റ്റിറ്റ്യൂട്ട് ഓഫ് അഡൽട്ട് ജ്യൂയിഷ് സ്റ്റഡീസിന്റെ ആസ്ഥാനമാണ്. അവസരമൊത്തത് ഇങ്ങനെയാണ്. ആ തിരക്കിനിട

യിലും യഹൂദശില്പകലയുടെ വിസ്മയിപ്പിക്കുന്ന അഴകളവുകളിലേക്കാണ് അവളുടെ കണ്ണുകൾ പാഞ്ഞത്.

ഇടയിൽ വേദിയുടെ മുൻ നിരയിൽത്തന്നെ സ്ഥാനമുറപ്പിച്ച പരിചിതരായ റിപ്പോർട്ടർമാരെ നോക്കി ചിരിക്കാനും ആംഗ്യം കാണിക്കാനുമൊന്നും അവൾ മറന്നില്ല.

മാനേജിങ് എഡിറ്ററുടെ കാലുപിടിച്ച് വാങ്ങിയതാണ് ആ ഷെഡ്യൂൾ. ഏതോ സീനിയർ റിപ്പോർട്ടറെയായിരുന്നു ഏൽപ്പിച്ചിരുന്നത്. പക്ഷേ, വ്യക്തിപരമായ ഒരു ആവശ്യം കൂടിയുള്ളതുകൊണ്ട് ഹെലൻ നേരെ എഡിറ്ററുടെ കാബിനിലേക്ക് കടന്നുചെന്നു.

'ഒരുപാട് കൊതിച്ചിരുന്ന അവസരമാണ് സാർ. ഞാനത് ഭംഗിയായി ചെയ്യാം. നൂറ്റൊന്ന് ശതമാനം ഗ്യാരന്റി' എഡിറ്റർക്കും സീനിയർ റിപ്പോർട്ടർക്കും ഉറപ്പുകൊടുത്ത് റൂമിൽനിന്നും ഇറങ്ങുന്ന വഴി ജനിഫർ ചോദിച്ചു,

'ഇത്ര കാലു പിടിച്ച് ഷെഡ്യൂൾ വാങ്ങാൻ മാത്രം ആരാണിത്തവണ യഷ്റൂണിൽ വരുന്നത്?'

'പ്രൊഫസർ വിക്ടർ ഫ്രാങ്ക്ൾ' ഹെലൻ ആവേശത്തോടെ മറുപടി പറഞ്ഞു.

ഒന്നാലോചിച്ച് നിന്ന ശേഷം ജനിഫർ തന്റെ അജ്ഞത വെളിവാക്കി 'ആരാണത്? കേട്ടിട്ടേയില്ലല്ലോ'

ഹെലൻ പൊട്ടിച്ചിരിച്ചു. 'അതിന് നീ കിഴക്കൻ ന്യൂയോർക്കിന് പുറത്ത് മറ്റേതെങ്കിലും നാടിനെക്കുറിച്ച് കേട്ടിട്ടുണ്ടോ?'

ജനിഫർ തൊഴുതു 'ആഗോള പൗരന്മാരോടൊന്നും നമ്മളില്ലേ... എന്നാലും നിന്നെപ്പോലുള്ളവരുടെ കൂടെ പിടിച്ചു നിൽക്കാനുള്ള അത്യാവശ്യം വിവരമൊക്കെയുണ്ട് കേട്ടോ.'

കാന്റീനിലേക്ക് നടക്കുന്നതിനിടയിൽ ഹെലൻ വിസ്തരിച്ചു.

'അദ്ദേഹം ഒരത്ഭുതമാണ് ജനീ. ഒരു ഹോളോകോസ്റ്റ് സർവൈവർ. രണ്ടാം ലോക മഹായുദ്ധത്തിലെ ജീവിക്കുന്ന രക്തസാക്ഷി. മോട്ടിവേഷന്റെ അവസാന വാക്ക്. എത്രയെത്ര ഭാഷകളിലേക്കാണദ്ദേഹത്തിന്റെ പുസ്തകങ്ങൾ വിവർത്തനം ചെയ്യപ്പെട്ടതെന്നറിയുമോ! ലക്ഷക്കണക്കിന് കോപ്പികളാണ് വിറ്റഴിഞ്ഞത്.

ഹിറ്റ്ലറുടെ കോൺസൺട്രേഷൻ ക്യാമ്പുകളിൽ അതിക്രൂരമായ പീഡനങ്ങളനുഭവിച്ചു. അച്ഛൻ, അമ്മ, സഹോദരൻ, ഭാര്യ...സ്വന്തമെന്ന് പറയാനുള്ള എല്ലാവരും ക്രൂരമായി കൊല്ലപ്പെട്ടു. നീയൊന്ന് ചിന്തിച്ചു നോക്ക്. എന്നിട്ടും ഈ ദുരന്തങ്ങളെയൊക്കെ ക്ഷമാപൂർവ്വം അതിജീവിച്ചുവെന്നു മാത്രമല്ല, ജീവിതത്തിൽ സഹനത്തിന്റെ മൂല്യം തിരിച്ചറിഞ്ഞ് വലിയ ലക്ഷ്യങ്ങളിലേക്ക് മുന്നേറാൻ ആയിരക്കണക്കിനാളുകളെ

അദ്ദേഹം പ്രചോദിതരാക്കി. അദ്ഭുതം തോന്നുന്നില്ലേ?'

'ഗ്രേറ്റ്...ഏത് നാട്ടുകാരനാണെന്ന് പറഞ്ഞില്ലല്ലോ.' ജനിഫർ ആരാധനയോടെ ചോദിച്ചു.

'വിയന്നക്കാരനാണ്. ഒരു ജൂതൻ. അതറിഞ്ഞാൽത്തന്നെ ഊഹിക്കാമല്ലോ ആരാണ് ദ്രോഹിച്ചതെന്ന്...നാസികൾ. പല പല കോൺസൺട്രേഷൻ ക്യാമ്പുകളിലായി നരകിച്ചിട്ടും അദ്ദേഹം പിടിച്ചുനിന്നു. വിഷാദത്തിലും ആത്മഹത്യാ ഗർത്തത്തിലും വീണുപോയവരെ ജീവിതത്തിലേക്ക് കൈ പിടിച്ചുയർത്തി. മോചിതനായി പുറത്തെത്തിയിട്ട് വെറും ഒമ്പതു ദിവസങ്ങൾ കൊണ്ടാണദ്ദേഹം ഓർമ്മക്കുറിപ്പുകളെഴുതിയത്. നീയത് വായിച്ചേ തീരൂ... *മാൻസ് സെർച്ച് ഫോർ മീനിങ്*.'

വല്ലാത്തൊരാവേശത്തോടെയാണ് ഹെലൻ തുടർന്നത്.

'തീക്കനലെന്നാണ് ഞാനാ പുസ്തകത്തെ വിളിക്കുക. ചിലത് അങ്ങനെയില്ലേ? വായിച്ചു മടക്കി വെച്ചാലും ഉള്ളിൽക്കിടന്നു നീറിക്കൊണ്ടിരിക്കും. അത്രയും പൊള്ളുന്ന അനുഭവങ്ങളാണതിലുള്ളത്. വേറെയും ചില ഹോളോകോസ്റ്റ് രചനകളൊക്കെ ഞാൻ വായിച്ചിട്ടുണ്ടെങ്കിലും ഇതുപോലൊന്ന്... ശരിക്കും തീക്കനൽ തന്നെ.'

ക്യാന്റീനിലേക്ക് ഇറങ്ങിപ്പോകുന്ന കോണിപ്പടിയുടെ ഒരു വശത്തെ ഭിത്തിയിൽ വാത്സല്യം തുളുമ്പുന്നൊരു പെൺകുഞ്ഞിന്റെ പെയിന്റിംഗ്. മുഖത്ത് സങ്കടമാണ്. അതിന്റെ കണ്ണിൽനിന്ന് അടർന്നു വീഴാനൊരുങ്ങി നിൽക്കുന്ന ഒരു കണ്ണുനീർത്തുള്ളി. പതിവുപോലെ കുഞ്ഞിന്റെ കവിളിൽ തട്ടിയൊന്നാശ്വസിപ്പിച്ച് താഴേക്കിറങ്ങുന്നതിനിടയിൽ ഹെലൻ തുടർന്നു:

'ആദ്യം അദ്ദേഹമത് പേരു വെക്കാതെ പബ്ലിഷ് ചെയ്യാനാണുദ്ദേശിച്ചത്. പിന്നീട് സുഹൃത്തുക്കൾ നിർബന്ധിച്ചതുകൊണ്ട് പേരു ചേർത്തതാണത്രേ. അതുതന്നെയാണ് വിശ്വാസ്യതയ്ക്ക് നല്ലതെന്ന് അദ്ദേഹത്തിനും തോന്നിക്കാണണം. പുസ്തകം വിറ്റു പോകേണ്ടേ? എഴുതാനുള്ള കാരണങ്ങളും പറയുന്നുണ്ട്. പല ഹോളോകോസ്റ്റ് രചനകളും ക്യാമ്പിന് പുറത്തുള്ളവരുടെ അവലോകനങ്ങളല്ലേ..? അവരുടെ ഭാവനകളും രാഷ്ട്രീയ നിലപാടുകളുമെല്ലാമുണ്ടാവും. അന്തേവാസികളുടെ യഥാർത്ഥ മാനസികാവസ്ഥ അതിലൊന്നുമില്ല. അത് അനുഭവിച്ചവർക്കല്ലേ പറയാനാകൂ.'

'സംഗതി ശരിയാണ്. എന്നാലും ഇതിൽ എത്രമാത്രം സത്യമുണ്ടെന്ന് എങ്ങനെ പറയാനാവും?' ജനിഫർ ഹെലനെ നോക്കി.

'അതും അദ്ദേഹം പറയുന്നുണ്ട്. ഇതിലെ പീഡാനുഭവങ്ങളൊക്കെ പല വായനക്കാരും ഒരു കെട്ടുകഥയായേ കാണാനിടയുള്ളൂവെന്ന്.'

ഹെലൻ വിശദീകരിച്ചു:

'പക്ഷേ, അദ്ദേഹം തുറന്നു കാണിക്കുന്നത് ഈ ദുരിതങ്ങളെ അതിജീവിച്ചതിന്റെ അനുഭവങ്ങളാണ്. ഒരുതരത്തിൽ നമ്മളെയിതുകൊണ്ടെത്തിക്കുന്നത് വലിയൊരു ആശ്വാസത്തിന്റെ തീരത്താണ്. ഇത്തരം ദുരിതങ്ങളൊന്നും നമുക്കനുഭവിക്കേണ്ടി വന്നില്ലല്ലോ എന്ന്. അല്ലെങ്കിൽ ഇത്രയും ദുരിതങ്ങളനുഭവിച്ചിട്ടും പൊരുതി ജയിക്കാനാവുന്നുണ്ടല്ലോ എന്ന്. രണ്ടും വലിയ കാര്യങ്ങളല്ലേ?'

ജനിഫർ തല കുലുക്കി. ഹെലൻ പുസ്തകത്തിലെ പല ഭാഗങ്ങളും ഓർത്തെടുത്ത് പറഞ്ഞു:

'പരമാവധി ഇരുന്നൂറ്പേരെ ഉൾക്കൊള്ളിക്കാവുന്ന കുടുസ് ഷെഡ്ഡിൽ ആയിരത്തിയഞ്ഞൂറോളം പേർ കിടക്കാനോ ഇരിക്കാനോ പോലും സ്ഥലമില്ലാതെ വിശന്നവശരായി കഷ്ടപ്പെട്ടതിന്റെ ദൈന്യത. ഒരു കഷണം റൊട്ടിയോ ഒരു ഗ്ലാസ് സൂപ്പോ ഒക്കെയായിരുന്നു അവരുടെ ഭക്ഷണം. എന്നിട്ടും അധ്വാനത്തിന് ഒരു കുറവുമുണ്ടായിരുന്നില്ല. ട്രഞ്ചുകളിലും റെയിൽവേ ട്രാക്കുകളിലുമൊക്കെ അവരെക്കൊണ്ട് കഠിനമായി പണിയെടുപ്പിച്ചു. അതിനിടയിലൊരു നിമിഷം വിശ്രമിച്ചാൽ കനത്ത ചാട്ടയടിയാണ്. പണിയെടുക്കാനാകാത്ത വിധം അവശരാവുകയോ കാര്യമായ രോഗം ബാധിക്കുകയോ ചെയ്താൽ ജീവനോടെ എടുത്തെറിയുകയായി, തുറന്ന ട്രക്കുകളിലേക്ക്. അതു പോകുന്നത് ഗ്യാസ് ചേംബറിലേക്കാണ്. വെന്തെരിയുന്ന നെരിപ്പോടുകളായിരുന്നു എല്ലായിടത്തും.'

പറയുന്നതിന്റെ ആവേശത്തള്ളിച്ചയിൽ പലപ്പോഴും ഹെലന്റെ മുഖം ചുവന്നു തുടുത്തു.

'വല്ലാത്തൊരനുഭവം ഇദ്ദേഹം പറയുന്നുണ്ട്. തന്റെ തൊട്ടടുത്തു കിടന്നയാൾ ഒരു ദിവസം രാത്രി കരയുന്നത് കേട്ട് ഇദ്ദേഹം ഞെട്ടിയെണീറ്റു. സ്വപ്നം കണ്ടിട്ടാണ് കരയുന്നത്. ഭീകരമായ ഒരു സ്വപ്നത്തിലെന്നോണമാണ് കരച്ചിൽ. ഒന്നു കുലുക്കിവിളിച്ച് അദ്ദേഹത്തെ ഉണർത്തണോ എന്ന ആശങ്കയിൽ കൈനീട്ടി. പെട്ടെന്നദ്ദേഹം അത് പിൻവലിക്കുകയാണ്. കാരണമെന്താണെന്നോ... എത്ര ഭയാനകസ്വപ്നവും ക്യാമ്പിലെ ഭീകര യാഥാർത്ഥ്യത്തിനൊപ്പമാവില്ല. അതിലേക്കയാളെ വിളിച്ചുണർത്തുന്നതെത്രമാത്രം ക്രൂരതയാകുമെന്ന് പേടിച്ചിട്ട്. ആ വാചകങ്ങൾ കുറേ ദിവസങ്ങൾ എന്നെ വേട്ടയാടി.'

കാന്റീനിൽ തിരക്ക് കുറവായിരുന്നു. അവർ മൂലയിലെ തുറസ്സിലിരുന്നു. ജനിഫർ കൗതുകത്തോടെ ചോദിച്ചു

'എന്നിട്ട് എങ്ങനെയാണദ്ദേഹം ഇതൊക്കെ അതിജീവിച്ചത്?'

'അതെ, അതാണ് ഞാൻ പറയാൻ വരുന്നത്. ' ഹെലൻ തുടർന്നു

'മന:ശാസ്ത്രത്തിൽ അദ്ദേഹമായിട്ടുണ്ടാക്കിയ സിദ്ധാന്തങ്ങൾ തന്നെയുണ്ട്.

ഫ്രോയ്ഡിനും ആഡ്‌ലർക്കും ശേഷമുള്ള മൂന്നാം വിയന്നീസ് ചിന്താരീതി. ലോഗോ തെറാപ്പിയെന്ന ചികിത്സാ രീതി വികസിപ്പിച്ചെടുത്തത് അദ്ദേഹമാണ്.'

ജനിഫർ ആകാംക്ഷയോടെ തിരക്കി 'അതെന്ത് ചികിത്സയാണ്?'

മറിച്ചൊരു ചോദ്യമായിരുന്നു ഹെലന്റെ മറുപടി.

'നീ ആത്മഹത്യ ചെയ്യാതിരിക്കാൻ കാരണമെന്തെങ്കിലുമുണ്ടോ?'

പകുതി കുടിച്ച കോഫി മേശമേൽ വെച്ച് ജനിഫർ ഹെലന്റെ മുഖത്തേക്കു നോക്കി ചിരിച്ചു. 'ഇപ്പോഴെന്താണങ്ങനെ?'

ഒരു ചെറുചിരിയോടെ ഹെലൻ തുടർന്നു.

'അങ്ങനെയാണദ്ദേഹം ലോഗോ തെറാപ്പിയെ നിർവ്വചിച്ചത്. ജീവിച്ചിരിക്കാൻ നമുക്കോരോരുത്തർക്കും പ്രിയപ്പെട്ട ഓരോ കാരണങ്ങളുണ്ടാവില്ലേ? അതാണ് ലോഗോ.

ആയിത്തീരാനാഗ്രഹിക്കുന്ന വ്യക്തി, എത്തിച്ചേരാനാഗ്രഹിക്കുന്ന സ്ഥാനം, പൂർത്തിയാക്കാനാഗ്രഹിക്കുന്ന ചെയ്തി, കാണാൻ കൊതിക്കുന്ന കാഴ്ച, പ്രിയപ്പെട്ടവർക്കു നൽകാനുള്ള കരുതൽ, ആശ്രയമാവശ്യമായവർക്കുള്ള സഹായം എന്നിങ്ങനെ പലതുമാവാം.

അതിനെ മുൻനിർത്തി ജീവിതത്തിന്റെ എല്ലാ വെല്ലുവിളികളെയും ഒരരികിലേക്ക് മാറ്റിനിർത്തി ഊർജ്ജസ്വലരാകാൻ അദ്ദേഹം പഠിപ്പിച്ചു. വിഷാദത്തിലാഴുന്നവരെ ജീവിതത്തിന്റെ ഊർജ്ജസ്വലതയിലേക്ക് തിരിച്ചെത്തിക്കുന്ന സിദ്ധാന്തമാണ്.

എന്തിനു ജീവിക്കണമെന്നതിന് വളരെ കൃത്യമായ കാഴ്ചപ്പാടുള്ളയാളെ സംബന്ധിച്ച് എങ്ങനെ ജീവിക്കുമെന്നത് ഒരു ചോദ്യമേയല്ല. ജീവിതത്തിന്റെ ആത്യന്തികമായ ആ അർത്ഥം കണ്ടെത്താൻ പതിനായിരങ്ങൾക്ക് അദ്ദേഹം പ്രേരണയായി. വളരെ ശക്തമായ പ്രഭാഷണമാണെന്നാണ് കേട്ടിട്ടുള്ളത്.'

ഫയലിൽ സൂക്ഷിച്ച പത്രക്കട്ടിങ്ങുകൾ ഹെലൻ തുറന്നു. ലോകത്തിന്റെ പലയിടങ്ങളിലായി പ്രൊഫസർ വിക്ടർ ഫ്രാങ്ക്ൾ ചെയ്ത പ്രഭാഷണങ്ങളാണ്. അത്രമാത്രം ശ്രദ്ധയോടെ ഓരോന്നും ചേർത്തുവെച്ചിരുന്നു.

'പിന്നെ...' ജനിഫറിന്റെ കൈയിൽ പിടിച്ചുകൊണ്ട് ഹെലൻ തുടർന്നു:

'ജനീ, ഇദ്ദേഹത്തിന്.., ഇദ്ദേഹത്തിനെന്നെ കാണണമത്രേ.' തനിക്കു തന്നെ വിശ്വാസമാവാത്തതുകൊണ്ട് ശബ്ദം തീരെ താഴ്ത്തിയാണവൾ പറഞ്ഞത്.

'വിയന്നയിൽ നിന്ന് ഈവാ ആന്റി കത്തയച്ചിരുന്നു.'

പോക്കറ്റിൽനിന്നും ഒരു കടലാസെടുത്ത് അവൾ ജനിഫറിനു നേരെ നീട്ടി.

പ്രിയപ്പെട്ട ഹെലൻ,

നിനക്കു സുഖം തന്നെയെന്നു കരുതുന്നു. ഒരു പ്രധാന കാര്യം അറിയിക്കാനാണ് ഞാൻ ഈ കത്തെഴുതുന്നത് കഴിഞ്ഞദിവസം പ്രോഫെറ്റിലെ ഒരു ജേർണലിസ്റ്റ് എന്നെ അന്വേഷിച്ചു വന്നിരുന്നു അവർക്ക് കാതറിനെ കുറിച്ചായിരുന്നു അറിയേണ്ടിയിരുന്നത്. കാതറിന്റെ മരണവിവരം അറിയിച്ചപ്പോൾ മകളെക്കുറിച്ചായി അന്വേഷണം. സ്റ്റീഫന്റെ ഏതെങ്കിലും സുഹൃത്തുക്കളാണോ എന്ന സംശയംകൊണ്ട് ഞാൻ ആദ്യമൊന്നും പറഞ്ഞില്ല. പിന്നെയാണ് അവർ കാര്യം പറഞ്ഞത്, വിയന്നീസ് പോളി ക്ലിനിക്കിൽ ഒരു മനശ്ശാസ്ത്രജ്ഞനുണ്ട്. വിക്ടർ ഫ്രാങ്ക്ൾ എന്നാണ് പേര്. പ്രശസ്തനാണ്. ഒരുപക്ഷേ, നീ കേട്ടിരിക്കും. അദ്ദേഹത്തിനു വേണ്ടിയാണത്രേ നിന്നെ അന്വേഷിച്ചത്. തൊട്ടടുത്ത ദിവസം അദ്ദേഹം നേരിട്ട് എന്നെ കാണാനെത്തി. കാതറിനെക്കുറിച്ച് വിശദമായി ചോദിച്ചു. മരണവിവരങ്ങളും. അദ്ദേഹത്തിന് നിന്നെയൊന്നു കാണണമെന്നുണ്ട്. എനിക്ക് അവളെ ഒന്നു കാണണമെന്നു മാത്രം ആവർത്തിച്ചു.

കൃത്യമായ കാരണങ്ങളൊന്നും പറഞ്ഞില്ല. അദ്ദേഹത്തെപ്പോലെ വലിയൊരാളോട് എതിര് പറയാനാവില്ലല്ലോ. നിന്റെ വിവരങ്ങൾ പറഞ്ഞു കൊടുത്തിട്ടുണ്ട്. അദ്ദേഹം കിഴക്കൻ ന്യൂയോർക്കിൽ ഒരു പ്രസംഗത്തിന് വരുന്നുണ്ടത്രേ. സൗകര്യപ്പെട്ടുമെങ്കിൽ കാണുമല്ലോ.

സസ്നേഹം,
ഈവാ ആന്റി

'എന്തിനാണദ്ദേഹം നിന്നെ കാണുന്നത്?' ജനിഫറിന് ആകാംക്ഷയായി.

ഹെലൻ കൈമലർത്തി.

'അങ്ങനെയെങ്കിൽ ഞാനും കൂടെ വരട്ടെ?' ജനിഫറിനും പോകണമെന്നായി. പക്ഷേ, അവസാന മണിക്കൂറിലെ മറ്റൊരു അടിയന്തര ഷെഡ്യൂൾ കാരണം അവൾക്ക് ചേരാനായില്ല. പകരം തിമോത്തിയെയും കൂട്ടിയാണ് ഹെലൻ യഷ്‌റൂണിലെത്തിയത്.

നിശ്ചയിച്ചതിലും ഏറെ വൈകി പരിപാടിയാരംഭിച്ചു.

പ്രായത്തിന്റെയോ പീഡാനുഭവങ്ങളുടെയോ പരാധീനതകളൊന്നുമില്ലാതെ ഊർജ്ജസ്വലനായാണ് പ്രൊഫസർ വേദിയിലെത്തിയത്. എഴുന്നേറ്റ് നിന്ന സദസ്യരുടെ കരഘോഷം കോൺഫറൻസ് ഹാളിൽ ഏറെനേരം നീണ്ടുനിന്നു.

ആവേശാതിരേകംകൊണ്ട് ഹെലന്റെ ഹൃദയം ആർത്തു തുള്ളി.

ജ്യൂയിഷ് സ്റ്റഡീസിന്റെ ഡയറക്ടറാണ് സ്വാഗതമാശംസിച്ചത്.

പ്രൊഫസർ പ്രസംഗിക്കാനെഴുന്നേറ്റപ്പോൾ ഹാൾ മുഴുവൻ പരിപൂർണ്ണ നിശ്ശബ്ദതയിലേക്ക് വീണു. അദ്ദേഹത്തെക്കുറിച്ചറിയുന്നവർ, നരകത്തിൽ നിന്നു മോക്ഷത്തിലേക്ക് കരകയറി വന്നവനോടുള്ള ആദരവോടെ സാകൂതം ആ രൂപം നോക്കി.

പെട്ടെന്നാണ് മുൻനിരയിൽ നിന്ന് എന്തോ ചില കശപിശകൾ കേട്ടത്. നിമിഷങ്ങൾക്കുള്ളിൽ അത് വലിയ ബഹളമായി.

'ഇറങ്ങെടാ നാസിപ്പന്നീ..' ഏതാനും പേർ കോപാകുലരായി ആക്രോശിച്ചു.

കുറേപ്പേർ അലറി വിളിച്ചു: 'ഒറ്റുകാരൻ കഴുതേ..'

പീരങ്കിയുണ്ടകൾ പോലെ വേദിയിലേക്ക് ബിയർ കുപ്പികൾ ചീറിപ്പാഞ്ഞു. മരപ്പലകകൾ പൊട്ടിയൊടിഞ്ഞു. നിമിഷങ്ങൾക്കുള്ളിലാണ് അവർ വേദിയിലേക്ക് ചാടിക്കയറിയത്. ഇരുവശത്തുനിന്നും വിളക്കുകാലുകൾ പൊട്ടി താഴേക്ക് വീണു. സംഘാടകർക്ക് എന്തെങ്കിലും ചെയ്യാനാകും മുമ്പ് അവർ പ്രൊഫസർക്കരികിലെത്തിയിരുന്നു. കേട്ടാലറയ്ക്കുന്ന തെറിയഭിഷേകത്തിനൊപ്പം അദ്ദേഹത്തിനു നേരെയവർ കറുത്ത ചായം കോരിയൊഴിച്ചു.

ഞെട്ടിപ്പോയ നിമിഷങ്ങൾ..

ഹെലൻ പെട്ടെന്നങ്ങോട്ട് കുതിക്കാൻ ഒരു ശ്രമം നടത്തി. പടിയിൽ തട്ടിത്തടഞ്ഞു വീണുപോയതോടെ ആളുകളുടെ ചവിട്ടു മുഴുവൻ അവളുടെ ദേഹത്തായി. എങ്ങനെയൊക്കെയോ പിടഞ്ഞെഴുന്നേൽക്കാൻ ശ്രമിച്ചിട്ടും പറ്റിയില്ല. തലയ്ക്കടക്കം നല്ല ഊക്കിലാണ് ചവിട്ടേറ്റത്. മസ്തിഷ്കത്തിൽ തുടർച്ചയായ വൈദ്യുത പ്രവാഹമാണ്. ചുറ്റുമുള്ളതെല്ലാം അതിവേഗത്തിൽ കറങ്ങുന്നതായി അവർക്ക് തോന്നി.

വേദിക്ക് അരികിലൂടെ ഗുരുതരമായി പരിക്കേറ്റ പ്രൊഫസറെ കുറേപ്പേർ താങ്ങിയെടുത്ത് പുറത്തേക്ക് കൊണ്ടുപോകുന്നുണ്ടായിരുന്നു.

****

മുകളിൽ കറങ്ങുന്ന ഫാൻ പോലെ തലയ്ക്കുള്ളിലും എന്തോ കിടന്ന് കറങ്ങുന്നുണ്ടെന്ന് ഹെലന് തോന്നി. ഐവി സ്റ്റാന്റിൽ തൂക്കിയിട്ട ബോട്ടിലിൽനിന്നും ഒരു പുഴ മുഴുവൻ തന്നിലേക്കൊഴുകി വന്നിട്ടും നീറ്റലടങ്ങുന്നില്ല. ചെറുതായൊന്ന് ചരിഞ്ഞ് കിടക്കാനാഞ്ഞപ്പോൾ കഠിനമായ വേദനയിൽ പിടഞ്ഞു. പുറത്തെ പേശികളാകെ നീര്കെട്ടി ചുവന്നു വീർത്തിട്ടാണുള്ളത്. നഴ്സ് വന്ന് ഡ്രസ്സ് ചെയ്തിട്ട് പോയിടത്തെ ചതവുകളും നീറുന്നുണ്ട്.

ഒരു മയക്കത്തിലാണ്ടാൽ കുറച്ചു നേരത്തെക്കെങ്കിലും നീറ്റലറിയേ

ണ്ട... അവൾ കണ്ണടച്ച കിടന്നു. പ്രൊഫസറുടെ മുഖമാണ് മുന്നിൽ നിറയുന്നത്. എന്തിനാണവർ അദ്ദേഹത്തെ അങ്ങനെ വിളിച്ചത്? ആക്രമിച്ചത്? 'ആപത്തൊന്നും പറ്റിക്കാണരുതേ ഈശ്വരാ...' അവൾ പ്രാർത്ഥിച്ചു.

ആ ബഹളങ്ങൾക്കിടയിലും അദ്ദേഹം ശാന്തത കൈവിട്ടില്ല. ക്യാമ്പുകളിൽ ഇതിനേക്കാൾ കലുഷിതമായ എത്ര അപഹാസ്യങ്ങൾ നേരിട്ടിരിക്കും. അദ്ദേഹത്തിന്റെ നീട്ടിപ്പിടിച്ച കൈകളുടെ വെളിച്ചത്തിലേക്ക് താൻ കരകയറിയതിന്റെ ഓർമ്മകളിൽ ഹെലൻ തണുത്തു.

വർഷങ്ങൾക്കു മുമ്പത്തെ ഒരു തണുത്ത രാത്രിയിൽ തീപിടിച്ച മനസ്സുമായാണ് ഒറ്റയ്ക്ക് റെയിൽപ്പാളത്തിനടുത്തെത്തിയത്. വിജനതയിൽ വഴിവിളക്കുകളൊക്കെയണഞ്ഞിരുന്നു. നിമിഷങ്ങൾക്കകം ഇരമ്പിയെത്തുന്ന വേഗതയിലേക്ക് അലിഞ്ഞുചേരുന്നതിന്റെ മുഴക്കം മാത്രമായിരുന്നു ചെവിയിൽ.

സ്റ്റീഫനുമായുള്ള നിയമയുദ്ധം മൂന്നാം ഘട്ടത്തിലെത്തിയിരുന്നു. മുറിയിൽ സെറിബ്രൽ പാൾസി തളർത്തിയിട്ട ജിഫ്രി ശാഠ്യങ്ങൾക്കും കരച്ചിലിനും ശേഷം ക്ഷീണിച്ച് ഉറങ്ങിപ്പോയിരുന്നു. അവന്റെ പരിചരണത്തിനൊപ്പം തന്റെ യൂണിവേഴ്സിറ്റി പഠനവും മാനസിക സംഘർഷങ്ങളുമെല്ലാം കൂടിയായപ്പോൾ ആകെ ഉലഞ്ഞുപോയി.

വിഷാദത്തിന്റെ കറുത്ത നിസ്സംഗത ആകെ മൂടിനിന്നു. ഉള്ളിലെവിടെയോ ചാവിന്റെ ഒരു കനൽ നീറിത്തുടങ്ങിയിരുന്നു. ഫ്ളാറ്റിൽനിന്നും അധികം അകലത്തിലല്ലാത്ത റെയിൽപ്പാളത്തിൽ ഇടവിട്ടുയരുന്ന ഇരമ്പലുകളിൽ താൻ ചെവികൂർപ്പിച്ചു. അതിൽ ഏറ്റവും ദൈർഘ്യമുള്ള ഒന്നിനെ പ്രണയിച്ചു. അതൊരു പുതിയ പ്രണയമായിരുന്നെന്ന് പറയാനാവില്ല.

കുഞ്ഞായിരിക്കുമ്പോൾ ആശുപത്രിയിലെ നേഴ്സസ് ക്വാർട്ടേഴ്സിൽ, മമ്മ നൈറ്റ്ഡ്യൂട്ടിക്ക് പോകുമ്പോഴെല്ലാം തീവണ്ടിയുടെ താരാട്ടിനോടൊട്ടിച്ചേർന്ന് കിടന്നുറങ്ങിയിട്ടുണ്ടായിരുന്നു. മമ്മ കൂടെയുള്ള രാത്രികളിലാണെങ്കിൽ, തന്നെ കെട്ടിപ്പിടിച്ച് അമർത്തിക്കരയുന്ന മമ്മയുടെ അസ്വസ്ഥമായ വിങ്ങലുകൾ തന്റെ ഉറക്കം കെടുത്താതിരിക്കാൻ പാളത്തിലെ താരാട്ടിനു തന്നെയാണ് കാതുചേർക്കാറുള്ളത്. പപ്പയെക്കുറിച്ചുള്ള ചോദ്യങ്ങളിൽ നിന്നെല്ലാം മമ്മ ഒഴിഞ്ഞുമാറുകയായിരുന്നു. കാലങ്ങൾക്കുശേഷം സ്റ്റീഫനോടൊപ്പം താൻ ന്യൂയോർക്കിലേക്ക് പറന്നു. ജേർണലിസം ക്ലാസ്മേറ്റായിരുന്നു അയാൾ. ജിഫ്രിയുടെ ജനനസമയത്ത് ഒരുപാട് പ്രശ്നങ്ങളുണ്ടായി. അവന് സെറിബ്രൽ പാൾസിയാണെന്ന് അറിഞ്ഞതു മുതലാവണം, സ്റ്റീഫന്റെ സ്വഭാവത്തിൽ പ്രകടമായ മാറ്റങ്ങൾ കണ്ടു തുടങ്ങിയത്. ഒടുവിൽ വഴി പിരിയലിന്റെ വക്കിലുമായി. ആയിടയ്ക്കാണ് രക്താർബുദം ബാധിച്ച് മമ്മ മരിച്ചത്.

പാളത്തിനടുത്തെത്തിയപ്പോൾ പെട്ടെന്ന് താനവിടെ നിന്നു പോയത് മുന്നിലെ കരിങ്കൽഭിത്തി ചാരി നിന്നയാൾ കൈകൊട്ടി വിളിച്ചിട്ടാണ്.

'ഈ സ്ഥലമത്ര നല്ലതല്ല.. വാ, ഇതുവഴി പോകാം.' ആദ്യമൊന്നു സംശയിച്ചെങ്കിലും പിന്നെ അയാൾ കാണിച്ച വഴിയിൽ താൻ നടന്നു. പാളത്തിലേക്ക് തിരിച്ചുനടക്കാൻ ഉള്ളിലാരോ തന്നോട് കയർക്കുന്നുണ്ടായിരുന്നെങ്കിലും പാദങ്ങൾ അയാൾക്ക് പിന്നാലെയാണ് നീങ്ങിയത്. പ്രായത്തിന്റെ അവശതകളെല്ലാമുള്ള ഒരു വൃദ്ധൻ. കുറച്ചപ്പുറത്തെ കടത്തിണ്ണയിൽ വിളക്കുകാലിന്റെ ചുവട്ടിൽ അയാളിരുന്നു.

'വാ ഇവിടെ ഇരിക്ക്.'

മുഷിഞ്ഞ വേഷമായിരുന്നു. ഒരു തവിട്ടുകമ്പിളി പുതച്ചിരുന്നു. ചിതറി നിന്ന മുടിയും താടിയും. പിന്നിലെ വെളിച്ചം ആ വെള്ളിനാരിഴകൾക്കിടയിൽ ചിത്രം വരച്ചു. മെല്ലെ അയാൾ നരച്ചു നിറം മങ്ങിയ ഭാണ്ഡത്തിന്റെ കെട്ടഴിച്ചു. കുറേ പഴയ പുസ്തകങ്ങളാണ്. തീവണ്ടിയിലെ പുസ്തകവില്പനക്കാരനാവണം. മങ്ങിയ വെളിച്ചത്തിൽ തന്റെ മുഖത്ത് കുറച്ചുനേരം സൂക്ഷിച്ചു നോക്കിയിരുന്ന ശേഷം പുസ്തകങ്ങൾക്കിടയിൽ നിന്ന് ചെറിയൊരെണ്ണമെടുത്ത് തനിക്കു നേരെ നീട്ടി.

'ഇതു നീ വെച്ചോ.. ഉപകാരപ്പെടും.'

എന്നിട്ട് ഭാണ്ഡം പഴയ പടിയാക്കി തോളിലിട്ട് ഇരുട്ടിലേക്ക് നടന്നുപോയി. ജിഫ്രി നല്ല ഉറക്കത്തിൽത്തന്നെയായിരുന്നു. ലൈറ്റിട്ട് അവനെ ഉണർത്തേണ്ടെന്നു കരുതി പുറത്തെ വെളിച്ചത്തിലിരുന്നാണ് ആദ്യപേജ് തുറന്നത്. ഒരുതരം യാന്ത്രികമായ വായന. കുട്ടിക്കാലത്ത് മമ്മ കൊണ്ടുതന്ന പുസ്തകങ്ങൾ വായിക്കാറുള്ളതോർത്തു. ആ ഓർമ്മയിലാണ് ആദ്യ വാചകങ്ങൾ കടന്നുപോയത്. പിന്നെ ഒരു വരിയിൽ തന്റെ കണ്ണുകളുടക്കി. 'വീരനായകന്മാരുടെയും രക്തസാക്ഷികളുടെയും സഹനങ്ങളെക്കുറിച്ചും ചെറുത്തുനിൽപ്പിനെക്കുറിച്ചും മരണത്തെക്കുറിച്ചുമുള്ള കഥകളല്ല ഇവിടെ പറയാനുള്ളത്. തീരെ അറിയപ്പെടാതെയും ചരിത്രപ്പെടാതെയും പോയവർ അനുഭവിച്ച ദുരിതങ്ങൾ, ത്യാഗങ്ങൾ, പീഡനങ്ങൾ, അതിജീവനങ്ങൾ...'

എന്തോ അത് തുടർന്നു വായിക്കണമെന്നു തോന്നി.

ഹിറ്റ്ലറുടെ കോൺസെൻട്രേഷൻ ക്യാമ്പിൽ അന്തേവാസിയായിരുന്ന ഒരു തടവുകാരന്റെ അനുഭവക്കുറിപ്പ്. ഒരു വിയന്നീസ് മനഃശാസ്ത്രജ്ഞൻ. വിക്ടർ ഫ്രാങ്ക്ൾ.

മലമൂത്രങ്ങളുടെ ദുർഗന്ധം നിറഞ്ഞ കമ്പാർട്ട്മെന്റിൽ അട്ടിയിട്ട മനുഷ്യക്കോലങ്ങൾ. ചോര ചീറ്റിത്തെറിക്കുന്ന ചാട്ടയടികൾ. ഗ്യാസ് ചേമ്പറിൽ നിന്നുയരുന്ന മാംസം വെന്തു കരിഞ്ഞുയരുന്ന പുക. ജിഫ്രി

ഉണർന്നു ശല്യപ്പെടുത്തിയതേയില്ല. ഇരുട്ടിന്റെ നിശ്ശബ്ദതയ്ക്കു മേലെ പട്ടാളക്കാരുടെ അട്ടഹാസങ്ങളും ചാട്ടയടിയുടെ നീറ്റലുകളും ആളി. പൂർണ്ണമായും മറ്റൊരു ലോകത്തായിരുന്നു താൻ.

കീഴടങ്ങാനെളുപ്പമാണ്. അതിജീവനം ഒരു വെല്ലുവിളിയും. സഹനത്തിലേക്കു പടരുന്ന ഒരു വള്ളിപ്പടർപ്പാണ് ആ വെല്ലുവിളി. അദ്ദേഹം അതായാണ് മാറിയത്. മനക്കരുത്തിന്റെ പിടിവള്ളിയിലാണ് അദ്ദേഹം മരണത്തിനു മുന്നിൽ കൂസലെന്യേ നിന്നത്. സഹനത്തിന്റെ ഉദാത്തമായ ജീവിത മാതൃകയിൽ തന്റെ കണ്ണുകൾ പലവട്ടം നിറഞ്ഞൊഴുകി. എപ്പൊഴോ തളർന്നുറങ്ങിപ്പോയിരുന്നു.

ജിഫ്രിയുടെ കരച്ചിൽ കേട്ടാണ് തട്ടിപ്പിടഞ്ഞെഴുന്നേറ്റത്. ആർത്തിയോടെ താനവനെ ചേർത്തുപിടിച്ചു. ആ കവിളത്ത് തെരുതെരെ ഉമ്മ വെച്ചു. ചില്ലുജാലകത്തിലൂടെ പുതിയ സൂര്യൻ പല നിറങ്ങളിൽ പുഞ്ചിരിച്ചു. ജാലകം തുറന്നപ്പോൾ തണുത്ത മഞ്ഞുതരികൾ മുറിയിലേക്ക് തെറിച്ചുവീണു. അന്നു രാത്രിയോടെ അതു വായിച്ചുതീർത്തു. വായിച്ചു എന്നതിനേക്കാൾ തീക്ഷ്ണാനുഭവങ്ങളുടെ തീക്കടലിൽ കുളിച്ചുവെന്നു പറയുന്നതാവും ശരി. അദ്ദേഹത്തിന്റെ ലേഖനങ്ങളും പുസ്തകങ്ങളും തേടിപ്പിടിച്ച് വായിച്ചു. പ്രഭാഷണങ്ങളുടെയും ലക്ചർ ക്ലാസുകളുടെയും പകർപ്പുകൾ സംഘടിപ്പിച്ചു. പ്രൊഫസർ വിക്ടർ ഫ്രാങ്ക്ൾ ഒരു ഉന്മാദം പോലെ പടർന്നു പിടിച്ചിരുന്നു. പുസ്തകത്തിലെ പല വാചകങ്ങളും താൻ ഇടയ്ക്കിടെ ഉരുവിട്ടു. ജീവിതത്തിൽനിന്നും ഒന്നും പ്രതീക്ഷിക്കാൻ ഇല്ലെങ്കിലും ജീവിതത്തിന് തിരിച്ചുകൊടുക്കേണ്ട നന്മകളെക്കുറിച്ച് ചിന്തിക്കാൻ പഠിപ്പിച്ചത് അദ്ദേഹമാണ്.

****

അദ്ദേഹമെന്തിനാണ് എന്റെ മമ്മയെ കാണാനാഗ്രഹിച്ചത്?

എന്നെയെന്തിനദ്ദേഹം കാണണം? ആളുമാറിപ്പോയതാകുമോ?

തൊട്ടടുത്ത മുറിയിൽനിന്നും ഒരു കുഞ്ഞിന്റെ കരച്ചിൽ കേട്ട് ഹെലൻ ചിന്തയിൽ നിന്നു തിരികെയെത്തി. ജിഫ്രിയിപ്പോൾ എന്തെടുക്കുകയാവും?

ആൽവിയാന്റി ശ്രദ്ധിക്കുമായിരിക്കും. താനില്ലെങ്കിലും കുറുമ്പു കാട്ടാതെ ആന്റിയോടൊപ്പം കഴിയാൻ അവൻ പഠിച്ചിട്ടുണ്ട്.

കഴുത്തിനു പിന്നിൽ വേദന അസഹ്യമാണ്. അത്യാവശ്യമെങ്കിൽ മാത്രമെന്നു പറഞ്ഞ് നഴ്സ് തലപ്പത്തു വെച്ചിട്ടുപോയ ഗുളികയെടുത്തു വിഴുങ്ങി അവൾ ചരിഞ്ഞു കിടന്നു.

'ഇതെന്തുറക്കമാണെടോ?' ജനിഫർ വന്നു വിളിച്ചപ്പോഴാണ് കണ്ണു

തുറന്നത്. ഏതോ ദുഃസ്വപ്നത്തിനു നടുവിലായിരുന്നു.

'അതു മുഴുവൻ പച്ചക്കള്ളങ്ങളാണ് അയാളാണെങ്കിൽ ഒന്നാന്തര മൊരു ഒറ്റുകാരൻ.' പുച്ഛത്തോടെയാണ് ജനിഫർ അത് പറഞ്ഞത്.

ദുഃസ്വപ്നത്തിന്റെ ബാക്കിയാണെന്നാണ് ഹെലൻ ആദ്യം കരുതി യത്. ജനിഫർ മുന്നിലെത്തി കവിളിൽ തൊട്ടപ്പോഴാണ് നല്ല ബോധം വന്നത്.

'അദ്ദേഹത്തിന് എന്തെങ്കിലും പറ്റിയോ?' എന്നാണ് ആദ്യം ചോ ദിച്ചത്.

'ചത്തില്ല, കിഴവൻ. ഐ സി യുവിലുണ്ട്. ഇവിടെത്തന്നെ.' ജനിഫർ ദേഷ്യത്തോടെ പറഞ്ഞു.

'നീ എന്തെങ്കിലും പറഞ്ഞോ?' താൻ കേട്ടത് തെറ്റാണെന്നുറപ്പി ക്കാൻ ഹെലൻ ചോദിച്ചു

'നിന്റെ പ്രൊഫസർ ഒരു ഗജഫ്രോഡാണെന്ന്.' ജനിഫർ വാക്കുകൾ മുറിച്ച് മുറിച്ച് പറഞ്ഞുകൊടുത്തു. ഒന്നു ഞെട്ടിയിട്ട് ഹെലൻ തലയണചാ രി ഇരിക്കാൻ ശ്രമിച്ചു.

'എന്തറിഞ്ഞിട്ടാണ് നീയിതു പറയുന്നത്?' ഹെലന്റെ ശബ്ദം തീരെ ദുർബ്ബലമായിരുന്നു.

'നീ രണ്ടു വർഷംകൊണ്ട് പെറുക്കിക്കൂട്ടിയതിനേക്കാൾ ഡാറ്റ ഈ രണ്ടു ദിവസംകൊണ്ട് ഞാൻ ശേഖരിച്ചിട്ടുണ്ട്. കള്ളനാണയാൾ. ശരിക്കും ഒരു നാസിപ്പന്നി.'

ജനിഫർ തുടർന്നപ്പോൾ ഹെലൻ തന്റെ കൈ അവളുടെ കൈയി ലമർത്തി

'പ്ലീസ്... അതെല്ലാം കളവായിരിക്കും. അദ്ദേഹത്തെ കരിതേച്ചു കാ ണിക്കാൻ ആരൊക്കെയോ മെനഞ്ഞെടുത്തതാവും.'

ജനിഫർ തുടരുകയാണ് ചെയ്തത്.

'വെറുതേ പറയുന്നതല്ല. എല്ലാ തെളിവുകളും അയാൾക്കെതിരാണ്. ആളുകളിൽ സഹതാപത്തിന്റെ വിത്തെറിഞ്ഞിട്ട് പുസ്തകം വിറ്റഴിക്കാ നുള്ള വൃത്തികെട്ട തന്ത്രം. നാടൊട്ടുക്കും പ്രഭാഷണങ്ങൾ നടത്തണം, അതിന്റെ പേരിൽ മഹാനാകണം.'

'എന്ത് തെളിവുണ്ടെന്നാണ് നീയീപ്പറയുന്നത്?' ആരോപണങ്ങൾ ദുർബലമാണെന്ന് തെളിയിക്കാൻ ഹെലൻ തിടുക്കം കൂട്ടി

'വേണ്ടതിലധികമുണ്ട്. അന്ന് യഷ്റൂണിൽ ഒച്ചവെച്ച ചിലരെ എനിക്ക് നേരിട്ട് കാണാൻ പറ്റി. ജൂതന്മാർക്ക് അയാളിലുള്ള വിശ്വാസം മുതലെടുത്ത് അവരെ ചതിക്കുകയായിരുന്നു അയാൾ. ഇത്രമാത്രം ആഗോളവാർത്താ മാഗ്നറ്റായിട്ടും നിനക്ക് ആറ്റോപ്ലാസ്സിന്റെ വിചാര ണയുടെ വിശദാംശങ്ങളൊന്നും കിട്ടിയില്ലാ?'

ഒന്നും മനസ്സിലാകാത്ത മട്ടിലായിരുന്നു ഹെലന്റെ നോട്ടം.

'യുദ്ധത്തിന്റെ തുടക്കത്തിൽ ജൂതന്മാരിൽ മരുന്നു പരീക്ഷണങ്ങൾ നടത്തി കൊല്ലാക്കൊല ചെയ്ത ദുഷ്ടനാണീ ആറ്റോപ്ലാസ്. ഹിറ്റ്ലറുടെ വേണ്ടപ്പെട്ടവരിൽ പ്രധാനി. ആ ദുഷ്ടന്റെ കൂടെയായിരുന്നത്രേ ഈ പ്രൊഫസറുടെ ആദ്യകാലം.

അക്കാലത്തെ മരുന്നു പരീക്ഷണങ്ങളെക്കുറിച്ച് നിന്നെപ്പോലൊരാൾക്ക് ഞാൻ പറഞ്ഞു തന്നിട്ടു വേണ്ടല്ലോ. ന്യൂറൻബർഗ് ട്രയലിൽ ഓരോന്നും വിസ്തരിച്ചതല്ലേ? കുട്ടികളും ഗർഭിണികളുമടക്കം അതിക്രൂരമായാണ് പീഡിപ്പിക്കപ്പെട്ടത്. ഗുരുതരമായ പാർശ്വഫലങ്ങളുള്ള മരുന്നുകൾ... ജീവിതകാലം മുഴുവൻ ദുരിതത്തിലാഴ്ത്തുന്ന ശസ്ത്രക്രിയകൾ... എല്ലാം ആ ദുരിതം കണ്ട് ആസ്വദിക്കാൻ. നാസികളുടെ പ്രമാണിത്തം ആഘോഷിക്കാൻ.

എല്ലാറ്റിനും ആറ്റോപ്ലാസിന്റെ വലംകൈയായി നിന്ന ശേഷമാണിയാൾ ക്യാമ്പിലെത്തിയത്. അവിടെയും പട്ടാളത്തിന്റെ ചാരനെന്ന നിലയിലാണ് ജീവിച്ചത്. പീഡനങ്ങളിൽ നിന്നെല്ലാം മാറ്റി നിർത്തപ്പെട്ടതുകൊണ്ടാണ് ആരോഗ്യത്തോടെ ഇപ്പൊഴും ജീവിക്കുന്നത്. സത്യത്തിൽ ഇയാൾ ഇരയേയായിരുന്നില്ല. വേട്ടക്കാരിൽ സമർത്ഥനായ ഒരാൾ. ആറ്റോപ്ലാസിന് അനുകൂലമായി സാക്ഷി പറഞ്ഞ് അയാളെ വെറുതേ വിടുവിച്ചു. കൂട്ടത്തിൽ, ജീവിക്കുന്ന ഒരു രക്തസാക്ഷിയുടെ പരിവേഷവും.'

ഹെലൻ വിശ്വാസം വരാതെ ജനിഫറിനെ നോക്കി.

'സാരമില്ല. ഇപ്പോഴെങ്കിലും തിരിച്ചറിയാൻ പറ്റിയല്ലോ ആ ചെന്നായയെ. അന്നത്തെ ക്രിമിനലുകളായ വാൽഡെമും ഹെയ്ഡനുമടക്കം പഴയ ഗസ്റ്റപ്പോ സൈനികമേധാവികളുമായി ഇപ്പോഴും നല്ല ബന്ധമാണത്രേ ഇയാൾക്ക്. അവരിപ്പോഴും വിചാരണ നേരിട്ടുകൊണ്ടിരിക്കുകയാണ്. എന്നിട്ടും ഈ പ്രൊഫസറുടെ വാദം നാസികൾ ദുഷ്ടന്മാരല്ല എന്നാണ്.

ഇതു നോക്ക്, ക്രോണിക്കിളിൽ മിക്കിയെഴുതിയ ആർട്ടിക്കിളാണ്.'

എവിടുന്നോ സംഘടിപ്പിച്ച ഒരു പത്രക്കട്ടിങ് നിവർത്തിക്കൊണ്ട് ജനിഫർ പറഞ്ഞു.

അനങ്ങാതെ കിടന്നിട്ടും മുറിവുകളിൽ നീറ്റ് മരുന്ന് പുരട്ടിയതായും പേശികളിൽ എന്തോ തുളഞ്ഞു കയറുന്നതായും ഹെലന് തോന്നി.

'സത്യത്തിലിയാൾ ഓഷ്വിറ്റ്സിലുണ്ടായിരുന്നത് ആകെ രണ്ടോ മൂന്നോ ദിവസങ്ങൾ മാത്രമായിരുന്നത്രേ.'

ജനിഫർ തുടർന്നു;

'അതും കാഫറിങ്ങിൽ നിന്ന് ദാഹോവിലേക്ക് പോകുന്നതിനിടയിൽ വിശ്രമിക്കാൻ കയറിയത്. എന്നിട്ട് പറയുന്നതോ? ഓഷ്വിറ്റ്സി

ലെ തടവുകാരുടെ മാനസികാവസ്ഥ പഠിച്ചതായിട്ട്. അവരെയൊക്കെ ഉദ്ധരിച്ച് ജീവിതത്തിലേക്ക് തിരിച്ചുകൊണ്ടുവന്നതായിട്ട്. നാസി ക്രൂരതയുടെ പര്യായമായി എടുത്തുകാട്ടിയ ഓഷ്വിറ്റ്സിൽ ഇയാളെ പ്രതിഷ്ഠിച്ചത് പുസ്തകത്തിന്റെ പ്രസാധകരാണത്രേ. ചൂടപ്പംപോലെ പുസ്തകം വിറ്റഴിയാൻ ആ പേരാണ് നല്ലതെന്നു പറഞ്ഞ് പ്രസാധകർ തിരുത്തിച്ചു. രണ്ടുവർഷത്തിൽ കൂടുതൽ ഇയാൾ പ്രശ്നങ്ങളൊന്നുമില്ലാത്ത തെരേസിയൻസ്റ്റാറ്റിലാണത്രേ ഉണ്ടായിരുന്നത്. ആ ക്യാമ്പിലുണ്ടായിരുന്ന മറ്റു ചിലർ പറയുന്നത് ഇയാൾ അവിടെ ഒരു തൻകാര്യം നോക്കി മാത്രമായിരുന്നു എന്നാണ്. യുദ്ധം തുടങ്ങുന്നതിനു തൊട്ടുമുമ്പ് അമേരിക്കയിലേക്ക് പോകാനവസരമുണ്ടായിട്ട് അത് കളഞ്ഞുകുളിച്ചല്ലോ എന്ന് എപ്പോഴും പരിതപിക്കുമത്രേ. സ്വന്തം നാടായ വിയന്നക്കാർക്ക് മുഴുവൻ ഇയാളുടെ തനിനിറമറിയാം. അവരൊക്കെ ഇയാളെ ഒഴിവാക്കിയതുകൊണ്ടാണിപ്പോൾ പ്രഭാഷണമെന്നും പറഞ്ഞ് നാടുനീളെ തെണ്ടുന്നത്.'

ഹൃദയത്തിൽ വലിയൊരു ഭാരം എടുത്തുവെച്ചതുപോലെ ഹെലൻ അസ്വസ്ഥയായി. മനസ്സിൽ അത്രമാത്രം ആരാധനയോടെ പൂജിക്കുന്നൊരു വെളിച്ചം ഒറ്റയടിക്ക് കെട്ടുപോകുന്നത് അവൾക്ക് സങ്കൽപ്പിക്കാൻ പോലുമായില്ല. ഈവ ആന്റി ഇങ്ങനെയൊന്നും പറഞ്ഞിരുന്നില്ലല്ലോ. ജനിയോട് തർക്കിക്കാൻ നിന്നിട്ട് കാര്യമില്ല. എന്തൊക്കെ പറഞ്ഞാലും അദ്ദേഹം പകർന്നവെളിച്ചം വെളിച്ചം തന്നെയല്ലേ...? അത് ഒട്ടേറെ പേർക്ക് വഴികാട്ടുന്നുവെങ്കിൽ എന്തിന് കെടുത്തിക്കളയണം? ആരു പറയുന്നതാണ് വാസ്തവം? ചതവുകൾക്ക് മീതെ ആശങ്കകൾ കുമിഞ്ഞുകൂടി അവൾ പനിച്ചു വിറച്ചു. ബ്ലാങ്കറ്റെടുത്ത് ആകെമൂടി ഇരുട്ടിലേക്ക് ചുരുണ്ടു കൂടിയപ്പോൾ ജനി പറഞ്ഞതെല്ലാം തൊട്ടുമുമ്പ് കണ്ട സ്വപ്നത്തിന്റെ തുടർച്ച മാത്രമായിരിക്കണേയെന്നാണവൾ പ്രാർത്ഥിച്ചത്.

******

ഏതാണ്ടൊന്ന് എഴുന്നേറ്റ് നടക്കാമെന്നായിട്ടുണ്ട്. വേദന പൂർണ്ണമായി ശമിച്ചിട്ടില്ല. ഹെലൻ ആശുപത്രി മുറിയുടെ ജനലിനടുത്ത് നിൽക്കുകയായിരുന്നു.

'നിങ്ങൾക്ക് ഒരു വിസിറ്ററുണ്ട് വരാൻ പറയട്ടെ?' നേഴ്സാണ്.

തിരിഞ്ഞു നോക്കിയപ്പോൾ പാതി തുറന്ന വാതിലിനപ്പുറത്ത് കുറച്ചു പ്രായമായ ഒരു മനുഷ്യൻ നിൽക്കുന്നു.

'ഞാൻ പോൾ. പ്രൊഫ. വിക്ടർ ഫ്രാങ്ക്ളിന്റെ സെക്രട്ടറിയാണ്.'

ഒരു ഞെട്ടലോടെ ഹെലൻ അദ്ദേഹത്തിന് ഇരിക്കാൻ കസേര ചൂണ്ടി.

'എങ്ങനെയുണ്ട് അദ്ദേഹത്തിന്?'

'ശരിയായി വരുന്നുണ്ട് ഐ സി യുവിൽത്തന്നെയാണുള്ളത്. ഇടയ്ക്കിടെ ബോധം വരും. ഇപ്പോൾ കാര്യങ്ങളൊക്കെ തിരിച്ചറിയാം എന്നായിട്ടുണ്ട്. ചെറുതായി സംസാരിക്കും. പക്ഷേ, കുറച്ചു കഴിയുമ്പോൾ ബോധം മറയും. എന്നാലും ആദ്യത്തേതിൽനിന്നും ഒരുപാട് മാറ്റമുണ്ട്.'

അയാൾ മറുപടി പറഞ്ഞു. ഹെലൻ ഒന്നും മിണ്ടാതെ അദ്ദേഹത്തിന്റെ മുഖത്തേക്ക് നോക്കി.

'നിങ്ങളുടെ അവസ്ഥ എങ്ങനെ?' അയാൾ സുഖാന്വേഷണം നടത്തി.

'ഇപ്പോൾ വലിയ കുഴപ്പമില്ല. ചെറിയ ചെറിയ വേദനകളൊക്കെ ഉണ്ടെന്നു മാത്രം. അത് സാരമില്ല' അവൾ കട്ടിലിലിരുന്നു.

'ഹെലനെ കാണുക എന്ന ഉദ്ദേശ്യത്തിലാണ് പ്രൊഫസർ വന്നതു തന്നെ.'

അയാൾ പറഞ്ഞു.

'ഈവാ ആന്റി എനിക്കൊരു കത്തയച്ചിരുന്നു, ആ വിവരം കാണിച്ച്. പക്ഷേ, എന്തിനാണെന്ന് പറഞ്ഞില്ല.'

'സത്യത്തിൽ എനിക്കും അത് കൃത്യമായി പറയാനറിയില്ല. പക്ഷേ, നിങ്ങൾക്ക് തരാനായി ഒരു സമ്മാനം പൊതിഞ്ഞ് കൊണ്ടുവന്നിരുന്നു.'

ഒരു തവിട്ടു പൊതി അയാൾ ഹെലനു നേരെ നീട്ടി.

'യഷ്റൂണിൽ ചില പ്രശ്നങ്ങളൊക്കെ ഉണ്ടാവാൻ ഇടയുണ്ടെന്ന് മുൻകൂട്ടി സൂചന കിട്ടിയതുകൊണ്ട് പ്രൊഫസർ അത് പ്രതീക്ഷിച്ചിരുന്നു. എന്നാലും ഇത്രത്തോളം പറ്റും എന്ന് ഞാൻ കരുതിയില്ല. കഴിഞ്ഞദിവസം ചെറുതായി ബോധം തെളിഞ്ഞപ്പോഴാണ് ഇത് ഹെലനെ ഏൽപ്പിക്കണമെന്ന് പറഞ്ഞത്. വിലാസവും മറ്റും മുമ്പേ തന്നിട്ടുണ്ടായിരുന്നു. അന്വേഷിച്ചപ്പോഴാണ് ഇവിടെത്തന്നെയുണ്ടെന്ന് അറിഞ്ഞത്.'

'ഇതിലെന്താണ്?' ഹെലൻ ആകാംക്ഷയോടെ ചോദിച്ചു.

അയാൾ ചിരിച്ചു.

'ഒരു ഡയറിയാണെന്നറിയാം. ഇതിൽ എഴുതിയതെന്താണെന്ന് അദ്ദേഹത്തിന്റെ മനസ്സാക്ഷി സൂക്ഷിപ്പുകാരനായ എനിക്കുപോലും അറിയില്ല. ഇതുമാത്രമാണ് അദ്ദേഹം ഒറ്റയ്ക്ക് ഒരു ധ്യാനം പോലെ ഇരുന്ന് എഴുതുന്നത് കണ്ടിട്ടുള്ളത്.. മറ്റു രചനകളെല്ലാം ഞങ്ങൾ കേട്ടെഴുതിയതാണ്. പ്രസാധകരുടെ ചേരുവകളുമുണ്ട് പലതിലും.'

ചെറു സംസാരങ്ങൾക്കു ശേഷം അയാൾ എഴുന്നേറ്റു.

'ഞാൻ മുറിയിൽ കാണും. ഫ്രീയാകുമ്പോൾ വന്നാൽമതി.'

അവളുടെ മനസ്സിൽ നിന്ന് സ്തബ്ധതയൊഴിഞ്ഞിരുന്നില്ല. ലോകപ്രശസ്തനായ മനഃശാസ്ത്രജ്ഞൻ പ്രൊഫസർ വിക്ടർഫ്രാങ്ക്ൾ തനിക്ക്

നൽകാനായി ഒരു ഡയറി സൂക്ഷിക്കുക!

അവൾ തലയൊന്നു നേരെയാവുംവരെ സെറ്റിയിൽ ചാഞ്ഞ് കിടന്നു. ശേഷം തവിട്ടു പൊതി അഴിച്ചുമാറ്റി ആ ഡയറി തുറന്നു.

1945 മാർച്ച് 12

പ്രൊഫസർ വിഷാദത്തിൽ മുങ്ങിത്താഴ്ന്നതിന്റെ നേരെഴുത്താണ്. അവൾക്ക് ആദ്യം വിശ്വസിക്കാനായില്ല. ആകാംക്ഷയോടെ അവൾ അടുത്ത താളിലേക്ക് കടന്നു.

1977 മെയ് 14

മുപ്പത്തിരണ്ടു വർഷങ്ങൾക്കുശേഷമോ? അവളൊന്നു സംശയിച്ചു. എങ്കിലും വായന തുടർന്നു.

ഡയറി തുടരുന്നു.

1977 മെയ് 14

ഞാനിന്ന് അവനെ കണ്ടു. വിങ്കോ. മുപ്പത്തിരണ്ടു വർഷങ്ങൾക്ക് ശേഷമുള്ള കൂടിക്കാഴ്ചയാണ്. വാതിലിനരികിൽ അവൻ നിൽപ്പു തുടങ്ങിയിട്ട് കുറെ നേരമായിക്കാണും. ഞാൻ രോഗികളെ പരിശോധിക്കുന്നതിന്റെ തിരക്കിലായിരുന്നു. അലസമായി ഇടയ്ക്കിടെ നോക്കിയതല്ലാതെ പരിചയം തോന്നിപ്പിക്കുന്ന ഒരു ഭാവവും എന്റെ മുഖത്തു കാണാത്തതുകൊണ്ടാവണം അവൻ മേശയ്ക്കരികിലേക്ക് വന്നു. എന്റെ കണ്ണിലേക്കുതന്നെ നോക്കിക്കൊണ്ട് അവിടെ അങ്ങനെ നിന്നു. ചുണ്ടിൽ നേർത്ത ഒരു ചിരി. ഒരു നിമിഷം ഞാനൊന്നു സ്തബ്ധനായി. പ്രായത്തിന്റെ പുക കൊണ്ടു മറഞ്ഞ ഓർമ്മ ഒന്നു തെളിഞ്ഞുവരാൻ മൂന്നുനാലു മിനിറ്റെടുത്തു. അണപൊട്ടിയ സന്തോഷത്തിൽ ഞാനവനെ കെട്ടിപ്പിടിച്ചുകരഞ്ഞു. ആർത്തു തുള്ളുകയായിരുന്നു ഹൃദയം. കുട്ടിയല്ലാത്ത രൂപത്തിൽ അവനെയൊന്നു സങ്കൽപ്പിക്കുക പോലും ചെയ്തിട്ടില്ലായിരുന്നു അന്നേവരെ. പന്ത്രണ്ടു വയസ്സുള്ള ഒരു പയ്യനിൽ നിന്ന് മുതിർന്ന ഒരാളിലേക്കുള്ള രൂപമാറ്റം.

മുപ്പത്തിരണ്ടു വർഷങ്ങൾക്ക് ശേഷമാണ് ഞാൻ വിങ്കോയോട് മിണ്ടുന്നത്. ബൊഹീമിയയിൽനിന്നും അത്രയും ദൂരം അവൻ എന്നെ കാണാനായി മാത്രം വന്നതാണ്. അവന് എന്നോട് പറയാനുണ്ടായിരുന്നതും അത്രയും പ്രധാനപ്പെട്ട ഒരു കാര്യമായിരുന്നു. കുറച്ചുനേരം ഞാൻ ഞെട്ടിത്തരിച്ചിരുന്നു പോയി. അവന് മറ്റെവിടേക്കോ അത്യാവശ്യമായി

പോകേണ്ടതുണ്ടായിരുന്നു. വീണ്ടും വരാമെന്ന വാക്കിലാണ് അവനെ ന്നോട് യാത്ര ചോദിച്ചത്. ദൂരെ മറയുന്നതുവരെ അവനെത്തന്നെ ഞാൻ നോക്കിനിന്നു. നോട്ടത്തിന്റെ ആ പാതയിലൂടെ ഒരു കാലം എന്നിലേ ക്കിരച്ചു വന്നു. അതിൽ ഞാൻ ആകെ കുതിർന്നു. കുറെ നേരത്തേക്ക് ഞാൻ വേറെയേതോ ലോകത്തായിരുന്നു. മദിപ്പിക്കുന്ന ആ തണുപ്പിൽ നിന്ന് കുതറി മാറാൻ ഞാൻ ശ്രമിച്ചതേയില്ല.

പിന്നീട് അപ്പാർട്ട്മെന്റിലെത്തിയതും വലിപ്പിന്റെ താഴെത്തട്ടിൽ നിന്നും ഈ ഡയറി വലിച്ചെടുത്തതുമെല്ലാം പഴയ കാലത്തിന്റെ നന വോടെയായിരുന്നു. മുപ്പത്തിരണ്ടുവർഷത്തെ ഇടവേളയ്ക്കുശേഷം ആരെ ങ്കിലും ഒരു ഡയറി തുടർന്ന് എഴുതിയിട്ടുണ്ടാകുമോ ആവോ? കുറേനേരം ആലോചിച്ച ശേഷമാണ് എനിക്ക് അങ്ങനെ ചെയ്യാൻ തോന്നിയത്. അന്നത്തെ ആ യാത്രയിൽ തുണ്ട്കടലാസുകളിൽ കുറിച്ചിട്ടതൊക്കെ ഡയറിയിലേക്ക് വിശദമായി ഒന്നു പകർത്തി എഴുതണം. പണ്ടും അങ്ങ നെയാണല്ലോ ഞാൻ ജീവിതം കുറിച്ചുവെക്കാറുണ്ടായിരുന്നത്. അപ്പ പ്പോൾ കിട്ടിയ തുണ്ട് കടലാസുകളിൽ, കാർഡ്ബോർഡ് ഷീറ്റിന്റെ കഷ ണങ്ങളിൽ, സിഗരറ്റ് കൂടിന്റെ അടർത്തിയെടുത്ത വെളുപ്പിൽ...

പുളഞ്ഞും പിടഞ്ഞും പായുന്ന വൃത്തികെട്ട കുറെ പുഴുക്കളാണെ ന്നാവും ഒറ്റനോട്ടത്തിൽ തോന്നുക. എനിക്ക് മാത്രം വായിക്കാൻ കഴി യുന്ന ചുരുക്കെഴുത്തുകളാണ്. ചിലപ്പോഴൊക്കെ തിരക്കുകളൊഴിഞ്ഞ് മുറിയിലൊറ്റയാകുമ്പോൾ ഒരു ഏകാന്തധ്യാനം പോലെ ഞാനിത് തു റക്കാറുണ്ട്. മെല്ലെ മെല്ലെ ജീവൻ വെയ്ക്കുന്ന അക്ഷരങ്ങൾ. ഏതൊക്കെ യോ ഇടനാഴികളിലൂടെ അവ എന്നെ പിടിച്ചു വലിച്ചുകൊണ്ടുപോകും. വിയന്നീസ് തെരുവുകളിൽ യോലിങ്ങിന്റെ ഗോത്ര താളം മുറുകിവരും. ചിലപ്പോഴൊക്കെ മമ്മയുടെ താരാട്ട്, ഞങ്ങളുടെ കളിയിരമ്പം. ട്രാമിലെ കുതിപ്പുകൾ മെല്ലെ മെല്ലെ ട്രെയിനിന്റെ കിതപ്പുകളായി മാറും. ക്യാമ്പി ലെ അലർച്ചകൾ, ചാട്ടയടി, പൊട്ടിക്കരച്ചിലുകൾ, നിലവിളികൾ. നെ രിപ്പോടിൽ ഓക്കു വിറക് കരിഞ്ഞുയരുന്ന പുക. ഗ്യാസ് ചേമ്പറിനപ്പുറ ത്തെ പുകക്കുഴലിലൂടെ മനുഷ്യമാംസം വെന്തതിന്റെ തീക്ഷ്ണ ഗന്ധം.

അക്ഷരങ്ങൾക്ക് ഗന്ധമാകാൻ കഴിയുമെന്ന് അടിവയറ്റിൽ നിന്ന് തികട്ടി വന്ന പുളിവെള്ളം എന്നെ ബോധ്യപ്പെടുത്തി. കണ്ണടച്ചിരുന്ന് ശാന്തനായി ധ്യാനിക്കാൻ ശ്രമിക്കും. തിങ്ങി നിറഞ്ഞ ബൊഹീമിയൻ കാടിനു നടുവിൽ തെളിഞ്ഞ വാൾത്താവാ നദി. ഉരുളൻ കല്ലുകൾക്ക് മീതെ ചില്ലുപോലെ തെളിഞ്ഞ ഒഴുക്കാണ്. ഷുമാ വെള്ളച്ചാട്ടത്തിനരികി ലെ തണുത്ത ബാഷ്പമഴയിൽ ആകെ കുതിർന്ന് ഞാൻ നിന്നു. പിന്നെ ഓർമ്മകളുടെ പെരുമഴയാണ്. ഒന്നും എഴുത്തിലൊതുക്കാവുന്നതല്ല. എന്നാലും ഈ ഡയറി ഞാൻ എഴുതിയേ തീരൂ.

സന്ധ്യ കനത്തു. ഞാൻ ആകാശത്തേക്ക് നോക്കി. റബ്ബിയുടെ പൂച്ചക്കണ്ണുകൾ മേഘങ്ങൾക്കിടയിൽ നിന്ന് എന്നെ സ്നേഹത്തോടെ നോക്കുകയാണ്. പ്രപഞ്ചത്തിന് വെളിച്ചം കാട്ടുന്ന നക്ഷത്രവിളക്കുകൾ അതിനു ചുറ്റും നിരന്നു നിന്നു. ഒറ്റ നിമിഷംകൊണ്ട് ഞാൻ എന്റെ ഭൂതകാലത്തിലേക്ക് വഴുതിവീണു.

'മരിക്കാതിരിക്കാൻ എന്തെങ്കിലും വഴിയുണ്ടോ?'

പപ്പയുടെ മടിയിലിരുന്നാണ് ഞാൻ റബ്ബി ഫൈദയോട് തിരക്കിയത്. എന്റെ പ്രായത്തിലുള്ള കുട്ടികൾക്കൊക്കെ റബ്ബിയെ ഭയമായിരുന്നുവെങ്കിലും പലപ്പോഴായുള്ള ചെറിയ ചെറിയ സംസാരങ്ങൾ വഴി അങ്ങനെ ചോദിക്കാനുള്ള സ്വാതന്ത്ര്യം ഞാൻ ഉണ്ടാക്കിയെടുത്തിരുന്നു. പപ്പയുടെ അടുത്ത സുഹൃത്താണദ്ദേഹം. യഹൂദ മതാചാരപ്രകാരമുള്ള മരണാനന്തര ക്രിയകൾക്കെത്തുന്നതാണ്. ചേണിങ്ങാസിന്റെ പരിസരത്തെവിടെയെങ്കിലുമാണ് വരുന്നതെങ്കിൽ പപ്പയെ കാണാനെത്തും. ഉറപ്പാണ്. കുളിയും ഭക്ഷണവുമൊക്കെ കഴിഞ്ഞ ശേഷമാണ് സംസാരം. വിഷയം പലതുമാവാമെങ്കിലും മരണത്തിന്റെ രഹസ്യങ്ങളോടായിരുന്നു എനിക്ക് പ്രിയം. എത്രയോ മരണങ്ങൾ കണ്ട പുരോഹിതനാണ്. നൂലിഴ കീറി പറയാനറിയാം, മരണത്തിന്റെ സൂക്ഷ്മതകളും രഹസ്യങ്ങളും. മരിച്ചുപോയാൽ പിന്നെ കൂട്ടുകാരോടൊത്തുള്ള കളിയൊക്കെ മുടങ്ങും. മമ്മയുടെ മടിയിൽ കിടന്ന് കഥ കേൾക്കാനാവില്ല. ആൽപ്സ് മല കീഴടക്കാനുള്ള മോഹവും നടക്കില്ല. അതുകൊണ്ടാണ് ഞാനങ്ങനെ ചോദിച്ചത്. റബ്ബി ചിരിച്ചു.

'അത് നടപ്പില്ല. ജനിച്ചാൽ മരിക്കും. അതാണ് പ്രകൃതിനിയമം. പ്രകൃതി നിയമങ്ങളെ മാറ്റാൻ മനുഷ്യനാര്?'

കുറച്ചുനേരം ആലോചിച്ച ശേഷം ചെറിയൊരു ചിരിയോടെ റബ്ബി എന്റെ കവിളിൽ തടവി.

'എന്നാലും മരണത്തെ അതിജീവിക്കാൻ വഴിയുണ്ട് കേട്ടോ.'

ഞാൻ ആകാംക്ഷയോടെ പപ്പയുടെ മടിയിൽ നിന്ന് എഴുന്നേറ്റു.

'നീ ആകാശത്തെ നക്ഷത്രങ്ങളെ നോക്കാറുണ്ടോ?'

ഞാൻ തലകുലുക്കി.

'ഭൂമിയാകെ കട്ടപിടിച്ച ഇരുട്ടുകൊണ്ട് നിറഞ്ഞു കഴിയുമ്പോൾ പ്രകാശം തെളിയിക്കാനെത്തുന്ന ചെറിയ ചില നക്ഷത്രങ്ങളില്ലേ? അതെല്ലാം മരണത്തെ അതിജീവിച്ചവരാണ്. ജീവിച്ചിരിക്കുമ്പോൾ പ്രകാശം വിതറിയവർക്ക് മരിച്ചാലും അത് ചെയ്യാതിരിക്കാനാവില്ല.'

എന്നിട്ട് ഒരു ചോദ്യമുണ്ട് 'മനസ്സിലാകുന്നുണ്ടോ?'

അപ്പോൾ എനിക്ക് അതിന്റെയർത്ഥം പിടികിട്ടിയില്ലെങ്കിലും കാണെക്കാണെ നക്ഷത്ര വെളിച്ചങ്ങൾ എന്നിൽ തെളിഞ്ഞുവന്നു.

ഞാൻ എഴുതിയ ഒരു കുഞ്ഞുകഥ വായിച്ച് ഫൈദ തന്നെയാണ് പിന്നീടൊരിക്കൽ എന്നോട് പറഞ്ഞത്,

'വാക്കുകൾ കൊണ്ടുണ്ടാക്കുന്ന ചരടിൽ തൂങ്ങിയാടിയും മരണത്തിനപ്പുറത്തേക്ക് ചെന്നു വീഴാം, എഴുതണം. നിന്റെ ഓരോ അനുഭവവും എഴുതിവെയ്ക്കണം.'

വേദവചനം പോലെയാണ് ഞാൻ അത് പകർത്തിയത്. മരണവുമായി മുഖത്തോടു മുഖം നിന്നപ്പോഴും കയ്യിൽ കിട്ടിയ തുണ്ടുകടലാസുകളിൽ ഞാൻ എഴുതിവെക്കാൻ ശ്രമിച്ചു. അപ്പോഴുമുണ്ടായിരുന്നു നക്ഷത്രമായി പുനർജ്ജനിക്കാനുള്ള മോഹം.

ഒന്നുകിൽ കപ്പലിലെ ക്യാബിൻബോയ്. അല്ലെങ്കിൽ ആർമി ഓഫീസർ. ജീവിതാഭിലാഷം ചോദിച്ചാൽ എന്റെ പ്രായത്തിലുള്ള കുട്ടികൾ ആദ്യം പറയുന്നതാണ്. അതിൽനിന്ന് വ്യത്യസ്തമായ ഒരെണ്ണമാണ് ഞാൻ പറഞ്ഞത്. 'ഡോക്ടർ'

'അപ്പോൾ നിനക്ക് കപ്പലിൽ കയറി ലോകം കാണണമെന്നോ നാടിനുവേണ്ടി യുദ്ധം ചെയ്യണമെന്നോ ഒന്നും ഇല്ലേ?' മമ്മയാണ് ചോദിച്ചത്.

'അതിന് ഡോക്ടർക്ക് വേണമെങ്കിൽ കപ്പലിലും ആർമിയിലും ചേരാലോ, അല്ലേ?' ഫൈദ പൂച്ചക്കണ്ണിറുക്കിച്ചിരിച്ചുകൊണ്ട് എന്നെ സഹായിച്ചു. സത്യത്തിൽ ഫൈദയുടെ മരുന്നു പെട്ടിയോടുള്ള ആകർഷണം കൊണ്ടാണെന്നു തോന്നുന്നു, എനിക്ക് ഡോക്ടറാകണമെന്ന മോഹം മുളപൊട്ടിയത്. ഏതായാലും പപ്പയ്ക്കുത് നന്നേ പിടിച്ചു. ജനങ്ങളെ സേവിക്കാനുള്ള അവസരം, പപ്പയ്ക്ക് അതാണ് പ്രധാനം. അതിനേക്കാൾ എനിക്ക് ഗവേഷണ കൗതുകമായിരുന്നു. ഓരോ മരുന്നുകളായി മാറി മാറിക്കൊടുത്ത് വേദനമാറുംവരെ പരീക്ഷണം. എന്റെ വയറുവേദന മാറ്റാൻ ഫൈദ പെട്ടി തുറന്ന് മരുന്നുകളെടുക്കും പോലെ.

പിന്നെ എന്റെ ആഗ്രഹം ഒരു പർവ്വതാരോഹണ പരിശീലകനാകാനായിരുന്നു. ആദ്യമെനിക്ക് മലകയറ്റം ഇഷ്ടമേ ആയിരുന്നില്ല. ഉയരങ്ങളെ എനിക്ക് ഭയമായിരുന്നു. ചേണിങ്ങാസിലെ വീടിനെ ഞാൻ വെറുത്തതുതന്നെ അഞ്ചാം നിലയിലായതു കാരണമാണ്. പ്രിയ സ്നേഹിതൻ റൂഡിയെ കയറിൽ കയറ്റാനും ഇറക്കാനുമുള്ള സഹായിയായിട്ടാണ് ഞാൻ ആ കേന്ദ്രത്തിൽ എത്തിയത്. വിയന്നീസ് വുഡ്. ഒരു മലയിറക്കത്തിനിടയിൽ റൂഡിക്ക് ചെറിയൊരു അപകടംപറ്റി. അവനെ ഇറക്കാനാണ് ഞാൻ ആദ്യം മല കയറിയത്. എന്തുകൊണ്ടോ അതെനിക്ക് ഇഷ്ടമായി. വെല്ലുവിളിയുടെ മുതുകത്തേക്ക് സ്വന്തം കാല് ചവിട്ടി കയറി അതിനും മുകളിലേക്ക് കുതിച്ചുയരുന്ന ഒരു ആത്മവിശ്വാസം. ആ

ഇഷ്ടം ഞാനെന്നും കൂടെക്കൊണ്ടുനടന്നു.

ഇടയിൽ എനിക്ക് വേറൊരു ആഗ്രഹം കൂടിയുണ്ടായിരുന്നു. ഒരു കഥയെഴുത്തുകാരനാകണമെന്ന്. മടിയിൽ കിടത്തി മമ്മ പറഞ്ഞു തരുന്ന കഥകളായിരുന്നു തുടക്കം. കുട്ടിക്കഥകളിൽ നിന്ന് മെല്ലെ കാഫ്ക യിലേക്കും ഖലീൽ ജിബ്രാനിലേക്കും നീഷെയിലേക്കുമൊക്കെ വായന നീണ്ടു. പിന്നാലെ ദസ്തേവ്സ്കിയും ഫ്രോയിഡും ആഡ്ലറുമൊക്കെ കാത്തു നിൽപ്പുണ്ടായിരുന്നു. ഇടയ്ക്കിടെ കഥകൾ പോലോരോന്ന് ഡയറി യിൽ കുത്തിക്കുറിക്കും. അതിലൊന്ന് നല്ല ഓർമ്മ വരുന്നു.

ഒരു കുട്ടി, അവന്റെ നഷ്ടപ്പെട്ടുപോയ ഡയറിക്കു വേണ്ടിയുള്ള അന്വേഷണത്തിലാണ്. അത് തെരയാൻ പലരെയും അവൻ ഏർപ്പാടാ ക്കുന്നു. ഒടുവിൽ ഒരു സുഹൃത്ത് അത് തിരഞ്ഞ് കണ്ടുപിടിച്ച് അവന്റെ കൈയിലെത്തിക്കുന്നു. കൂട്ടത്തിൽ സുഹൃത്തിന് അറിയേണ്ടിയിരുന്നത് അതിലെ കൗതുകം ജനിപ്പിക്കുന്ന ചുരുക്കെഴുത്തുകളെക്കുറിച്ചായിരുന്നു. ഓരോ പേജിലും അത്തരം ചില ചുരുക്കെഴുത്തുകൾ; സൂചകങ്ങൾ, രേഖാ ചിത്രങ്ങൾ...അതാണ് അതിലുണ്ടായിരുന്നത്.

ഒരു പേജിൽ ജൂലൈ 9 ബ്രൂണിലെ റെയിൽവേ സ്റ്റേഷൻ, മമ്മ, പപ്പ, കുട്ടി എന്നുകണ്ടു. കൂട്ടത്തിൽ കുറച്ച് വരകളും കുറികളും.

അന്ന് ഒരു രണ്ടുവയസ്സുകാരനെയും കൂട്ടി അവന്റെ അച്ഛനമ്മമാർ റെയിൽവേ സ്റ്റേഷനിൽ എത്തിയതായിരുന്നു. അവരുടെ കണ്ണുതെറ്റിയ നിമിഷം അവൻ ട്രാക്കിലേക്ക് ഇറങ്ങി പുറപ്പെടാൻ ഒരുങ്ങി നിൽക്കുന്ന ഒരു ട്രെയിനിന്റെ മുന്നിലെത്തി. അവനെ മറ്റുപലയിടത്തും തിരയുകയാ യിരുന്ന അച്ഛൻ വിസിൽ മുഴങ്ങിയപ്പോഴാണ് അത് ശ്രദ്ധിച്ചത്. ഞൊടി യിടയിൽ കിതച്ചെത്തി അയാളവനെ വാരിയെടുത്തു.

ആ കുട്ടി ഞാനായിരുന്നു. കഥയൊന്നുമെഴുതിയില്ലെങ്കിലും പിന്നെയും ഞാൻ അതുപോലെ ഡയറിയെഴുതി. ചുരുക്കെഴുത്തുകൾ മാ ത്രമായി.

ടൈറോളിന്റെയും കാരിന്ത്യയുടെയും ഗ്രാസിന്റെയും പ്രകൃതി ഭംഗി യെപ്പറ്റി, മെഡിക്കൽ സ്കൂളിൽ പരിചയപ്പെട്ട പലതരം ആൾക്കാരുടെ സ്വഭാവ സവിശേഷതകളെപ്പറ്റി, മനസ്സിന്റെ ആഴങ്ങളെയും അതിലെ പിടികിട്ടാത്ത ഇടനാഴികളെയും പറ്റി, മനുഷ്യത്വത്തിന്റെ ഉറവകളെ പ്പറ്റി... കോൺസൺട്രേഷൻ ക്യാമ്പിലെത്തുമ്പോൾ എന്റെ കൈയിൽ വലിയൊരു കെട്ടു തന്നെയുണ്ടായിരുന്നു ഈ എഴുത്തുകൾ. ഗസ്റ്റപ്പോകൾ വീടു കൊള്ളയടിച്ച ശേഷം അതേ ഉണ്ടായിരുന്നുള്ളൂ സമ്പാദ്യമെന്നുപ റയാൻ. കോട്ടിനുള്ളിലും കിടക്കാനുള്ള കീറച്ചാക്കിലും പണിയിടത്തേ ക്കുള്ള റബ്ബർക്കുടയിലുമൊക്കെ കുറേ നാളുകൾ എങ്ങനെയൊക്കെയോ ഞാനത് ഒളിച്ചു കടത്തി. ആരും കാണാതെ എവിടെയൊക്കെയോ സൂ

ക്ഷിച്ചുവെച്ചു. ആദ്യം എന്റെ കോട്ടിനുള്ളിൽത്തന്നെ ചില രഹസ്യ പോക്കറ്റുകൾ തുന്നിപ്പിടിപ്പിച്ചാണ് ഞാനവ സൂക്ഷിച്ചത്. സാമാന്യം നല്ലൊരു കോട്ടായതിനാൽ ചില കാവൽക്കാർ അതിൽ കണ്ണുവെച്ചിട്ടുണ്ടെന്ന് എനിക്ക് ബോധ്യപ്പെട്ടു. ക്യാമ്പിൽ അങ്ങനെയാണ്. നല്ലതെന്തെങ്കിലും ഉണ്ടെങ്കിൽ വൈകാതെ നഷ്ടപ്പെടും. ഒരുനേരത്തെ സൂപ്പിന് പകരമായി സ്വർണ്ണപ്പല്ല് ചോദിക്കുന്ന കാവൽക്കാരുണ്ട്. ജൂതന്മാർക്ക് സ്വർണ്ണപ്പല്ല് വെക്കുന്ന ശീലമുണ്ടെന്ന് നേരത്തെ അവർ മനസ്സിലാക്കിയിരുന്നു. രണ്ടു ദിവസം പട്ടിണികിടന്ന് അവശനായ ഞാൻ മൂന്നാം നാൾ ഒരു റൊട്ടിക്കഷണത്തിനു വേണ്ടി എന്റെ ഒരു സ്വർണ്ണപ്പല്ല് കൊടുത്തതാണ്. അതിലുമൊക്കെ എത്രയോ വലുതാണല്ലോ എന്റെ എഴുത്തുകൾ...അത് സൂക്ഷിച്ച കോട്ടു നഷ്ടപ്പെടുന്നത് ആത്മഹത്യാപരമാണ്. ഭേദം പഴയ ഒരു കോട്ട് സംഘടിപ്പിക്കുന്നതാണ്.

ഗ്യാസ് ചേമ്പറിലേക്ക് കൊണ്ടുപോയ ഒരു പാവത്തിന്റെ പഴയ കോട്ട് ചവറ്റു കൂനയ്ക്കരികിൽ കണ്ടു. ആരും കാണാതെ ഞാനതെടുത്ത് ഉള്ളിൽ രഹസ്യപ്പോക്കറ്റുകൾ തുന്നിപ്പിടിപ്പിച്ചു. എന്റെ എഴുത്തുകൾ ചുളിയാതെ ഞാനതിനുള്ളിലേക്ക് തിരുകിവെച്ചു. അപ്പോഴാണ് യാദൃച്ഛികമായി പോക്കറ്റിൽ നിന്ന് ഒരു കടലാസ് കഷണം താഴെ വീണത്. എടുത്തു നോക്കിയപ്പോൾ ജൂതരുടെ പ്രാർത്ഥനാ ഗീതം.

ഞാൻ ആകാശത്തേക്ക് നോക്കി പ്രാർത്ഥിച്ചു. എനിക്ക് മനോധൈര്യം പകരാൻ ഏതൊക്കെ രൂപങ്ങളിലാണ് അങ്ങ് അവതരിക്കുന്നത്!

പിന്നീട് കോട്ടിനുള്ളിലും എഴുത്തു കെട്ടുകൾ സുരക്ഷിതമല്ലെന്ന് തോന്നിയതിനാൽ മരുന്നുകൾ വെച്ച സ്റ്റോർ റൂമിന്റെ ഷെൽഫിനടിയിൽ കൊണ്ടു വച്ചു.

കാഫറിങ്ങിലേക്ക് പോകുന്നതിന്റെ തലേന്ന് രാത്രി എല്ലാവരും ഉറങ്ങിയ ശേഷം അതു വീണ്ടെടുക്കാനായി കുളിപ്പുരയുടെ പിന്നിലെ മരുന്നു ഗോഡൗണിലെത്തി. മരപ്പലകയ്ക്കിടയിലെ ശൂന്യമായ സ്ഥലം കണ്ട് ഞാൻ തളർന്നിരുന്നുപോയി. നിലത്ത് കുത്തി നിർത്തിയ മെഴുകുതിരിയുടെ മങ്ങിയ വെളിച്ചത്തിൽ ഒരു ഭ്രാന്തനെപ്പോലെ ഞാൻ അവിടുത്തെ പെട്ടികൾ വാരിവലിച്ചെറിഞ്ഞ് പരതി. മരുന്നുകളുടെ തീക്ഷ്ണഗന്ധത്തിൽ ഞാൻ അന്ധനായി. നിലകിട്ടാത്ത ഒരുതരം കനത്ത ഇരുട്ട്.

കൺമുന്നിൽ മകൻ കുരുതിയാവുന്നത് കണ്ടു നിൽക്കേണ്ടിവന്ന ഒരച്ഛനെപ്പോലെ മരുന്നുകൾ നിരത്തിവെച്ച ഇരുമ്പുറാക്കിൽ ഞാൻ തല തല്ലി.

പിന്നീട് ദാഹോവിലും തുർഖൈമിലുമൊക്കെയെത്തിയപ്പോൾ സമയമുണ്ടാക്കിയെടുത്ത് ഓരോ തുണ്ടുകടലാസിലും ഞാനോരോന്ന് കുത്തിക്കുറിച്ചു. പലപ്പോഴും സിഗരറ്റ് കൂടിനു പിന്നിൽ. ദാഹോയിലെ

ടൈഫോയ്ഡ് ക്യാമ്പിൽ ഉറക്കം തൂങ്ങുന്ന കണ്ണുകളെ ബോധപൂർവ്വം തിരുമ്മിയുണർത്തി മെഴുകുതിരി വെട്ടത്തിൽ ഞാനെഴുതി. ഉറങ്ങുന്നവർക്ക് പനി വർദ്ധിക്കുന്നുണ്ടെന്ന് നിരീക്ഷിച്ചാൽപ്പിന്നെ എങ്ങനെ സമാധാനമായി ഉറങ്ങും! ഉറങ്ങുക എന്നാൽ മരിക്കുകയെന്നാണർത്ഥം. എഴുത്തിന് മരണത്തെപ്പോലും തടഞ്ഞു നിർത്താനാകുമെന്ന് അന്ന് മനസ്സിലായി.

എഴുതാൻ വന്നത് എന്റെ എഴുത്തിനെക്കുറിച്ചല്ലല്ലോ. മുപ്പത്തിരണ്ടു വർഷങ്ങൾക്കു മുമ്പത്തെ, ഈ ഡയറിയിലെ ആദ്യത്തെ കുറിപ്പിനെക്കുറിച്ചാണ്. അതിന്റെ തുടർച്ചയാണ് ഇനി ഞാൻ എഴുതേണ്ടത്.

അന്ന്, കോൺസെൻട്രേഷൻ ക്യാമ്പിൽനിന്നും മോചിതനായി വീട്ടിൽ തിരിച്ചെത്തിയിട്ട് രണ്ടാഴ്ച ആയിട്ടേയുണ്ടായിരുന്നുള്ളൂ. ആദ്യത്തെ ദിവസം തന്നെ ഞാൻ ആ സങ്കട വാർത്തയറിഞ്ഞിരുന്നു. ടില്ലി ഇനി തിരിച്ചു വരില്ല.

പപ്പയും മമ്മയും സഹോദരനും കൊല്ലപ്പെട്ടപ്പോഴും ടില്ലി ജീവനോടെയുണ്ടാവുമെന്നാണ് ഞാൻ കരുതിയത്. വിവാഹം കഴിഞ്ഞിട്ട് മാസങ്ങളായിട്ടേയുണ്ടായിരുന്നുള്ളൂവെങ്കിലും എന്തോ, ഞങ്ങളത്ര മാത്രം ഒന്നായിരുന്നു.

അടുത്തില്ലെങ്കിൽ പോലും എനിക്കവളുടെ ഹൃദയഭാഷണങ്ങൾ കേൾക്കാമായിരുന്നു. ക്യാമ്പുകളിൽ നിന്ന് ക്യാമ്പുകളിലേക്കുള്ള ഒടുങ്ങാത്ത ദുരിത യാത്രകളിലും പണിസ്ഥലത്തെ കടുത്ത യാതനകളിലും എനിക്ക് ആശ്വാസമായത് കാറ്റിന്റെ തണുവിരലായി വന്ന അവളുടെ സാന്ത്വനമായിരുന്നു, പ്രതീക്ഷകളും സ്വപ്നങ്ങളുമായിരുന്നു. മറ്റേതു ദുരന്തവും നേരിടാൻ ശരീരത്തെയും മനസ്സിനെയും ഒരുക്കിയെടുത്തെങ്കിലും അവളില്ലാത്തതിന്റെ സഹനത്തെക്കുറിച്ച് സ്വപ്നത്തിൽപ്പോലും ഞാൻ ആലോചിച്ചില്ലെന്നതാണ് സത്യം. യുദ്ധകാലത്ത് നഴ്സുമാർക്ക് പ്രത്യേക പരിഗണന കിട്ടിയത് അവളെ സംരക്ഷിക്കുമെന്ന് ഞാനെങ്ങനെയോ ഉറച്ചു വിശ്വസിച്ചുപോയി. മാത്രവുമല്ല അവൾ ജീവിച്ചിരിപ്പുണ്ടെന്ന് വിശ്വാസ്യമായ തെളിവുകൾ വെച്ച് ഒരു സുഹൃത്ത് ഉറപ്പിച്ചു പറഞ്ഞിരുന്നു.

ഇനി അവളില്ല എന്നറിഞ്ഞ നിമിഷം ഹൃദയത്തിൽ ഒരു മിന്നലാളി. കുറച്ചുനേരത്തേക്ക് എനിക്ക് ശ്വാസമെടുക്കാൻ പോലുമായില്ല. ചുറ്റും ശൂന്യത. കരുത്ത് മുഴുവൻ ചോർന്നിറങ്ങിയത് പോലെ ക്ഷീണിതനായി ഞാൻ സോഫയിലേക്ക് വീണു. ഇരമ്പിയാർക്കുന്ന ഒരു ശബ്ദം കേട്ടാണ് കണ്ണുതുറന്നത്. ആശുപത്രി. തലയ്ക്കുള്ളിൽ അസ്വസ്ഥനായ ഒരു വണ്ട് കടന്നു കൂടിയാലെങ്ങനെയിരിക്കും?

ചുറ്റുമുള്ളവരുടെ സാന്ത്വന വചനങ്ങളെക്കാൾ ഉച്ചത്തിലാണ് അതിന്റെ മുരൾച്ച. ചിലപ്പോൾ അതൊന്നടങ്ങും. പിന്നെയും ഇരട്ടിച്ച ശക്തിയിലുയരും. എന്റെ ചെറിയ അനക്കങ്ങളെപ്പോലും അത് നിയന്ത്രി

ക്കുന്നുണ്ടെന്ന് തോന്നി പലപ്പോഴും വെറുതെയിരുന്ന് കരഞ്ഞു. ഉറക്കം വന്നില്ല. വല്ലാത്ത ക്ഷീണത്തിൽ തളർന്നുവീണു. തെല്ലൊന്നു സ്വതന്ത്ര നാകുമ്പോൾ ഞാൻ നിരീക്ഷിക്കും. എനിക്കെന്താണ് സംഭവിച്ചുകൊണ്ടിരിക്കുന്നത്...?

ഭാര്യ മരിച്ചുപോയി എന്നത് ഒരാളെ ഇത്രമാത്രം തകിടം മറിക്കുമോ? എനിക്കുള്ളിലെ എന്നെ ഒരു രോഗിയുടെ ഇരിപ്പിടത്തിലേക്ക് മാറ്റിയിരുത്തി നിരീക്ഷിക്കാൻ ഞാനൊരു ശ്രമം നടത്തി. അയാൾക്ക് ചുറ്റും കുറെ നിഴൽഭൂതങ്ങൾ പതുങ്ങിനിൽപ്പുണ്ട്. വല്ലാത്ത പ്രതികാരാവേശത്തോടെയാണ് അവ ആഞ്ഞടുക്കുന്നത്. അപ്പോഴാണയാൾ പതറിപ്പോകുന്നത്. പഠിച്ചുവെച്ച മനോരോഗ ലക്ഷണങ്ങളിലൂടെ വെറുതേയൊന്ന് കണ്ണോടിച്ചപ്പോൾത്തന്നെ ഊഹിച്ചെടുക്കാൻ പറ്റി. വിഷാദരോഗം. കാലങ്ങളായി ഞാൻ ഭയപ്പെട്ടുകൊണ്ടിരുന്ന ഭൂതം. എന്റെ ജനിതകത്തിൽ കുറിച്ചു വച്ചിട്ടുണ്ടെന്ന് പ്രൊഫസർ വാഗ്നർ സൂചന നൽകിയ അതേ വിധി. പല രൂപങ്ങളിൽ തലപൊക്കാൻ ശ്രമിച്ചപ്പോഴൊക്കെ എനിക്ക് ആശ്രയം തേടാൻ ആരെങ്കിലുമൊക്കെയുണ്ടായിരുന്നു. മമ്മ, ജനീറ്റ, പ്രൊഫസർ വാഗ്നർ, ടില്ലി, ഒടുവിൽ കോൺസെൻട്രേഷൻ ക്യാമ്പിന്റെ ഇരുട്ടിൽ ജോസഫും.

വൈദ്യുതക്കമ്പിയിൽത്തട്ടി തെറിച്ചുവീണ് എന്റെ ദേഹമാകെ തീയിലെന്നപോലെ പൊള്ളിപ്പിടഞ്ഞ ഒരു പുലർച്ചെയായിരുന്നു ഞാനവനെ ആദ്യമായി കണ്ടത്. അറിയാതെ തട്ടുകയായിരുന്നില്ല. ഓഷ്വിറ്റ്സിലെത്തിയതിന്റെ ആദ്യ നാളുകളിലൊന്നിൽ, ഗ്യാസ് ചേമ്പറിലേക്ക് കയറ്റി അയക്കപ്പെടുന്നവരുടെ കൂട്ടത്തിൽ ഞാനുമുണ്ടാകുമെന്ന് ഉറപ്പിച്ച ദിവസമായിരുന്നു അത്.

തടവുപുള്ളികളെ കുത്തിനിറച്ച മുറി. മേൽക്കൂരയിലെ ചെറിയ പഴുതിലൂടെ സൈക്ലോൺ ബി പെല്ലറ്റുകളുടെ മഴ. വീർപ്പുമുട്ടിക്കുന്ന ഗ്യാസാണ്. തൊണ്ടയും നെഞ്ചുമിറുകാൻ തുടങ്ങുമത്രേ. ജീവനുവേണ്ടിയുള്ള പിടച്ചിലാണ് പിന്നെ. ചേംബർ തുറക്കുമ്പോൾ വാതിലിലൂടെ ഊർന്നുവീഴുന്ന ശവങ്ങൾ. മാർക്കറ്റിൽ മേലേക്ക് മേലെ വാരിക്കൂട്ടിയ മീനുകളെപ്പോലെ. ജീവനുവേണ്ടിയുള്ള മൽപ്പിടുത്തത്തിൽ പരസ്പരം മാന്തിയുമിറുകിയും കണ്ണു തള്ളിയും മലമൂത്രങ്ങളിൽ പുതഞ്ഞും കുറേയെണ്ണം. ഉന്തുവണ്ടിയിൽ അത് കയറ്റിയിട്ട് നെരിപ്പോടിലേക്കെത്തിക്കുന്ന സോണ്ടർ കമാൻഡോയാണ് പീറ്റർ. റോത്ത്സ് ചൈൽഡിലെ അറ്റൻഡറായിരുന്നു. ക്യാമ്പിലെത്തിയ അന്ന് ഒരുനോക്ക് കണ്ടിരുന്നു. വല്ലാതെ മെലിഞ്ഞുപോയിരുന്നു. കാവൽക്കാരൻ തൊട്ടടുത്ത് നിന്നതുകൊണ്ടാവണം ഒന്നും മിണ്ടാതെ നടന്നുനീങ്ങി. ദയനീയമായ ഒരു നോട്ടം മാത്രം.

രാത്രിയിലാണ് കാവൽക്കാരുടെ കണ്ണുവെട്ടിച്ച് കുളിപ്പുരയുടെ

പിന്നിൽ വച്ച് അവനെ ശരിക്കുമൊന്നു കണ്ടത്. പാവം പേടിച്ചു വിറക്കുകയായിരുന്നു. അവൻ വിവരിച്ച ഗ്യാസ്ചേമ്പറും നെരിപ്പോടുമാലോചിച്ച് എനിക്ക് ഉറക്കം വന്നില്ല. തലയ്ക്കകത്ത് അനേകം വണ്ടുകളുടെ മുരൾച്ച. മുന്നിൽ ഭയാനകമായ ശൂന്യത...വയ്യ...

ക്യാമ്പതിർത്തിയിൽ വൈദ്യുതി കടന്നുപോകുന്ന ലോഹമുൾവേലിയുണ്ട്. നന്നെ പുലർച്ചെ തന്നെ എന്റെ വിധി അതിലൊടുക്കാനുറപ്പിച്ചാണ് ഞാനതുചെയ്തത്. നേർത്ത നിലാവെളിച്ചത്ത് പതുങ്ങിപ്പതുങ്ങി ഞാൻ വേലിക്കരികിലെത്തി. എന്നെ ജീവിതത്തിലേക്ക് തിരിച്ചു വിളിക്കാവുന്ന ഒന്നും അന്നേരം മനസ്സിലുണ്ടായിരുന്നില്ല. വലിയൊരു ഇരുമ്പു ദണ്ഡുകൊണ്ട് ആരോ അടിച്ചു തെറിപ്പിച്ചതായാണ് തോന്നിയത്. കണ്ണു തുറന്നപ്പോൾ ഒരു മുഖം. അവന്റെ മടിയിലാണ് ഞാൻ കിടക്കുന്നത്. ദേഹമാകെ പൊള്ളുന്ന വേദന.

'ഇല്ല. മരിച്ചിട്ടില്ല, ഉറങ്ങിക്കോളൂ.' അവൻ ചിരിച്ചു.

'നിങ്ങളാരാണ്?' ഞാൻ പകുതി ബോധത്തിലായിരുന്നു. അവൻ ചിരിച്ചുകൊണ്ടു തന്നെ മറുപടി പറഞ്ഞു.

'ജോസഫ്.'

കുറച്ചു നേരത്തെ പൊള്ളുന്ന നിശ്ശബ്ദതയ്ക്കു ശേഷം ഞാൻ പിന്നെയും ചോദിച്ചു. 'ഇതെവിടെയാണ്?'

'റെസ്ക്യൂ ഷെൽട്ടർ' വെള്ളം നനച്ച കോട്ടൺകൊണ്ട് അവൻ എന്റെ മുഖം തുടച്ചു.

ഞാനൊന്നും മിണ്ടിയില്ല. ഡോക്ടറാണ് ഞാനെന്ന് ആരോ എസ് എസ് ഉദ്യോഗസ്ഥരെ അറിയിച്ചുവത്രേ. അതല്ലായിരുന്നെങ്കിൽ ഷോക്കടിച്ചു തെറിച്ചു വീണിടത്തുനിന്ന് നേരെ നെരിപ്പോടിലേക്കെടുത്തേനെ. എന്നെ പരിചരിക്കാനായി അവർ ഏർപ്പാടാക്കിയതായിരുന്നു ജോസഫ് ഹാബേലിനെ. കത്തോലിക്കനാണ്. ഒരു ബൊഹീമിയക്കാരൻ.

മുമ്പ് നാസികളുടെ ഗസ്റ്റപ്പോവിലുണ്ടായിരുന്നു. എന്തോ ഉൾപ്പോരിന്റെ പേരിൽ കുറ്റവാളിയായി നല്ലനടപ്പിന് ശിക്ഷിക്കപ്പെട്ടതാണ്. ക്യാമ്പിലെ കാവൽക്കാരനാണിപ്പോൾ. അതായിരുന്നു അവിടുത്തെ രീതി. ക്യാമ്പിന്റെ ചുമതലക്കാരായി രണ്ട്മൂന്ന് എസ് എസ് ഉദ്യോഗസ്ഥരുണ്ടാകും, കറുത്ത യൂണിഫോമണിഞ്ഞ മുഴുത്തനാസികൾ. മേൽനോട്ടക്കാരായ കാവൽക്കാരിൽ ഒരു വിഭാഗം നാസികൾക്കിടയിലെ തടവുകാരായിരിക്കും. മറ്റ് കാവൽ നോക്കിയത് ജൂതരിൽ ക്രൂരന്മാരെന്ന് ബോധ്യപ്പെട്ട് നാസികൾ തെരഞ്ഞെടുത്തവരാണ്. ക്യാപ്പോസ് എന്നാണ് അവർ അറിയപ്പെട്ടത്. അവരാണ് ഞങ്ങളെ കൂടുതൽ ഉപദ്രവിച്ചത്.

പ്രതീക്ഷയറ്റ ദിവസങ്ങൾ. തലയിൽ ഇരമ്പിയാർക്കുന്ന മുരൾച്ചകൾ.

അതെന്നെ പിന്നെയും പിന്നെയും തള്ളിക്കൊണ്ടുപോയത് എങ്ങനെയെങ്കിലും ജീവനൊടുക്കാനുള്ള ചിന്തകളിലേക്കാണ്. ആ ചിന്തയിൽ കുറേപ്പേരുണ്ടായിരുന്നുവെന്ന് പിന്നീടെനിക്ക് ബോധ്യപ്പെട്ടു. ആൾക്കൂട്ടങ്ങളിൽ ഒറ്റപ്പെട്ട എന്നെ തിരഞ്ഞു പിടിക്കാൻ അവൻ അധിക നാളുകളെടുത്തില്ല. സത്യത്തിൽ എന്തിനാണ് അവൻ എന്നെ മാത്രം അങ്ങനെ നോട്ടമിട്ടത്? ഇന്നും എനിക്കതൊരു ഉത്തരമില്ലാത്ത ചോദ്യമാണ്.

'കുറ്റിത്താടിയും വെച്ചിങ്ങനെ ക്ഷീണിതനായി നടക്കല്ലേ. ഒരു ചില്ലുകഷണം കൊണ്ടാണെങ്കിലും താടിയൊക്കെ ഷേവ് ചെയ്ത് നല്ല സുന്ദരനായി അഭിനയിച്ചേക്കണം. അവശനാണെന്ന് അവർക്കൊന്ന് തോന്നിയാൽ മതി, പിന്നെ ജീവിതം മോസ്ലങ്ങളുടെ കൂട്ടത്തിലാവും.' അവൻ ഉപദേശിച്ചു. ഗ്യാസ് ചേമ്പറിലേക്കയക്കാൻ മാറ്റി നിർത്തിയവരെയാണത്രേ മോസ്ലങ്ങളെന്ന് വിളിക്കാറ്.

ക്യാമ്പിൽ മരണത്തെ മുഖാമുഖം കണ്ട നിമിഷങ്ങളിലെല്ലാം അവന്റെ കൈകൾ എന്റെ രക്ഷക്കെത്തി. ഇരുട്ട് മാത്രമായിപ്പോകുമായിരുന്ന ആ ദിനങ്ങളിലേക്ക് അവൻ വെളിച്ചത്തിന്റെ കുഞ്ഞുകണങ്ങൾ വിതറിത്തന്നതിന്റെ ഓർമ്മകളിൽ ഞാൻ കുതിർന്നു.

എന്റെ കൈയിൽ മുറുകെപ്പിടിച്ച് മഞ്ഞുപാളികൾക്കു മുകളിലൂടെ അവൻ തെന്നിത്തെന്നി നീങ്ങി. എല്ലു കോച്ചുന്ന ശീതക്കാറ്റ് വീശിയടിക്കുന്നുണ്ട്. പുണ്ണുവന്ന് ചീർത്ത കാൽപ്പാദങ്ങളിൽ കീറിയ ഷൂസിന്റെയരിക് തട്ടി പുളയുന്ന വേദനയുണ്ട്. കിതപ്പുണ്ട്. നേരം അത്ര സന്ധ്യയായിട്ടില്ല. അന്ന് കുറച്ചു നേരത്തേയായിരുന്നു ഞങ്ങളെ പണിയിടത്തു നിന്ന് ക്യാമ്പിലേക്ക് തിരിച്ചു വിളിച്ചത്. പെട്ടെന്ന് മറ്റുള്ളവരുടെ കണ്ണ് വെട്ടിച്ച് അയാളെന്നെ ഒരു വശത്തേക്ക് വലിച്ചുകൊണ്ടു പോയി. ഞാൻ വല്ലാതെ ഭയന്നു... ഇവനെന്തിനുള്ള പുറപ്പാടാണ്? തടവു ചാടാനോ?

'ദാ നോക്ക്..' ജോസഫ് ദൂരേക്ക് വിരൽ ചൂണ്ടി.

കാടിന്റെ കരിമ്പച്ചത്തലപ്പുകൾക്കപ്പുറം നീല മലനിരകൾ.

ചക്രവാളത്തിൽ ചായക്കൂട്ടുകളുടെ കണ്ണഞ്ചുന്ന സൗന്ദര്യം. ചാഞ്ഞിറങ്ങാൻ ഒരുങ്ങുന്ന സൂര്യൻ.

'അതാ... എന്റെ ബൊഹീമിയ'

സന്തോഷാതിരേകംകൊണ്ട് അവന്റെ മുഖം ചുവന്നു തുടുത്തു. കണ്ണുകൾ നിറഞ്ഞു. ഒരു പിഞ്ചു കുഞ്ഞെന്നോണം അവൻ പൊട്ടിപ്പൊട്ടിച്ചിരിച്ചു.

'എത്ര മനോഹരമാകേണ്ടതായിരുന്നു ഈ ലോകം, അല്ലേ?'

പിന്നെ അതൊരു നിശ്ശബ്ദതയായി. അവന്റെ കവിളിലെ നീർച്ചാലിൽ ഞാൻ തൊട്ടു. തടവിലായിട്ട് രണ്ടു വർഷമായത്രേ. നാട്ടിൽ ഭാര്യയും കുഞ്ഞുമുണ്ട്.

ചോര പടർന്ന മേഘങ്ങളിലേക്ക് ഇരുട്ട് നിറയുന്നതുവരെ അവൻ പറഞ്ഞുകൊണ്ടിരുന്നത് അവന്റെ ബൊഹീമിയയെക്കുറിച്ചായിരുന്നു. കാടിനെക്കുറിച്ച്, പുഴയെക്കുറിച്ച്, ഹാബേലച്ചനെയും തെരേസാമ്മയെയും കുറിച്ച്...

പിന്നെ ഞങ്ങൾ മറ്റ് തടവുകാർക്കൊപ്പമെത്താനുള്ള ഓട്ടമായിരുന്നു. മഞ്ഞ് കട്ടകൾക്കു മേലെ ഓടാൻ അവനെന്തൊരു കഴിവാണെന്നോ!

******

 തുർക്കൈമിലെ അവസാന നിമിഷങ്ങൾ! യുദ്ധം തീർന്നതിന്റെ ആശ്വാസത്തിൽ രാജ്യരാമാനം രക്ഷപ്പെടുന്ന തിരക്കിലായിരുന്നു എല്ലാവരും. തുറന്നുവെച്ച ഗേറ്റ് കടന്ന് ഏറെ നേരം ഓടിയ ശേഷമാണ് ഞാൻ പിന്നിലേക്ക് തിരിഞ്ഞു നോക്കിയത്. പലരും ഇഴഞ്ഞിഴഞ്ഞ് വരുന്നുണ്ട്. കുറെപ്പേർ മുന്നിലും ഓടിമറിഞ്ഞിരുന്നു.

ജോസഫ്...?

അവനെ ആദ്യമേ തിരക്കേണ്ടതായിരുന്നു. എന്തുപറ്റിക്കാണുമവന്? കൂട്ടത്തിലൊന്നും ആ മുഖമില്ല. ഞാൻ ഉറക്കെയുറക്കെ ആ പേര് വിളിച്ചലറുന്നുണ്ട്. പക്ഷേ, ആരും ശ്രദ്ധിക്കുന്നേയില്ല. എല്ലാവരും അവനവനെ രക്ഷിക്കുന്നതിന്റെ തിരക്കിലാണ്. ഞാൻ തിരിഞ്ഞു നടക്കാനൊരുങ്ങി. കാവൽ തടവുപുള്ളികളിലൊരാൾ എന്റെ കൈ പിടിച്ചു വലിച്ചു.

'ക്യാമ്പ് ഉടൻ തീവച്ചു നശിപ്പിക്കും. അങ്ങോട്ട് പോകേണ്ട. എങ്ങനെയെങ്കിലും ഓടി രക്ഷപ്പെട്.'

ഞാൻ മനസ്സില്ലാതെ നടന്നു. അപ്പോഴേക്കും ക്യാമ്പ് ഇരുന്നിടത്ത് നിന്ന് വലിയ സ്ഫോടനങ്ങൾ കേട്ടു. അഗ്നിനാളങ്ങൾ എല്ലാം ആർത്തിയോടെ വിഴുങ്ങി. തീജ്വാലകൾക്കു മീതെ കുമിഞ്ഞുയരുന്ന കറുത്തപുക. പ്രധാനപ്പെട്ട എന്തോ എടുക്കാൻ വിട്ടു പോയവനെപ്പോലെ ഞാൻ കുറച്ചുനേരം അങ്ങോട്ട് നോക്കി നിന്നു. പലായനം ചെയ്യുന്നവരുടെ മുഖങ്ങളിലേക്ക് പിന്നെയും കുറെ നേരം ആകാംക്ഷയോടെ നോക്കി. കുതിച്ചെത്തിയ റെഡ്ക്രോസ് വാഹനത്തിലേക്ക് കയറിപ്പറ്റാൻ തിരക്ക് കൂട്ടുന്നവർ. ഒരൊഴുക്കിൽ ഞാനും എങ്ങനെയൊക്കെയോ അതിനുള്ളിലേക്ക് വലിഞ്ഞു കയറുകയായിരുന്നു.

എനിക്ക് എന്നോട് വല്ലാത്ത പുച്ഛം തോന്നി.

ഞാൻ ചേണിങ്ങാസിലെ വസതിയിൽ തിരിച്ചെത്തി. ടില്ലി മരിച്ചതറിഞ്ഞ് ബോധരഹിതനായി വീണുപോയ എന്നെ പ്രിയ സുഹൃത്ത് പോളും കൂട്ടുകാരും ചേർന്നാണ് വിയന്നീസ് ഹോസ്പിറ്റലിലെത്തിച്ചത്. വിഷാദത്തിന്റെ നിഴൽ ഭൂതങ്ങൾ എന്റെ ചെവിയിൽ പിറുപിറുത്തു

കൊണ്ടേയിരുന്നു. കഴുത്തിൽ മുറുക്കിയ ബെഡ്ഷീറ്റ് ജനറൽ കമ്പിയിലൂടെ ഞാത്തിവലിച്ചാണ് ഒരിക്കൽ അവർ ജീവിതമവസാനിപ്പിക്കാൻ എന്നെ പ്രേരിപ്പിച്ചതെങ്കിൽ മറ്റൊരിക്കൽ ഗുളികകൾ അമിതമായി കഴിച്ചും. രണ്ടുതവണയും പോൾ എന്റെ രക്ഷയ്ക്കെത്തി. മൂന്നാം തവണ ആ ചെറിയ പേനാക്കത്തിയിൽ എന്നെ അവസാനിപ്പിക്കുമായിരുന്നു. അപ്പോഴാണ് ജോസഫിന്റെ വിളി കേട്ടത്.

എന്റെ കണ്ണുകൾ നിറഞ്ഞൊഴുകി. കൈകാലുകളിലെ ചുടലുകൾ അഴിഞ്ഞുവീണ് ഞാൻ സ്വതന്ത്രനായി. ദൂരെ കണ്ട വെളിച്ചത്തിലേക്കു നോക്കി എത്ര നേരമാണ് ഞാൻ ഉറക്കെയുറക്കെ കരഞ്ഞതെന്നറിയില്ല. എത്രയും പെട്ടെന്ന് അവന്റെയടുത്തെത്തുക എന്നതല്ലാതെ മറ്റൊന്നും അപ്പോഴെന്റെ മനസ്സിലുണ്ടായിരുന്നില്ല.

1945 മെയ് 14

അസ്വസ്ഥമായ രാത്രിയുടെ ചുളിവും ചടവുമായി അതിരാവിലെ ത്തന്നെ ഞാൻ വിയന്നയിൽ നിന്ന് പ്രാഗിലേക്കുള്ള ട്രെയിനിൽ കയറി. ആശുപത്രിയിൽ എന്നെ പാർപ്പിച്ച മുറിയുടെ വാതിൽ പുറത്തുനിന്ന് പൂ ട്ടിയിട്ടതു കാരണം കുളിമുറിയുടെ ചില്ലു വെന്റിലേറ്റർ ഇളക്കിമാറ്റിയ വിട വിലൂടെയാണ് ഞാൻ പുറത്തു കടന്നത്. മരുന്നുമായി എത്തിയ നഴ്സ് എന്നെക്കാണാഞ്ഞ് പരിഭ്രാന്തയായിക്കാണണം. അത് അവരെല്ലാവ രെയും അറിയിച്ചിരിക്കും. പോൾ നഴ്സുമാരെ വഴക്കു പറയുമായിരിക്കും. എന്തുചെയ്യാം, എനിക്ക് അതല്ലാതെ വേറെ പോംവഴിയൊന്നുമുണ്ടായി രുന്നില്ല.

ആളുകളൊഴിഞ്ഞ ഒരു കംപാർട്ട്മെന്റ് തെരഞ്ഞുപിടിച്ച് ജാല കത്തോടു ചേർന്ന്, ആകാശം നോക്കി ഞാനിരുന്നു. മനസ്സുമുഴുവൻ ജോസഫായിരുന്നു. ക്യാമ്പിൽ നിന്നു രക്ഷപ്പെട്ട് എങ്ങനെയെങ്കിലും അവൻ അവന്റെ നാടുപിടിച്ചിട്ടുണ്ടാവുമെന്നുറപ്പ്. ഒരു നന്ദി വാക്കുപോലും പറയാൻ പറ്റിയില്ല എന്നതു മാത്രമായിരുന്നു എന്റെ സങ്കടം.

ബൊഹീമിയ പ്രാഗിനു വടക്കാണെന്നറിയാം. നേബയെന്നാണ് സ്ഥലത്തിന്റെ പേര് എന്നും. സ്വർഗ്ഗം എന്നാണത്രേ ചെക്ക് ഭാഷയി ലതിന്റെ അർത്ഥം. വഴിയെക്കുറിച്ച് കൂടുതലൊന്നും ജോസഫ് പറഞ്ഞു തന്നിട്ടില്ല.

വിഷാദത്തിന്റെ വേലിയേറ്റത്തിൽ തകർന്നടിഞ്ഞ മനസ്സ്. കാണു ന്നതും കേൾക്കുന്നതുമെല്ലാം ഒരു കരിമ്പുകകൊണ്ട് മൂടിയ പരുവത്തി ലാണ്. ടില്ലിയുടെ ഓർമ്മകൾ കയറിവന്ന് ഇടയ്ക്കിടെ എന്നെ സങ്കടക്ക

യത്തിൽ മുക്കും. എന്നാലും ജോസഫിന്റെയടുത്തേക്കാണ് പോകുന്നത് എന്ന ചിന്ത കയറി വരുമ്പോൾ ഞാൻ ഉന്മേഷവാനാകും.

റെയിൽവേ സ്റ്റേഷനിലിറങ്ങി കുറേനേരം ഞാൻ പ്ലാറ്റ്ഫോമിലെ ബെഞ്ചിലിരുന്നു. സത്യത്തിൽ എവിടേക്കാണ് പോകേണ്ടതെന്നുപോലും ഓർമ്മിച്ചെടുക്കാനാവാത്ത അവസ്ഥ. കുറേനേരത്തേക്ക് വല്ലാത്തൊരു ശൂന്യതയായിരുന്നു. ഉലഞ്ഞ താടിയും മുടിയും, മുഷിഞ്ഞ കോട്ട്, ഒരു നരച്ച ബാഗ്. അവിടുത്തെ യാചകർ പോലും കുറച്ചുകൂടി മെനയായിട്ടാണ് നടപ്പ്.

രണ്ടുമൂന്നു പേർ എന്നോട് എന്തൊക്കെയോ ചോദിച്ചെങ്കിലും ഞാൻ ഉത്തരമൊന്നും പറഞ്ഞതായി ഓർക്കുന്നില്ല. പിന്നെ എങ്ങനെയോ ഒരു നിമിഷം നേബ എന്ന പേര് എന്നെയുണർത്തി. ഉടനെ ഞാൻ ഓടിപ്പോയി സ്റ്റേഷൻ മാസ്റ്ററോട് തിരക്കി:

'നേബ... നേബയിലേക്കുള്ള വഴിയേതാണ്?'

ആ ഊശാൻ താടിക്കാരൻ പരിഹാസത്തോടെ എന്നെ നോക്കി. ഞാൻ പിന്നെയും ചോദിച്ചു. എന്റെ രൂപം കണ്ടിട്ടാവണം, അയാൾ ഗൗനിച്ചതേയില്ല. ഞാൻ ആവർത്തിച്ചപ്പോൾ ശല്യം ഒഴിവാക്കാനെന്നോണം അയാൾ നേരെ മുകളിലോട്ട് വിരൽ ചൂണ്ടി. കൂട്ടത്തിലൊരു ഉപദേശവും:

'സ്വർഗ്ഗത്തിലേക്ക് പോകുന്നത് ട്രാക്കിൽ തല വെച്ചിട്ടാണെങ്കിൽ കുറച്ച് ദൂരെ പോയി വേണം കേട്ടോ. ഞങ്ങൾക്ക് പണിയാക്കരുത്.'

കഠിനമായി വിശക്കുന്നുണ്ടായിരുന്നു. ടാപ്പിൽനിന്നും കുറേ പച്ച വെള്ളം കുടിച്ചു. പുറത്തേക്കുള്ള വഴിയിൽ ചോളം ചുട്ടുകൊണ്ടു നിൽക്കുകയായിരുന്ന സ്ത്രീയുടെ കൈയിൽനിന്നും അതു കുറേ വാങ്ങിത്തിന്നു. അവരോടും ചോദിച്ചു, നേബയിലേക്കുള്ള വഴി. പുറത്തിറങ്ങി ഞാൻ പലരോടും ചോദിച്ചു. ആരും ആ പേര് കേട്ടിട്ടില്ല. ഞാൻ വടക്കോട്ടുള്ള വഴിയിൽ നേരെ ബൊഹീമിയൻ ഭാഗത്തേക്ക് വെച്ചു പിടിക്കാനുറച്ചു.

ഇരുവശത്തും കൂറ്റൻ ലാർച്ച് മരങ്ങളുള്ള ഒരു പാത. കൃത്യമായുണ്ടാക്കിയ ഒരു പാതയൊന്നുമല്ല. നടന്നു പരുവപ്പെട്ടതാണ്. മരങ്ങൾക്കിടയിലൂടെ ദൂരെ നീലാകാശത്തിൽ ചാരവും വെളുപ്പും കലർന്ന മഞ്ഞുപടലം ചൂഴ്ന്ന പുക. അതൊരു തിരശ്ശീലപോലെ ഭൂമിയിലേക്ക് തൂങ്ങിനിന്നു. അതിനു താഴെ അഗാധമായ മലയിടുക്കുകൾ. അവിടെയെല്ലാം കൂറ്റൻ ആൽപൈൻ മരങ്ങളും കുറിയ സ്പ്രൂസും തിങ്ങി നിറഞ്ഞിരുന്നു. അടരടരുകളായ പച്ചപ്പിന്റെ പ്രപഞ്ചത്തെ ഞാൻ കുറേനേരം നോക്കിനിന്നു. ഇടയിൽ കൂറ്റൻ കരിങ്കൽക്കെട്ടുകളുണ്ട്. അതിലങ്ങിങ്ങായി ഒട്ടിച്ചു വെച്ചതുപോലെ പച്ചപ്പുൽക്കൂട്ടങ്ങൾ.

കുറച്ചു മുമ്പുവരെ വിഷാദം ഉറഞ്ഞുകൂടി അടഞ്ഞു പോയിരുന്ന എന്റെ

കണ്ണ് നനുത്ത വിരലുകൾകൊണ്ട് ആരോ മെല്ലെ തുറന്നതരും പോലെ തോന്നി.

പുല്ലിൻകെട്ടും ചുള്ളിക്കമ്പുകളുമൊക്കെ ചുമലിലേറ്റി പോകുന്ന കുറച്ച് സ്ത്രീകളെയല്ലാതെ വഴിയിൽ വേറെ ആരെയും കണ്ടില്ല. കുറേദൂരം നടന്ന് ഞാൻ കിതച്ചു.

നടന്നെത്തിയിടത്തു നിന്ന് ഇടത്തോട്ടും വലത്തോട്ടുമേ പാതയുള്ളൂ. നേരെ നോക്കിയാൽക്കാണുന്നത് വലിയൊരു മലയാണ്. വഴിയരികിൽക്കണ്ട ഒരു കച്ചവടക്കാരനെ ഞാൻ പരിചയപ്പെട്ടു. മാർട്ടി എന്നാണ് അയാൾ പേരു പറഞ്ഞത്. കാലം കുറേയായി അവിടെ കച്ചവടം തുടങ്ങിയിട്ട്. പിതാവായിട്ട് തുടങ്ങിയതാണത്രേ. അങ്ങനെയാണെങ്കിൽ അയാൾക്കറിയാതിരിക്കില്ല. ഞാൻ നേബയെക്കുറിച്ചന്വേഷിച്ചു. അയാൾക്കും അങ്ങനെയൊരു സ്ഥലമുള്ളതായിട്ടറിയില്ല.

ഇനി അത് ചോദിക്കുന്നതിലർത്ഥമില്ല. ജോസഫ് പറഞ്ഞിട്ടുള്ള മറ്റു ചില അടയാളങ്ങൾ ഓർമ്മിച്ചെടുക്കാനായി പിന്നെയെന്റെ ശ്രമം.

അന്നൊരിക്കൽ ക്യാമ്പിനുള്ളിലെവിടെയോ അഴുകിയ നിലയിൽ കണ്ടെത്തിയ ഒരു ശവശരീരം മറവു ചെയ്യാൻ ഞങ്ങളെയാണ് ക്യാപ്പോസ് ഏൽപ്പിച്ചത്. എങ്ങനെയൊക്കെയോ ആ കൃത്യം ഭംഗിയായി നിർവ്വഹിച്ച ശേഷം മടങ്ങി വരുന്നതിനിടയിൽ മുൾവേലിക്കരികിലെ പമ്പ് ഹൗസിനടുത്ത് കണ്ട ഒരു കലുങ്കിനരികിൽ അവൻ നിന്നു. കുറച്ചു നേരം മിണ്ടാതിരിക്കാൻ എന്നോടഭ്യർത്ഥിച്ചിട്ട് അവൻ കണ്ണടച്ച് ധ്യാനത്തിലായി. കുറച്ചു കഴിഞ്ഞ് ചിരിയോടെ അവനെന്നെ നോക്കി.

'എന്താണ് ധ്യാനിച്ചത്?' ആകാംക്ഷയോടെ ഞാനവനോടു തിരക്കിയപ്പോൾ പറയുകയാണ്,

'എന്റെ വാൾത്താവാ നദിയിലെ തെളിഞ്ഞ വെള്ളം' എന്ന്.

പണിസ്ഥലത്തുനിന്ന് ക്ഷീണിച്ചവശരായി മഞ്ഞിൽക്കൂടി നടന്ന് കുഴഞ്ഞ് ക്യാമ്പിലെത്തിയാൽ ഞങ്ങളെയെല്ലാം ഉടുതുണിയഴിച്ചു നിർത്തി ചെള്ളിനുള്ള മരുന്ന് കലർത്തിയ വെള്ളം ചീറ്റിയടിച്ചുകൊണ്ടൊരു കുളിപ്പിക്കലുണ്ട്. ഉച്ചത്തിലുള്ള എയർറെയ്ഡ് അലാറവും നിറഞ്ഞ വെളിച്ചവും എന്നെ വല്ലാതെ അസ്വസ്ഥനാക്കുന്നുവെന്നറിഞ്ഞപ്പോൾ ഒരു ദിവസം ജോസഫ് അടുത്തുവന്ന് പറഞ്ഞു:

'വിക്കീ.. ആ നേരത്ത് നീയൊരു കാര്യം ചെയ്യ്. കണ്ണടച്ച് ഒരു വെള്ളച്ചാട്ടത്തിനു താഴെ പാറക്കെട്ടിൽ മലർന്നു കിടക്കുന്നതായി സങ്കല്പിക്കണം. ഞാനങ്ങനെയാണ്... എന്തൊരു രസമാണെന്നോ. ഷുമായിലെ ആനപ്പാറയിൽ നിന്ന് താഴോട്ടു ചീറ്റിച്ചിതറുന്ന വെള്ളച്ചാട്ടത്തിനു താഴെ. ഹോ...'

വാൾത്താവയുടെയും ഷുമായുടെയും അടയാളങ്ങൾ ഞാൻ ആ കച്ച

വടക്കാരനോട്ടു പറഞ്ഞപ്പൊഴാണ് അയാളെന്തോ ഓർത്തെടുക്കാൻ ശ്രമിച്ചത്.

കാട്ടുമരുന്നുകളും ശേഖരിച്ച് പ്രാഗിലേക്ക് പോകുന്നവർ പറഞ്ഞു കേട്ടിട്ടുണ്ട്, ഷുമാ വെള്ളച്ചാട്ടത്തെക്കുറിച്ച്. മലകയറി കാട്ടിനുള്ളിലെത്തണം. ബൊഹീമിയൻ കാട്. അവിടെയങ്ങനെ മനുഷ്യവാസമുള്ളതായി അറിയില്ല. ഞാനങ്ങോട്ടു നോക്കി. കുറ്റനൊരു മല. ചുറ്റും ഇടതിങ്ങിയ കരിമ്പച്ചത്തലപ്പുകൾ. ഇതു കടന്നാണോ ഞാൻ പോകേണ്ടത്?

1945 മെയ് 16

ആകാശത്ത് ചെറിയൊരു മേഘക്കീറ് തെളിഞ്ഞപ്പോൾത്തന്നെ ഇറങ്ങിയതാണ്. പതിയെ തുറക്കുന്ന ആകാശവാതിലിനപ്പുറത്തുനിന്ന് കടന്നുവരുന്ന വെളിച്ചത്തിനു വരവേല്പു പാട്ടുപോലെ പക്ഷികളുടെ പ്രഭാതഭേരി. മാർട്ടി തന്ന എണ്ണവിളക്കു നീട്ടിപ്പിടിച്ച് ഞാൻ മെല്ലെ നടന്നു. അയാളൊരു നല്ല മനുഷ്യനാണ്. കടയ്ക്കു തൊട്ടുതന്നെയാണ് വീട്. ഭാര്യയും കുട്ടിയുമുണ്ട്. അവരും നല്ല സ്നേഹമുള്ളവർ.

മല കടന്ന് കാട്ടിലെത്താൻ തന്നെയാണ് എന്റെ തീരുമാനമെന്നറിഞ്ഞപ്പോൾ മാർട്ടി കുറേ നിരുത്സാഹപ്പെടുത്തി. കൊടുങ്കാടാണ്. ഒരുപാട് വന്യമൃഗങ്ങളും വിഷസർപ്പങ്ങളുമൊക്കെയുള്ളതാണ്. അപരിചിതർക്ക് തീരെ പറ്റിയതല്ല. മാത്രവുമല്ല, ബൊഹീമിയൻ കാടിനെക്കുറിച്ചുള്ള കഥകളൊന്നും അത്ര സുഖകരമല്ല. മൃഗങ്ങളെക്കൂടാതെ നരഭോജികളും ദുർമന്ത്രവാദികളുമൊക്കെയാണവിടെയുള്ളത്.

പക്ഷേ, ജോസഫിനെ കാണുകയെന്നത് എനിക്കെത്രമാത്രം പ്രധാനമാണെന്നയാൾക്കറിയില്ലല്ലോ. വന്യമൃഗങ്ങളുടെ വായിലകപ്പെട്ട വിധമാണ് ഇപ്പോഴെന്റെ ജീവിതം. നരഭോജികളുടെ നിഴലുകളാണ് ചുറ്റും. അതിലപ്പുറമൊരു കാട്ടിലൊന്നും ഇനിയകപ്പെടാനില്ല.

പിന്നെയുള്ളത് മലയാണ്. കൗൺസിലിങ് കഴിഞ്ഞാൽ എന്റെ ഇഷ്ടവിനോദമാണ് മലകയറ്റം. വിയന്നർവാൾഡ് മൗണ്ടനീറിങ് ഇൻസ്റ്റിറ്റ്യൂട്ടിലെ ഏറ്റവും മികച്ച പരിശീലകരുടെ കീഴിലാണ് ഞാൻ പഠിച്ചിട്ടുള്ളത്. പോരാത്തതിന് തെക്കൻ വിയന്നയിലെ മിസ്സിലാങ്ങൾ

വാളിലും ഗ്രോസിൻ പർവ്വതങ്ങളിലുമായിട്ട് ആഴ്ചകൾ നീണ്ട പരിശീലനവും. ആൽപ്സിന്റെ മലമടക്കുകളുടെ സ്വഭാവം ഏറക്കുറേ ഹൃദിസ്ഥമാണെനിക്ക്. ഇതാണെങ്കിൽ ചെങ്കുത്തായ കയറ്റമൊന്നുമല്ല താനും. റോപ്പും ചോക്കുപൊടിയും മറ്റ് സാമഗ്രികളുമൊന്നുമില്ലെങ്കിൽപ്പോലും മലകടന്ന് അപ്പുറമെത്താമെന്ന് ഉത്തമ വിശ്വാസമുണ്ടായിരുന്നു.

അന്ന് രാത്രി അവിടെത്തങ്ങിയിട്ട് കാലത്തിറങ്ങാമെന്ന് മാർട്ടിയാണ് പറഞ്ഞത്. അതെനിക്ക് സൗകര്യമായി.

ഏറെ കാലങ്ങൾക്കു ശേഷമാണ് ഒരു മലകയറ്റം. ബൊഹീമിയൻ കാട്ടിലേക്കുള്ള യാത്ര...കരുതലോടെയാണ് ഞാൻ നീങ്ങിയത്. ഓരോ ഉയരവും കടന്ന് കയറുമ്പോൾ ഒരു ജയത്തിന്റെ നിർവൃതിയുണ്ട്. കീഴടക്കലിന്റെ സംതൃപ്തി. അതാണ് മൗണ്ടനീറിങ്ങിനെ എനിക്ക് ഏറെ പ്രിയപ്പെട്ടതാക്കിയത്.

താഴെ കീഴടങ്ങലിന്റെ നിസ്സഹായതയിൽ അമർന്നു കിടക്കുന്ന മല. അതൊരു പരിഹാസ്യമായ അവസ്ഥയാണെന്ന് ക്യാമ്പിലാണ് ബോധ്യപ്പെട്ടത്. താൻ മഹത്തായ എന്തോ സംഭവമാണെന്ന ധാരണയിലാവും തലയുയർത്തി നിന്നിട്ടുണ്ടാവുക. പെട്ടെന്നൊരു നിമിഷം അപഹാസ്യതയുടെ താഴ്ചയിലേക്ക് കൂപ്പുകുത്തുക. വെറും നിസ്സാരനു താഴെ. സൂക്ഷിച്ചു നോക്കിയപ്പോൾ മലയുടെ ശരീരഭാഷയിൽത്തന്നെ വല്ലാത്തൊരു ദൈന്യത. മഞ്ഞയും ചുവപ്പും നിറങ്ങളിൽ പൂത്തു വിടർന്നുനിന്ന ടൂലിപ്സുകൾ, സ്പ്രൂസുകൾ, കരിമ്പച്ചയായ കുറ്റിച്ചെടികൾ, പാറക്കെട്ടുകൾ, പുൽപ്പരപ്പുകൾ... അതുതന്നെയാണ് ആൽപ്സിന്റെ സ്വഭാവം. കുറേ കയറിയെത്തിയിടത്തെ പച്ചപ്പുൽത്തകിടിയിൽ ഞാൻ മലർന്നുകിടന്നു. മേലെ കൂട്ടം കൂട്ടമായി നീങ്ങുന്ന വെള്ളാനകളുടെയും ചെമ്മരിയാടുകളുടെയും മേഘക്കൂമ്പാരങ്ങൾ.

ദാഹോവിലെ ക്യാമ്പിൽ സ്റ്റോർഹൗസിൽ നിന്ന് മരുന്നെടുക്കാനായെത്തിയപ്പോൾ മുകളിലെ ടെറസ്സിൽ മലർന്നു കിടന്നതാണോർമ്മ വന്നത്. പെട്ടിയിലേക്ക് മരുന്നെടുത്തു വെച്ച് തിരിച്ചു നടക്കാൻ തുടങ്ങിയപ്പോഴാണ് മൂലയിൽ ഒരു കോണിപ്പടി കണ്ടത്. അടുത്തെവിടെയും കാവൽക്കാരൊന്നുമില്ല. ഞാൻ മെല്ലെ വലിഞ്ഞുകയറി. ചിലന്തിവല കുറേ വകഞ്ഞു കളയേണ്ടി വന്നു. മേലെ വല്ലാത്ത ദുർഗന്ധമുണ്ട്. പക്ഷേ, നല്ല തുറസ്സായ ടെറസ്സ്. ഒന്നു രണ്ടു മണിക്കൂറുകൾ കഴിഞ്ഞ് വണ്ടി വന്നാലേ തിരിച്ചു പോകാനാകൂ. ദുർഗന്ധം കുറഞ്ഞ ഒരു വശത്തേക്ക് മാറി, ഞാൻ ആ ടെറസ്സിൽ മലർന്നു കിടന്നു. മേലെ പല പല ആകൃതികളിലുള്ള മേഘക്കെട്ടുകൾ മെല്ലെ നീങ്ങി. കുറേനേരം ഞാനങ്ങനെ കിടന്നു. പെട്ടെന്ന് ഒരു വശത്തുനിന്ന് എന്തോ ശബ്ദം കേട്ട് ഞാനെഴുന്നേറ്റു നോക്കി.

പഴയ കാർഡ്ബോർഡ് പെട്ടികൾ കൂട്ടിയിട്ടിടത്തു നിന്നാണ്. ഞാൻ അതിനടുത്തേക്ക് നീങ്ങി. അവിടെത്തന്നെയാണ് ദുർഗന്ധം കൂടുതൽ.

അതിനുള്ളിലെന്തോ ജീവി പതുങ്ങിയിരിപ്പുണ്ട്. ഞാൻ കുറച്ചു നേരം മിണ്ടാതെ നോക്കിയിരുന്നപ്പോൾ ബോർഡിനിടയിലൂടെ എന്തോ ഒന്ന് പാളിനോക്കി. സൂക്ഷിച്ച് നോക്കിയപ്പോൾ ഒരു മനുഷ്യക്കോലമാണ്. ഞാൻ കണ്ടുവെന്നറിഞ്ഞപ്പോൾ അയാൾ കൂടുതലുള്ളിലേക്ക് പതുങ്ങാൻ ശ്രമിച്ചു. അവിടെക്കണ്ട ഒരു കമ്പുകൊണ്ട് ഞാൻ ബോർഡ് തട്ടിമാറ്റി. അക്ഷരാർത്ഥത്തിൽ ഞാൻ ഞെട്ടിപ്പോയി.

എല്ലും തോലുമായ ഒരു വികൃതരൂപം! നഗ്നനാണ്. താടിയും മുടിയുമൊക്കെ ആകെയുലഞ്ഞിട്ടുണ്ട്. അയാൾ എന്റെ മുഖത്തേക്ക് തുറിച്ചു നോക്കി.

'ആരാണ്?' ഞാനുറക്കെ ചോദിച്ചു.

അയാളൊന്നു മുരണ്ടു. പിന്നെ നിലത്തേക്ക് തളർന്നുവീണ് നിശ്ശബ്ദമായി പൊട്ടിക്കരഞ്ഞു. തളർന്ന ശബ്ദത്തിൽ അയാളെന്തൊക്കെയോ പറഞ്ഞു. കുറേനാൾ മുമ്പ് ഗ്യാസ് ചേമ്പറിലേക്കു കൊണ്ടുപോകുന്നതിനിടയിൽ എങ്ങനെയോ രക്ഷപ്പെട്ട് ഓടിവന്ന് കയറിയതാണത്രേ. ഒരു ചെക് ജൂതൻ.

ചുറ്റും ചിതറിക്കിടക്കുന്ന ചീഞ്ഞ മാംസക്കഷണങ്ങളും എല്ലിൻ തുണ്ടുകളും. എലിയുടേത് പോലെയാണ് തോന്നിയത്. കൂട്ടത്തിൽ വിസർജ്ജ്യങ്ങളുമുണ്ട്. അതിൽ നിന്നാണ് ദുർഗന്ധം വമിക്കുന്നത്. എനിക്ക് വല്ലാതെ ഓക്കാനം വന്നു.

എന്താണ് ഭക്ഷണമെന്ന് ഞാൻ തിരക്കി.

അയാൾ ചുറ്റും ചിതറിയതിലേക്ക് വിരൽ ചൂണ്ടിയതും എന്റെ അടിവയറ്റിൽനിന്നും ഇരച്ചുവന്ന പുളിവെള്ളം വലിയ ശബ്ദത്തോടെ തറയിലേക്ക് കുമിഞ്ഞു.

അതേസമയമാണ് തിരിച്ചുപോകാനുള്ള ട്രക്ക് എനിക്കുവേണ്ടി ഹോണടിച്ചത്. എങ്ങനെയൊക്കെയോ ചാടി കോണിപ്പടിയിറങ്ങി ഞാൻ മരുന്ന് പെട്ടികളുമെടുത്ത് ട്രക്കിനടുത്തേക്കോടി.

ഹോ...! അയാൾക്ക് പിന്നീടെന്തു സംഭവിച്ചുവെന്നൊന്നും അന്വേഷിച്ചുമില്ല; അറിഞ്ഞുമില്ല. അങ്ങനെയെത്ര പേർ എവിടെയൊക്കെയുണ്ടായിരുന്നിരിക്കും...

ഒരു മയക്കം കൂടിക്കഴിഞ്ഞാണ് ഞാനെഴുന്നേറ്റത്. കയറ്റമല്ലാതെ ചില ഇടവഴികളുണ്ടാകാറുണ്ട് ആൽപ്സിൽ. അതിനരികിലെ മടക്കുകളിലാണ് മലയാടുകളുടെ വാസം. കടമാനുകളും മർമത്തുകളും ബവേറിയൻ കാട്ടെലികളുമൊക്കെയുണ്ടാവാം. മലങ്കരടികൾ മാത്രമാണ് ആക്ര

മണകാരികൾ. അത്യാവശ്യം തിരിച്ചടിക്കാനുള്ള നീളനൊരു ദണ്ഡും കൈയിൽ കരുതിയിട്ടുണ്ട്. മഞ്ഞുമൂടുന്ന സമയങ്ങളിൽ ഒന്നും വേർതിരിച്ചറിയാനാവില്ലെങ്കിലും ഇപ്പോഴെല്ലാം വ്യക്തമാണ്. മലയിടുക്കുകൾക്കരികിലൂടെ ഞാൻ ഇടവഴികൾ തിരഞ്ഞു. വലിയൊരു ഓക്ക് മരത്തിന്റെ പുറത്തേക്കു തള്ളിയ തടിയൻ വേരുകടന്ന് മുകളിലേക്കുള്ള ചെങ്കുത്തായ കയറ്റത്തിലെത്തിയപ്പോൾ നടന്നു പരുവപ്പെട്ട ഒരു വഴി കാണാൻ പറ്റി. പിന്നെ എന്റെ യാത്ര അതിലൂടെയായി.

1945 മെയ് 22

സംഭവബഹുലമായ മൂന്ന്നാല് ദിവസങ്ങൾ. മല മുഴുവൻ കയറാതെ തന്നെ ചെരിവിലെ ഇടവഴിയിലൂടെ ഞാനെങ്ങനെയൊക്കെയോ കാട്ടിലേക്ക് എത്തുകയായിരുന്നു. കുറ്റൻമരങ്ങൾ, തടിച്ച വള്ളിപ്പടർപ്പുകൾ, ഇലച്ചാർത്തുകൾ. നിഗൂഢമായ വന്യത പുതഞ്ഞുനിന്ന വഴിയിൽ ഏറെ കരുതലോടെയാണ് ഞാൻ നടന്നത്. മരമേലാപ്പുകൾകൊണ്ട് മങ്ങിയ കാടകത്തേക്ക് ഇലച്ചാർത്തുകൾക്കിടയിലൂടെ ചാഞ്ഞിറങ്ങിയ വെയിലിന്റെ ശരങ്ങൾ. എന്റെ കാല് അവിടെ കുത്തിയതു മുതലാണോ എന്നറിയില്ല, ഒരു അടിയന്തര സന്ദേശം കൈമാറും പോലെ പക്ഷികളുടെയും മരയണ്ണാന്റെയുമൊക്കെ ശബ്ദവിന്യാസങ്ങൾ വെളിപ്പെടാത്ത അടരുകളിലൂടെ പരക്കം പാഞ്ഞു. വഴിയെന്നു തോന്നിയ ചിലയിടങ്ങളിലൂടെ നടന്നുവെന്നല്ലാതെ, ഇന്ന ദിശയിലാണെന്നോ എത്ര ദൂരമുണ്ടെന്നോ ഒന്നും അറിയാത്ത സഞ്ചാരമല്ലേ, അതിനൊരു നിശ്ചയവുമില്ലല്ലോ...

കുറേദൂരം നടന്ന് ഇടുങ്ങിയ ഒരിടത്തെത്തിയപ്പോൾ ആരോ എന്നെ പിന്തുടരുന്നുവോയെന്ന സംശയത്തിൽ ഞാനൊന്ന് ചുറ്റുംനോക്കി. എവിടെയൊക്കെയോ മറഞ്ഞു നിൽക്കുന്ന കാലടികൾ. ഞാൻ നടത്തം വേഗത്തിലാക്കി. ശരിയായിരുന്നു. എന്റെ പിന്നിലാരൊക്കെയോ ഉണ്ടായിരുന്നു. മാർട്ടി പറഞ്ഞ നരഭോജികളുടെ ഓർമ്മ എന്റെ മനസ്സിലുണ്ടായിരുന്നതുകൊണ്ട് ഞാൻ അതിവേഗത്തിലോടി. അവരും എന്റെ പിന്നാലെ. ഇടവഴിയിൽ കുറുകെ കിടപ്പുണ്ടായിരുന്ന ഒരു വള്ളി തട്ടി ഞാൻ താഴേക്കുരുണ്ടു വീണു. കറുത്തു കുറിയ അഞ്ചാറു പേരുണ്ടായിരുന്നു അവർ. പ്രാകൃതമായ വേഷം.

'നേബ...നേബയിലേക്കാണ്... ജോസഫിനെക്കാണണം.'

ആയാസപ്പെട്ട് എഴുന്നേൽക്കാൻ ശ്രമിക്കുന്നതിനിടയിൽ ഞാൻ എങ്ങനെയൊക്കെയോ പറഞ്ഞൊപ്പിച്ചു.

അവർ എന്റെ ചുറ്റും നിന്നു.

'എവിടുന്നാണ്?'

'ജോസഫിനെ എങ്ങനെയാണ് പരിചയം?'

'ആരാണ് വഴി പറഞ്ഞു തന്നത്?'

പല പല ചോദ്യങ്ങളുണ്ടായിരുന്നു. ഉത്തരങ്ങൾ തൃപ്തികരമായതു കൊണ്ടാവാം, അവരെന്റെ കൈ പിടിച്ചെഴുന്നേൽപ്പിച്ചു. ഒരു രഹസ്യ കേന്ദ്രത്തിലേക്ക് കൊണ്ടുപോകും പോലെ കണ്ണുകെട്ടിയാണ് അവരെന്നെ നടത്തിയത്.

ഒരാൾ എന്റെ കൈ പിടിച്ചുകൊണ്ട് തട്ടിത്തടഞ്ഞു വീഴാതെ മുന്നോട്ടു നടന്നു. സത്യത്തിൽ ഞാൻ വല്ലാതെ ഭയന്നൊന്നുമില്ല. എന്താണ് സംഭവിക്കുന്നതെന്നറിയാത്തതിലുള്ള ഉത്കണ്ഠ; അത്രമാത്രം. പാറയിടുക്കുകളും കയറ്റങ്ങളും കുത്തനെയിറക്കങ്ങളുമുള്ള ദുർഘടമായ വഴികൾ. അതിലൂടെയെല്ലാം വളരെ കരുതലോടെയാണ് അവർ എന്നെ നയിച്ചത്. ഇടയിൽ തണുത്ത വെള്ളവും പഴങ്ങളുമൊക്കെത്തന്ന് ക്ഷീണമകറ്റാനും സഹായിച്ചു. എത്ര ദൂരം നടന്നുവെന്നറിയില്ല, ഒന്നു ചെവിയോർത്തപ്പോൾ ഏതോ നീരുറവയുടെ ഒഴുക്ക്. ആഞ്ഞു പതിക്കുന്ന വെള്ളച്ചാട്ടത്തിന്റെ മുഴക്കം. എനിക്ക് ജോസഫിനെ ഓർമ്മ വന്നു. മനസ്സിൽ ചിലപ്പോഴൊക്കെ വരച്ചു നോക്കിയിട്ടുള്ളതാണ് നേബയുടെ ചിത്രം.

നടത്തത്തിന്റെ വേഗത കുറഞ്ഞു. ഒരു ഇറക്കത്തിന്റെ നടുവിലെവിടെയോ വെച്ച് നിൽക്കാനെന്നോണം എന്നെ നടത്തിയയാൾ മെല്ലെ എന്റെ ചുമലമർത്തി.

കണ്ണിന്റെ കെട്ടഴിച്ചപ്പോൾ കുറച്ചു നേരത്തേക്ക് എനിക്ക് ചെറിയൊരു തലകറക്കം പോലെ തോന്നി. കാഴ്ച തെളിഞ്ഞപ്പോൾ ഞാൻ മുന്നിലേക്ക് നോക്കി.

കാടിന്റെ വലിയ വലയത്തിനു നടുവിൽ, താഴെ ഗർത്തത്തിലെന്നതുപോലെ ഒരു ലോകം! എന്നെയത് ആകാംക്ഷയുടെ കയറിട്ട് പിടിച്ചു വലിച്ചു. ക്ഷീണം മറന്ന് ഞാനവരുടെ കൂടെ വേഗത്തിൽ മലയിറങ്ങി.

മെല്ലെയൊഴുകിയ തെളിനീരിനടിയിലെ വെള്ളാരങ്കല്ലുകൾ ചവിട്ടി ഞാൻ കയറിച്ചെന്നിടത്ത് കമാനംപോലെ പടർന്നു പന്തലിച്ച വള്ളികൾ. അതിനു നടുവിലൂടെയാണ് എന്നെ നടത്തിച്ചത്.

വലിയൊരു മരത്തിന്റെ ചുവട്ടിലാണെത്തിയത്. അതിന്റെ ശിഖരങ്ങളിലാകെ പല നിറത്തിലുള്ള ഇത്തിക്കണ്ണികൾ പടർന്നിരുന്നു. വീശിയടിച്ച ഒരു കാറ്റിൽ അതിൽ നിന്ന് കുറേ വെളുത്ത പൂക്കൾ ഉതിർന്നുപറന്നു.

താഴെ നിറയെ അത്തു വീണുകിടപ്പുണ്ടായിരുന്നു. അതിൽ, പതിഞ്ഞു കിട ക്കുന്ന കാലടയാളങ്ങൾ തീർത്തുകൊണ്ടാണ് ഞാൻ നടന്നത്.

പല വലിപ്പത്തിലുള്ള കുടിലുകളാണ്. മരക്കുട്ടകളും മുളങ്കമ്പുകളും ഈറ്റപ്പാളികളും കൊണ്ടുള്ള ഭിത്തികൾ. പരന്ന ഓലകൾ വാരിക്കെട്ടിയ മേൽക്കൂര. അരവരെ മാത്രം ഭിത്തികളുള്ള വലിയ കുടിലുകൾ ഡോർമെ റ്ററികളോടു സദൃശമായിരുന്നു. നടപ്പാതകളും വേലികളും എല്ലാം നല്ല വൃ ത്തിയായി ഒരുക്കിയിട്ടുണ്ട്.

'ജോസഫ്... അവനെയാണ് എനിക്ക് കാണേണ്ടത്.'

എന്നെ മുന്നോട്ടു നടത്തിയ ആ കുറിയ മനുഷ്യനെ നോക്കിയാണ് ഞാൻ പറഞ്ഞത്. മുന്നോട്ടു നടക്കാൻ കൈകൊണ്ട് ആംഗ്യം കാണി ച്ചതല്ലാതെ അയാൾ ഒന്നും മിണ്ടിയില്ല. വഴിനീളെ നിരവധി കുട്ടികൾ. വിടർന്ന കണ്ണുകൾകൊണ്ട് എന്നെ അവർ കൗതുകത്തോടെ നോക്കി. കുടിലുകളിൽനിന്നും കുറെ കുഞ്ഞുമുഖങ്ങൾ പുറത്തേക്ക് വിടർന്നു വന്നു. മൺതിട്ടകൾ കയറി ഞാൻ ഒരു ചെറിയ കുടിലിന്റെ മുന്നിൽ ചെന്നു നിന്നു. കൂടെ വന്നയാൾ എന്നോട് അവിടെ കണ്ട പരന്ന പലകയിൽ ഇരിക്കാൻ ആംഗ്യം കാണിച്ചു. ഞാൻ അവിടെ ഇരിക്കാൻ തുടങ്ങുമ്പോ ഴേക്കും കുടിലിൽ നിന്ന് ഒരാൾ പുറത്തേക്കിറങ്ങി വന്നു. കുറച്ച് പ്രായമു ണ്ട്. തീരെ മെലിഞ്ഞ ദേഹപ്രകൃതി. കഷണ്ടിത്തല. നരച്ച താടി. തവിട്ടു നിറത്തിൽ ഒരു കമ്പിളി തോളിൽക്കൂടി ചുറ്റിയിട്ടുണ്ട്.

'ജോസഫിനെ അറിയും, അല്ലേ?' ചെറിയൊരു ചിരിയോടെയാണ് അയാൾ എന്നെ എതിരേറ്റത്. ഞാൻ തലകുലുക്കി.

ക്യാമ്പിൽ നിന്ന് തിരിച്ചെത്തിയശേഷം ജോസഫ് ദൂരെ എവിടെ ക്കോ പോയതാണെന്നാണ് പറഞ്ഞത്. എന്റെ ശ്വാസമൊന്നു നേരെ വീണു. നേരിയ ഒരു സംശയം ബാക്കി നിൽപ്പുണ്ടായിരുന്നു. അവസാന നിമിഷങ്ങളിൽ എന്തെങ്കിലും അത്യാഹിതം...? ഏതായാലും ആശ്വാസം തോന്നി. അടുത്ത ദിവസങ്ങളിൽത്തന്നെ തിരിച്ചെത്തുമെന്നാണ് അയാൾ പറഞ്ഞത്. എന്റെ മുഖത്തെ ആലോചനാഭാവം കണ്ടിട്ടാവണം, അയാൾ അടുത്തേക്ക് വന്ന് സ്നേഹത്തോടെ പറഞ്ഞു:

'സംശയിക്കാനില്ല, മൂന്നുനാലു ദിവസം ഇവിടെ താമസിച്ചിട്ട് ജോസഫിനെ കണ്ട ശേഷം പോയാൽ മതി.'

അതിനേക്കാൾ എന്റെ ആലോചന ആ ഇടത്തെക്കുറിച്ചായിരുന്നു.

'സത്യത്തിൽ ഈ കാടിനു നടുവിൽ എന്താണിങ്ങനെ? ഏതാണീ കുട്ടികൾ?'

അയാൾ ഒന്നു ചിരിച്ചു 'ജോസഫ് ഒന്നും പറഞ്ഞു തന്നിട്ടില്ലേ കോ ബമാരെക്കുറിച്ച്?'

ഞാൻ ഇല്ല എന്ന് തലയാട്ടി.

'ഇവരൊക്കെ ദൈവത്തിന്റെ മക്കളാണ്. ഗോലത്തിനു നേർന്നവർ. കഥയൊക്കെ വഴിയെ പറഞ്ഞുതരാം. ആദ്യം നീയൊന്ന് വിശ്രമിക്ക്.'

അയാൾ ഒരു കമ്പിളിപ്പുതപ്പ് എനിക്ക് നേരെ നീട്ടിയിട്ട് പുറത്തു നിന്ന് ആരെയോ വിളിച്ചു.

'ഇതാ ഈ മാമന് നീ മുറി കാട്ടിക്കൊടുക്ക്.'

ഹെൻട്രിയെന്നാണ് അവൻ പേരു പറഞ്ഞത്. വയസ്സനെ മാത്യൂസപ്പൻ എന്നാണ് അവൻ പരിചയപ്പെടുത്തിയത്. അയാളും തെരേസാമ്മയുമാണത്രേ അവിടുത്തെ കാര്യങ്ങളൊക്കെ നോക്കി നടത്തുന്നത്.

കുട്ടികളുടെ, പുല്ലുമേഞ്ഞ വലിയ കൂടാരത്തോടു ചേർന്ന മുറിയിലേക്കാണ് അവനെന്നെ നയിച്ചത്. അതിന്റെ വശങ്ങൾ ഈറ്റത്തണ്ട് കുത്തനെയടിച്ചുണ്ടാക്കിയതായിരുന്നു. ചെറുതാണെങ്കിലും എല്ലാ സൗകര്യങ്ങളുമുള്ള ഒരു മുറി.

കിടന്നതേ ഓർമ്മയുണ്ടായിരുന്നുള്ളൂ. യാത്രാക്ഷീണം കാരണം ആഴത്തിലുള്ള ഉറക്കത്തിലേക്കാണ് കൂപ്പുകുത്തിയത്.

എന്നെ ഒരു വീഞ്ഞപ്പെട്ടിയുടെ മുകളിൽ കമഴ്ത്തി കിടത്തിയിട്ടുണ്ട്. മേൽക്കൂര തകർന്നുവീണ ഒരു ഇഷ്ടികഫാക്ടറിയുടെ നടുവിലാണ്. ചുറ്റും നിരന്നുനിൽക്കുന്ന നിഴൽഭൂതങ്ങൾ ആർത്തു ചിരിക്കുകയാണ്. ഭിത്തിയിലെല്ലാം കറകെട്ടിയ ചോരപ്പാടുകളാണ്. വീശിയടിക്കുന്ന ചാട്ടവാർ. ഒന്നിളകാൻ പോലുമാകുന്നില്ല. ആരോ ഒരു മഴുകൊണ്ട് എന്നെ ആഞ്ഞു വെട്ടി. ഞാനുറക്കെ നിലവിളിച്ചു. ശബ്ദം തൊണ്ടയിൽ കുരുങ്ങി നില്പാണ്, വല്ലാത്തൊരു വിറയലോടെ.

ഞാൻ ഞെട്ടിയെണീറ്റു. കഠിനമായ തണുപ്പത്തും ഞാൻ വിയർത്തു കുളിച്ചിരുന്നു. ചുറ്റും ഇരുട്ടാണ്. മരപ്പാളിക്കിടയിലൂടെ പുറത്തെ നേർത്ത വെളിച്ചം കാണാം. ഞാൻ മെല്ലെനടന്ന് ഭിത്തിയിൽ തൊട്ടു. തള്ളിയപ്പോൾ ആ മരപ്പാളി തുറന്നു. നല്ല തണുപ്പാണ്. എനിക്കു തന്ന കമ്പിളി ആകെപ്പുതച്ച് പുറത്തേക്കിറങ്ങി. ആകാശത്ത് നീല വെളിച്ചം നിറഞ്ഞുനിൽക്കുന്നു. മരങ്ങളെ ഉലച്ചുകൊണ്ട് വീശുന്ന മഞ്ഞുകാറ്റ്. ഇരുട്ടിന്റെ മറവിൽ ചീവീടുകളുടെ ആരവം. ചൂടുകായാനായി മുറ്റത്തു കൂട്ടിയിട്ട തീക്കുനയിൽ അവസാനത്തെ കനലുകൾ എരിയുന്നുണ്ട്.

പുറത്തേക്ക് തള്ളി നിന്ന രണ്ടു മൂന്നു വിറകിൻകൊള്ളികൾ ഉള്ളിലേക്കു തള്ളിനീക്കി അടുത്തുവെച്ച വിശറി കൊണ്ടൊന്നു വീശിക്കത്തിച്ച് ഞാനവിടെയിരുന്നു. ഉള്ളിലെ നെരിപ്പോടും വല്ലാതെ നീറുകയായിരുന്നു.

ഓക്കിന്റെ വിറക് കത്തുന്ന ഗന്ധം... എന്നെയത് ദാഹോ ക്യാമ്പിലെ അടുക്കളയിലേക്കാണ് തള്ളിയിട്ടത്. ബാരക്കിലെ ഇരുമ്പ് നെരിപ്പോടുകളിൽ സദാ ഈ പുകയാണ്. ടൈഫോയിഡിൽ വിറച്ചു തുള്ളുന്നവർക്ക്

വേണ്ടി വെള്ളം തിളപ്പിക്കാനും മറ്റുമാണത്. രോഗികളെ പരിചരിക്കൽ എന്റെ ഉത്തരവാദിത്വമായതുകൊണ്ട് അവർക്കു വേണ്ടുന്നതൊക്കെ ഞാനാണല്ലോ ചെയ്യേണ്ടിയിരുന്നത്. രാത്രിയിലും അടുപ്പിനടുത്തിരുന്ന് ഞാൻ നെരിപ്പോട് വീശിക്കൊണ്ടിരിക്കും. ഇടയിൽ ആരുമറിയാതെ കോട്ടിന്റെ പോക്കറ്റിൽ ഒളിച്ചുകടത്തിയ ഉരുളക്കിഴങ്ങുകൾ വേവിച്ച് കഴിക്കും. എന്നിട്ട് അതിനടുത്തുതന്നെ നീണ്ടുനിവർന്നു കിടന്നുറങ്ങും.

എത്ര നേരമാണ് ഞാൻ ആ ഡോർമെറ്ററിയുടെ മുന്നിൽ നിന്നത് എന്നറിയില്ല, പിന്നിൽ എന്തോ ശബ്ദം കേട്ടിട്ടാണ് തിരിഞ്ഞുനോക്കിയത്. ഞാൻ ഞെട്ടിപ്പോയി! വലിയൊരു ജീവി തൊട്ടുപിന്നിൽ. അത് എന്നെത്തന്നെ തുറിച്ചു നോക്കുകയാണ്. പറ്റുന്നത്ര ഉച്ചത്തിൽ അലറിക്കൊണ്ട് ഞാൻ മുറിയിലേക്ക് ഓടി. ഇരുട്ടിലായതുകൊണ്ട് എന്താണെന്ന് കൃത്യമായി മനസ്സിലായില്ല. അപ്പോഴേക്കും ഒച്ചകേട്ട് ഡോർമെറ്ററിയിൽ വിളക്കുകൾ തെളിഞ്ഞു. ആരൊക്കെയോ ഓടിവന്നു. ഞാൻ കൈചൂണ്ടിയിടത്തേക്ക് എല്ലാവരും നോക്കി. അവരൊക്കെയൊന്ന് ഞെട്ടുമെന്നാണ് ഞാൻ കരുതിയത്. പക്ഷേ, കേട്ടത് ഒരു കൂട്ടച്ചിരിയായിരുന്നു.

'ലൂക്കായെക്കണ്ടിട്ടാണ്.'

അത് അവിടുത്തെ വളർത്തു കരടിയാണത്രേ. തവിട്ടു നിറത്തിലൊരു കൂറ്റൻ. രാത്രിയിലെ കാവൽക്കാരൻ റോന്തുചുറ്റാനിറങ്ങിയതാണ്. അപരിചിതനെ കണ്ടിട്ടാവണം തുറിച്ചു നോക്കിയത്. അപ്പോൾ ഞാനറിഞ്ഞില്ല, എന്റെ ബൊഹീമിയ ദിനങ്ങൾ സമ്പന്നമാക്കുന്നത് അത്തരത്തിലുള്ള കുറെ സുഹൃത്തുക്കൾ കൂടിയായിരിക്കുമെന്ന്.

വേറിട്ട ഒരു ലോകമായിരുന്നു അത്. കാടിനു നടുവിൽ ചെറിയൊരു സ്വർഗ്ഗം. സദാ കിളികളുടെ സല്ലാപങ്ങൾ. കുളിരു മൂടി നിൽക്കുന്ന അന്തരീക്ഷം. കാറ്റിന് മനം മയക്കുന്നൊരു ഗന്ധം.

ഹെൻട്രി തന്നെയാണ് അവിടം മുഴുവൻ എനിക്കു കാണിച്ചുതരാൻ കൂടെ വന്നത്. കാലിന് ചെറിയൊരു മുടന്തുണ്ടെങ്കിലും കയറ്റിറക്കങ്ങൾ അവനൊരു കടമ്പയായി തോന്നിയതേയില്ല. വഴിനീളെ നിരന്നു കിടന്ന പായൽ പൊതിഞ്ഞ വഴുവഴുക്കൻ ഉരുളൻ കല്ലുകളും ചെറുതായി ചാടിക്കടന്നു പോകേണ്ട നീരൊഴുക്കുകളും അനായാസേന പിന്നിട്ട് അവൻ തിരിഞ്ഞുനോക്കുമ്പോൾ ജാള്യതയോടെ ഞാൻ നിന്ന് കിതച്ചു.

പുല്ലുമേഞ്ഞ കൂടാരങ്ങൾ പിന്നിട്ട് മരങ്ങൾക്കിടയിലൂടെ കുറേ ചെന്നു കഴിഞ്ഞപ്പോൾ പിന്നെയും കണ്ടു കുറച്ച് മരവീടുകൾ. ചുറ്റും നിറയെ സ്പ്രൂസും ഹൊലോക്കും. അരികിലൂടെ നേർത്ത നീരൊഴുക്ക്. വീശിയടിച്ച കാറ്റ് ഇടയ്ക്കിടെ മരങ്ങളെ മൂടിയ ഹിമപാളികളെ കുലുക്കിയിട്ടു കൊണ്ടിരുന്നു. പെയ്തിറങ്ങുന്ന മഞ്ഞുമഴ. കാടിന്റെ മങ്ങിയ ഇരുട്ടിലേക്ക് ആകാശത്തിൽ നിന്നിറങ്ങുന്ന വെളിച്ചത്തിന്റെ രേഖകൾ. പക്ഷികൾ, ഓന്തുകൾ,

തവളകൾ, മരയണ്ണാന്മാർ... ഓരോരുത്തരോടും കുശലം പറഞ്ഞാണ് ഹെൻട്രിയുടെ നടപ്പ്. ഒപ്പം അവരെയൊക്കെ എനിക്ക് പരിചയപ്പെടുത്താനും അവൻ മറന്നില്ല. അതിരുപോലെ ഒരിടത്ത് കാടിന്റെ ഇരുട്ട് കുറഞ്ഞ ഒരു തുറസ്സ്. അങ്ങിങ്ങ് ചെറിയ കുടിലുകൾ.

'ഇനി കാണുന്നതാണ് ബോഡ. അറിയാല്ലോ അല്ലേ?' അവൻ എന്നെ തിരിഞ്ഞുനോക്കി.

'ഇല്ല എനിക്കറിയില്ല' ഞാൻ തലയാട്ടി.

'അപ്പോ ജോസഫ് ഒന്നും പറഞ്ഞുതന്നിട്ടില്ല, അല്ലേ?' അവൻ ചിരിച്ചു.

'എല്ലാം ഇവിടുത്തെ വിരുതന്മാർക്കുള്ളതാണ്.' അവൻ വിശദീകരിച്ചപ്പോൾ മെല്ലെ മെല്ലെ എനിക്ക് കാര്യങ്ങളുടെ കിടപ്പ് തെളിഞ്ഞു വന്നു.

നേബയ്ക്കപ്പുറം ഷുമാവൻ കാടുകളാണ്. യഥാർത്ഥ ബൊഹീമിയൻ വനപ്രദേശം. വൈവിധ്യമാർന്ന വനജീവികളുടെ വാസസ്ഥലം. അതിന്റെ ഒരതിർത്തിയായ വാൾത്താവാ നദിക്കരയിലേക്ക് വന്യജീവികൾ വെള്ളം തേടിയെത്തും. നദിയ്ക്കപ്പുറം നേബയാണെന്നും എന്തെങ്കിലും പരിക്കുപറ്റിയാൽ അവിടെ എത്തണമെന്നും അവിടുത്തെകാരുടെ മരുന്ന് കഴിച്ചും പുരട്ടിയുമൊക്കെ സംഗതി ശരിയാക്കിയെടുക്കണമെന്നും നല്ല ബോധ്യമുള്ളവണ്ണമാണ് വനജീവികളുടെ പെരുമാറ്റം. കാലങ്ങളായി തുടരുന്ന ഒരു രീതിയാണത്രേയത്. മിക്കവാറും എല്ലാവരും തിരിച്ചുപോകും. ചിലർക്കൊക്കെ മടിയാണ് വിട്ടുപോകാൻ. വളർത്തു ജീവികളായിട്ടാവും പിന്നീടവരുടെ ജീവിതം.

കിഴക്കാം തൂക്കായ ചെരിവിലൂടെ ഞങ്ങൾ താഴേക്ക് ഇറങ്ങി. എങ്ങും നനവുള്ള കോടമഞ്ഞ് തങ്ങിനിന്നിരുന്നു. വഴിയരികിൽ നിറഞ്ഞുനിന്ന വെളുത്ത പൂക്കൾ ഞങ്ങളെ നോക്കി ചിരിച്ചു.

ഹെൻട്രിക്ക് പോളിയോ വന്നതായിരുന്നു. യുദ്ധാരംഭകാലത്ത് മാതാപിതാക്കൾ സൈനിക ക്യാമ്പിൽ നിർബന്ധിത സേവനത്തിന് പോയപ്പോൾ പള്ളിയിലച്ചന്റെ നിർദ്ദേശപ്രകാരം ആരോ ഇവിടെ കൊണ്ടുചെന്നാക്കിയതാണത്രേ. നേബയിലെത്തുന്നവർ മിക്കവാറും അങ്ങനെത്തന്നെയാണ്. ഇവരെയാവണം കോബമാരെന്ന് പറയുന്നത്. ഞാനുറച്ചു...ഒരുതരം അനാഥാലയം തന്നെ.

ഹാബേലച്ചനാണ് എല്ലാറ്റിനും നാഥൻ. പീറ്റർ ഹാബേൽ. പ്രായമൊരുപാടായി. നേബയിൽത്തന്നെ കുറച്ച് ഉള്ളിലായിട്ടാണ് താമസം. ഷുമാവൻ കാട് കടന്നുപോകണം. അദ്ദേഹത്തിന്റേതായ ചിട്ടകളും ശീലങ്ങളും മതാചാരങ്ങളുമൊക്കെയായി കഴിയുകയാണത്രേ.

നേബയിലെ കാര്യങ്ങൾ നോക്കി നടത്തിയത് മാത്യൂസപ്പനും തെരേസാമ്മയും. കൂടെ ചെറുപ്പക്കാരും കുട്ടികളുമൊക്കെയുണ്ടെങ്കിലും എല്ലാ

റ്റിനുമുണ്ടായിരുന്ന ഹാബേലച്ചന്റെ ഒരു അദൃശ്യനിയന്ത്രണം.

താഴെനിന്ന് ചെറിയൊരു കരിങ്കൽത്തിട്ടയിലൂടെ കയറിപ്പോയാൽ തെരേസാമ്മയുടെ കുടിലായി. മുറ്റത്തുനിന്നു നോക്കിയാൽ പരന്നു കിടക്കുന്ന കൃഷിയിടങ്ങൾ. പലതരം വിളകളാണ്. ചോളം, ബാർളി, ഗോതമ്പ്, ഉരുളക്കിഴങ്ങ്, പച്ചക്കറികൾ എന്നിങ്ങനെ വൈവിദ്ധ്യമാർന്നത്. കാട്ടുമൃഗങ്ങളൊന്നും അത് തിന്നാനെത്താറില്ലെന്നത് അത്ഭുതമായിത്തോന്നി. അവിടെയുള്ളവരുടെ ആവശ്യം കഴിഞ്ഞാൽ പാത്രങ്ങളിലും കുടകളിലുമാക്കി പ്രാഗിലേക്ക് കൊടുത്തുവിടുമത്രേ മരുന്ന് ശേഖരിക്കാനെത്തുന്നവരുടെ കൈയിൽ. അവരുടെ പാതകളും വ്യത്യസ്തമാണ്.

ഒന്നു നിന്നുകൊടുക്കുകയേ വേണ്ടൂ. എല്ലാ കൈസഹായത്തിനും കുട്ടികളുണ്ട്. ചെറിയവരും വലിയവരും. വലിയവർ ചെറിയവരെ പഠിപ്പിക്കും. എന്നിട്ട് കൂടെനിന്ന് നേതൃത്വം നൽകും. ഒരു ജോലിയായിട്ടൊന്നുമല്ല, കളികൾക്കിടയിൽ മറ്റൊരു കളി. അത്രതന്നെ.

ഭക്ഷണശാലയിൽ പ്രായമായ ഒരു സ്ത്രീയും പുരുഷനും അവരുടെ തിരക്കുകളിലായിരുന്നു. എന്നെക്കണ്ടപ്പോൾ ഒന്നാന്തരമൊരു മുന്തിരി വീഞ്ഞെടുത്തു തന്നു. ലൗറയെന്നാണ് സ്ത്രീ പേരു പറഞ്ഞത്. ഡാനിയേൽ എന്ന് പുരുഷനും.

കൃഷിയിടങ്ങൾക്കുമകലെ പച്ചയിൽ കുളിച്ചു നിൽക്കുന്ന ഗിരിമകുടങ്ങൾ. അതിനു മുകളിൽ നിറഞ്ഞ നീലവെളിച്ചം. മഞ്ഞിന്റെ നേർത്ത മഴ. മറ്റെല്ലാം മറന്ന് ഞാനത് കുറേനേരം നോക്കിനിന്നു.

പെട്ടെന്നോർമ്മ വന്നത് ദാഹോ ക്യാമ്പിലെ ഇരുട്ടുമൂടിയ മുറിയാണ്. വീതി കുറഞ്ഞ ഇരുമ്പു ഗോവണി വഴി കുടുസ്സായ മേൽത്തട്ടിലേക്ക് കയറിയാൽ ചെറിയ രണ്ട് പഴുതുകളുണ്ട്. അതിലൂടെ നോക്കിയാൽ ആകാശം കാണാം. നോക്കിയിരിക്കേ പലനിറങ്ങളിൽ പലരൂപങ്ങളായി മാറിമറിയുന്ന മേഘങ്ങൾ... അതുവെച്ച് ഞങ്ങളൊരു കൗതുകംമെനെഞ്ഞെടുത്തു.

കാണണമെന്ന് മനസ്സിൽ തീവ്രമായി ആശിക്കുന്ന ഒരു കാഴ്ച. അതു തന്നെ മനസ്സിലുറപ്പിച്ച് പഴുതിലൂടെ നോക്കണം. ആശ സത്യമുള്ളതാണെങ്കിൽ മേഘങ്ങൾ നമുക്കുവേണ്ടി ആ കാഴ്ചയൊരുക്കിയിരിക്കും.

പണിസ്ഥലത്തെ കഠിനാധ്വാനവും ക്യാപ്പോസിന്റെ തല്ലും ഭക്ഷണമില്ലാത്തതിന്റെ വിശപ്പമെല്ലാം ചേർന്ന് ആകെ തളർന്ന കിടപ്പിലാണെങ്കിലും ഗോവണി കയറാനുള്ള അവനവന്റെ ഊഴം കാത്ത് പ്രതീക്ഷയോടെ ഞങ്ങൾ കിടന്നു. കൈകൾ കുത്തിനിരങ്ങിയിട്ടൊക്കെയാണ് പലരും പടി കയറിയത്. എന്നിട്ടും തിരിച്ചിറങ്ങുമ്പോൾ എല്ലാവരുടെയും മുഖത്ത് എന്തൊരു സന്തോഷമായിരുന്നെന്നോ!

1945 മെയ് 25

തുരങ്കത്തിലൂടെ ഇരച്ചുവരുന്നൊരു കാറ്റുപോലെയാണ് തോന്നിയത്. അതൊരു വണ്ടിന്റെ മുരൾച്ചയായി തലയിൽക്കിടന്നു ചുഴന്നു. കാഫ്കയുടെ ഗ്രിഗർ സാംസയ്ക്ക് തോന്നിയതുപോലെ മലർന്നുകിടന്ന് കൈകാലിട്ടടിക്കുന്ന ഭീമാകാരനായ ഒരു വണ്ടായി എനിക്ക് രൂപമാറ്റം വരുന്നുണ്ടോ എന്നുപോലും ഒരു നിമിഷം സംശയിച്ചു. ബോധത്തെ കുഴച്ചു മറിക്കുംപോലെ തലയിൽ എന്തൊക്കെയോ സംഭവിക്കുന്നുണ്ട്. ഞാൻ ആ കട്ടിലിൽ തളർന്നു കിടന്നു. അങ്ങനെ തളരുമ്പോഴാണ് ടില്ലിയുടെ മുഖം മുന്നിലെത്തുക. മുഖത്തൊരു പുഞ്ചിരിയുണ്ടാവും. അവളുടെ ചുറ്റുമുള്ള കാലത്തെ എനിക്ക് കാണാം. പ്രണയത്തിന്റെ നിറമുള്ള വിയന്ന തെരുവ്. തിരക്കുപിടിച്ച് ഓടുന്നവർ. നേർത്തൊരു മഞ്ഞുമഴ. പല മുഖങ്ങളിലൂടെ ഓടിയോടി ഒടുവിൽ എന്റെ കണ്ണുകൾ ഒരു മുഖത്തിൽ ഉടക്കിനിന്നു. മങ്ങിയ ചിത്രം മെല്ലെ തെളിഞ്ഞുവന്നു. അത് എന്റെ തന്നെ മുഖമാണല്ലോ.

സ്റ്റെെൻഹോഫിന്റെ പടിയിറങ്ങി വരികയാണ്. കയ്യിൽ ഒരു തവിട്ട് ബാഗ് തൂക്കിയിട്ടുണ്ട്. വിയന്നയിലെ പ്രശസ്തമായ സൈക്യാട്രി ഇൻസ്റ്റിറ്റ്യൂട്ട്. വളരെ വലുതാണ്. തെളിഞ്ഞു വരുന്ന ഓർമ്മകളെ അങ്ങനെത്തന്നെ പകർത്തിയെഴുതാം. അത് ചിലപ്പോൾ മനസ്സിനു കുറച്ച് ആശ്വാസം നൽകിയേക്കും.

ഞാൻ ക്ലിനിക്കൽ പ്രാക്ടീസ് തുടങ്ങിയതവിടെയാണ്. പലമാതിരിയുള്ള രോഗികളാണ് വരിക. സത്യത്തിൽ പുസ്തകത്തിൽനിന്നും ക്ലാസുകളിൽനിന്നും പഠിച്ചിട്ടുള്ളതിനേക്കാൾക്കൂടുതൽ ഞാനവരിൽ നിന്നാ

ണറിഞ്ഞിട്ടുള്ളത്. അവിടുത്തെ അനുഭവങ്ങൾ വച്ചാണ് വോറോത്തിലും ഡോബ്ലിങ്ങിലും മെൽകയിലുമൊക്കെയായി ഞാനും സുഹൃത്തുക്കളും ചേർന്ന് കുറച്ച് കൗൺസിലിംഗ് സെന്ററുകൾ തുടങ്ങിയത്. മാനസിക പ്രയാസമുള്ള പല കുട്ടികളെയും ചെറുപ്പക്കാരെയും ഞങ്ങൾക്ക് ജീവിതത്തിലേക്ക് തിരിച്ചുകൊണ്ടുവരാൻ കഴിഞ്ഞു. പല സ്ഥലങ്ങളിലും ക്ലാസെടുക്കാനും പരിശീലനം നൽകാനുമൊക്കെ എനിക്ക് ക്ഷണം ലഭിച്ചു. തൊട്ടടുത്ത രാജ്യങ്ങളിലേക്കുള്ള വിസ എനിക്കവർ സൗജന്യമായി അനുവദിച്ചു. ആയിടയ്ക്കാണ് ഞാൻ ടില്ലിയെ വിവാഹം ചെയ്തത്. പക്ഷേ, എത്ര പെട്ടെന്നാണ് കാര്യങ്ങൾ കലങ്ങിമറിഞ്ഞത്!

ഒരു മാസം മുമ്പുവരെ അവിടുത്തെ രാഷ്ട്രീയ സ്ഥിതിഗതികളെക്കുറിച്ച് അത്രമാത്രം വ്യാകുലനായിരുന്നില്ല ഞാൻ. കൗൺസിലിങ് സെന്ററുകളിലെ ജൂനിയർ ഡോക്ടർമാർക്കുള്ള ട്രെയിനിങ്, സ്റ്റെയിൻഹോഫിലെ തിരക്കിട്ട ജോലികൾ, റോത്ത്സ് ചൈൽഡിലെ ഔദ്യോഗിക ചുമതലകൾ... ഇതിനിടയിൽ നാസികളുണ്ടാക്കിയ കുഴപ്പങ്ങൾക്ക് വേണ്ടത്ര ശ്രദ്ധ കൊടുത്തില്ലെന്നു വേണം പറയാൻ.

പുറത്തെ സ്ഥിതിഗതികൾ മഹാമോശമായിരുന്നു. ജൂതരെ തെരഞ്ഞുപിടിച്ച് ഗസ്റ്റപ്പോകൾ ഉപദ്രവിച്ചു. സിനഗോഗുകൾ കത്തിച്ചു. ജൂതസ്ഥാപനങ്ങൾ തകർത്തു. ആയിരക്കണക്കിനാളുകളെ നാടുകടത്തുകയും കൊല്ലുകയും ചെയ്തു. യുദ്ധം കൊടുമ്പിരികൊണ്ടാൽ അത്യാവശ്യമായേക്കുമെന്ന കാരണത്താൽ ഡോക്ടർമാരെയും നഴ്സുമാരെയും മാറ്റി നിർത്തിയതുകൊണ്ടുമാത്രമാണ് ഞാനും കുടുംബവും രക്ഷപ്പെട്ടത്.

ആയിടയ്ക്ക്, മുമ്പ് ഞാൻ ട്രെയിനിങ് നൽകാമെന്നേറ്റിരുന്ന അമേരിക്കയിലെ പ്രശസ്തമായ ഒരു യൂണിവേഴ്സിറ്റിയിൽ നിന്ന് എനിക്ക് ക്ഷണംകിട്ടി. വിയന്നയിലെ അമേരിക്കൻ കോൺസുലേറ്റിൽ ചെന്ന് വിസ കൈപ്പറ്റണം. ഞാൻ വല്ലാത്തൊരു മാനസികാവസ്ഥയിലായിപ്പോയി. എന്നെമാത്രം ആശ്രയിച്ച് ജീവിക്കുന്ന കുറേപ്പേരുണ്ട്. നിരപരാധികളും നിരാലംബരുമായ മനോരോഗികൾ, വൃദ്ധരായ എന്റെ മാതാപിതാക്കൾ.. ഇരുകൂട്ടരും മരണമുഖത്തുനിന്ന് മാറ്റിനിർത്തപ്പെട്ടിരിക്കുന്നത് എന്റെ മാത്രം പേരിലാണ്. മറുവശത്ത് ഞാൻ പടുത്തുയർത്തിയ എന്റെ സ്വപ്നങ്ങൾ...

കുട്ടിയായിരുന്നപ്പോൾ മുതൽ എന്റെ ആഗ്രഹമായിരുന്നു ഒരു സൈക്യാട്രിസ്റ്റാവുക എന്നത്. ചെറിയ പ്രായത്തിൽത്തന്നെ ഞാൻ വലിയ പഠനങ്ങൾ നടത്തി. പ്രബന്ധങ്ങൾ പ്രസിദ്ധീകരിച്ചു. പ്രഭാഷണങ്ങൾ നടത്തി. എന്റെ സിദ്ധാന്തങ്ങൾ മന:ശാസ്ത്ര ലോകത്തുതന്നെ വ്യാപകമായി ചർച്ച ചെയ്യപ്പെടാൻ തുടങ്ങിയ സമയമാണ്. അമേരിക്കൻ മണ്ണ് എന്റെ വളർച്ചയ്ക്ക് ഏറ്റവും അനുകൂലമാകുമെന്ന് ഉറപ്പായിരുന്നു.

ഞാൻ നേരെ പ്രൊഫസർ ആറ്റോപ്ലാസിനെ കാണാൻ അദ്ദേഹത്തിന്റെ മുറിയിലെത്തി. എന്റെ അച്ഛനെപ്പോലെയാണ് ഞാനദ്ദേഹത്തെ കണ്ടിരുന്നത്. എനിക്ക് വിസ വന്ന വിവരം അദ്ദേഹം അറിഞ്ഞിരുന്നു.

'എന്തു തീരുമാനിച്ചു' എന്നാണ് അദ്ദേഹം ആദ്യം ചോദിച്ചത്

'ഒന്നും ഉറപ്പിച്ചിട്ടില്ല സർ, പറയൂ ഞാൻ എന്ത് ചെയ്യണം?' അദ്ദേഹം എന്തുപറയുന്നു അത് ചെയ്യാമെന്ന തീരുമാനത്തിലായിരുന്നു ഞാൻ. കുറച്ചുനേരം അദ്ദേഹം എന്റെ കണ്ണുകളിൽ നോക്കിനിന്നു. പിന്നെ പറഞ്ഞു:

'ചില കാര്യങ്ങൾ തീരുമാനമാക്കിത്തരേണ്ടത് അങ്ങ് മുകളിലുള്ളയാളല്ലേ... നീ അതിനു വേണ്ടി പ്രാർത്ഥിക്ക്.'

ഞാൻ അവിടെനിന്നും ഹോസ്പിറ്റൽ വാർഡിലേക്ക് നടന്നു. ഏതോ അജ്ഞാത ലോകത്തിന്റെ പരിഭ്രാന്തിയിൽ വിറളി പിടിക്കുന്നവർ. വിളിപ്പാടകലെ ഗ്യാസ് ചേംബറിലേക്കുള്ള ട്രക്കുകൾ. അന്ന് മുഴുവൻ ഞാൻ വാർഡിൽ ഓരോരുത്തരെയായി സമാധാനിപ്പിച്ചുകൊണ്ട് നടന്നു. അടുത്തദിവസമാണ് കോൺസുലേറ്റിലെത്തേണ്ട അവസാനദിവസം. രാത്രി മുഴുവൻ ഞാൻ തിരിഞ്ഞും മറിഞ്ഞും കിടന്ന് ചിന്തിച്ചു. എന്നെ സഹായിക്കാൻ ദൈവത്തോട് ഗാഢമായി പ്രാർത്ഥിച്ചു. സ്വപ്നത്തിലെങ്കിലും ഒരു സൂചന കിട്ടണേയെന്നാഗ്രഹിച്ചു.

ആൽപ്സിന്റെ മലമുടികൾക്കു മേലെ കണ്ണഞ്ചുന്ന വെളിച്ചം. അതിലേക്ക് നടന്നുകയറുന്ന ഒരു മലയാട്. അവിടുന്നാരോ എന്നെ മാടി വിളിക്കുന്നുണ്ട്. ഞാൻ മലകയറുകയാണ്. അതുതന്നെ കുറേനേരം സ്വപ്നം കണ്ടു.

രാവിലെ ചെറിയൊരു നടത്തത്തിനുശേഷം തീൻമേശയ്ക്കരികിലെത്തിയപ്പോൾ മേശപ്പുറത്ത് കിടപ്പുണ്ട് വലിയൊരു മാർബിൾക്കഷണം. അതെന്താണെന്ന് ഞാൻ പപ്പയോട് തിരക്കി. നാസികൾ നശിപ്പിച്ച ലിയോപോൾ സിനഗോഗിന്റെ അവശിഷ്ടങ്ങൾക്കിടയിൽ നിന്ന് കിട്ടിയതാണത്രേ. ഞാനത് തിരിച്ചും മറിച്ചും നോക്കി. ഒരു ഭാഗത്ത് എന്തോ എഴുതിയിട്ടുണ്ട്.

'നിന്റെ പിതാവിനെയും മാതാവിനെയും മാനിക്കുക, എന്നാൽ ഭൂമിയിൽ നിന്റെ ജീവിതം സാർത്ഥകമാകും.'

അത് പലവുരു വായിച്ചശേഷം ഞാൻ ആകാശത്തേക്ക് നോക്കി. രാത്രി കണ്ട സ്വപ്നത്തിൽ എന്നെ മാടിവിളിച്ച മേഘങ്ങൾ. മമ്മയും പപ്പയും ചേർന്നു നിൽക്കുന്നതുപോലെയാണ് അത് നിന്നത്.

അതിലപ്പുറം സൂചനകളൊന്നും ദൈവത്തിൽ നിന്ന് എനിക്ക് കിട്ടാനില്ല. പടികയറാൻ ശ്രമിക്കുകയായിരുന്ന മമ്മയുടെ കൈപിടിച്ച് ഞാൻ മെല്ലെ വരാന്തയിലേക്ക് നടത്തിച്ചു. ആരാകണമെന്ന തീരുമാനത്തിലേക്കാണ് ഞാൻ അന്ന് നടന്നു കയറിയത്.

ജ്ഞരായ ഡോക്ടർമാർ റോത്ത്സ് ചൈൽഡിൽ മാത്രമേ സേവനമനുഷ്ഠിക്കാവൂ എന്ന് നിയമം വന്നു. പ്രൊഫസർ ആറ്റോപ്ലാസിനു കീഴിലായിരുന്നു എന്റെ ഡ്യൂട്ടി.

മനോരോഗം സ്ഥിരീകരിച്ചവരെയെല്ലാം ഉടനടി ദയാവധം ചെയ്യാൻ ഉത്തരവുണ്ടായി. പ്രൊഫസർ അതിനെ അനുകൂലിച്ചില്ല. പക്ഷേ, നേരിട്ടെതിർക്കാനും വയ്യ. കാരണം, ആശുപത്രി ഡയറക്ടർ ഡോ. ജെ കേലിയസാണ് ഹിറ്റ്ലറുടെ സഹോദരീ ഭർത്താവ്. ഒരു ക്രൂരൻ. മരുന്നു പരീക്ഷണങ്ങളുടെയെല്ലാം സൂത്രധാരൻ.

മാനസിക പ്രശ്നങ്ങളുമായി എന്നെ സമീപിച്ചവർക്കൊന്നും മനോരോഗമില്ലെന്ന് സ്ഥിരീകരിക്കലായിരുന്നു എന്റെ ജോലി. അത് എന്തെങ്കിലും നാഡീവൈകല്യമാണെന്ന് എഴുതിക്കൊടുക്കണം. പ്രൊഫസർ എനിക്ക് അങ്ങനെയാണ് നിർദ്ദേശം തന്നത്. മനോരോഗ വിദഗ്ധൻ എന്ന നിലയിൽ ഞാൻ നൽകിയ സർട്ടിഫിക്കറ്റ് അങ്ങനെ കുറേപ്പേരുടെ ജീവൻ രക്ഷിച്ചു.

പക്ഷേ, ഹോസ്പിറ്റലിലെ മരണനിരക്ക് കൂടിക്കൂടി വന്നു. ജെ കേലിയസിന്റെ കീഴിലുള്ള കുറച്ച് ഡോക്ടർമാരാണ് മുഴുവൻ നിയന്ത്രണം. ഞാൻ രഹസ്യമായിട്ടറിഞ്ഞതാണ്, കാര്യപ്പെട്ട രോഗങ്ങളുള്ളവരെയെല്ലാം എന്തോ മരുന്ന് കുത്തിവെച്ച് കൊന്നുകളയുകയാണ്. ഹിറ്റ്ലറുടെ അജണ്ടയാണത്രേ. അംഗവിഹീനരെയും രോഗികളെയും തീറ്റിപ്പോറ്റാനുള്ളതല്ല രാഷ്ട്രസമ്പത്തെന്നാണ് ന്യായം. അവർ കൊന്നത് ഗുരുതര രോഗങ്ങളുള്ളവരെ മാത്രമല്ല. യുദ്ധകാലത്തിന്റെ സംഘർഷത്തിൽ നേരിയ തോതിൽ മാനസിക സമ്മർദ്ദം ബാധിച്ച് അഡ്മിറ്റായവർ മുതൽ അവരുടെ ഇരകളായി.

കൗൺസിലിങ്ങും ചെറിയ മരുന്നുകളുംകൊണ്ട് ഞങ്ങൾ കൈപിടിച്ചുയർത്തി തൊട്ടടുത്ത ദിവസം ഡിസ്ചാർജ്ജ് ചെയ്യാനൊരുക്കി നിർത്തിയവർ അടുത്ത ദിവസം ഒരു തുള്ളി ശ്വാസത്തിനു വേണ്ടി പിടയുന്നതും ഒടുക്കത്തെ ഉറക്കത്തിലേക്ക് വഴുതി വീഴുന്നതും നോക്കി നിൽക്കേണ്ടി വന്നു. അവർ കൊന്നതു മുഴുവൻ ജ്ഞരെയാണ്. ഫിനോളും ബാർബിട്യുറേറ്റ്സുമൊക്കെ നഴ്സസ് സ്റ്റേഷനിൽ നിറഞ്ഞു കവിഞ്ഞു. അതു നേരിട്ട് കുത്തിവെച്ചാണ് ദയാവധം.

പ്രൊഫസറുടെ നിർദ്ദേശപ്രകാരം ഞങ്ങളുടെ രോഗികളെ എങ്ങനെയെങ്കിലും രഹസ്യമായി രക്ഷിച്ചെടുക്കണമായിരുന്നു. ജെ കേലിയസിന്റെ രഹസ്യക്കണ്ണുകൾ എല്ലായിടത്തുമുണ്ടായിരുന്നതുകൊണ്ട് അതൊക്കെ മറികടന്നു വേണമായിരുന്നു ഞങ്ങളുടെ ഇടപെടൽ. ഡോക്ടർമാർ ദയാവധത്തിനായി കുത്തിവെച്ച മരുന്നുകളെ നിർവീര്യമാക്കാൻ ഓരോ മരുന്നുകളായി മാറ്റിമാറ്റി പ്രയോഗിച്ചു നോക്കി. ഒടുവിൽ ആംഫെ

റ്റാമിനിലെത്തി. അതൊരു ഉത്തേജകൗഷധമായിരുന്നു.

മറുമരുന്നായി അത് തലച്ചോറിനത്തേക്ക് നേരിട്ട് കയറ്റി നോക്കു കയായിരുന്നു എന്റെ അടുത്ത ദൗത്യം. തലയോട്ടി തുരന്ന് ഉള്ളിലേക്ക് മരുന്നെത്തിക്കണം. റോത്ത്സ് ചൈൽഡിൽ ആ സൂക്ഷ്മ ശസ്ത്രക്രിയ ചെയ്യുന്ന ഒരേയൊരാൾ പ്രൊഫസർ ഷോൻബർ മാത്രമായിരുന്നു. അദ്ദേഹമാണെങ്കിൽ അങ്ങനെയൊരു ഉദ്യമത്തിനൊരുക്കമായിരുന്നില്ല. എനിക്കത് പഠിപ്പിച്ചു തരാനോ അദ്ദേഹം രോഗികളിൽ ചെയ്യുന്നത് കണ്ടു നിൽക്കാനോ പോലും അനുവദിച്ചില്ല. ആകെയുണ്ടായിരുന്ന കൈമുതൽ ഡാൻഡിയുടെ സർജറിപുസ്തകമായിരുന്നു. കൂട്ടത്തിൽ രഹസ്യമായി ഷോൻബറുടെ ഓപ്പറേഷൻ തിയേറ്റർ സൂക്ഷിപ്പുകാരനായിരുന്ന ഒരു പയ്യനെ കിട്ടി. സമർത്ഥൻ. ഉറക്കമൊഴിച്ച് ഞാൻ ആ സൂക്ഷ്മശസ്ത്രക്രിയ പഠിച്ചെടുത്തു.

സംഗതി ഏറെ ഫലപ്രദമായിരുന്നു. ജെ കേലിയസ് പ്രതീക്ഷിച്ചതിൽ നിന്നു വിപരീതമായി രോഗികൾ ഉന്മേഷത്തിലേക്ക് കണ്ണ് തുറന്നു. അയാൾ വെറുതേയിരുന്നില്ല. അന്വേഷണത്തിൽ ആറ്റോപ്ലാസിന്റെ രോഗികളാണ് രക്ഷപ്പെടുന്നതെന്ന് അന്വേഷിച്ചു കണ്ടെത്തി. കത്തോലിക്കനും ആദ്യകാല നാസി അനുഭാവിയുമായ ആറ്റോപ്ലാസിനെ മാറ്റി നിർത്തി ഉത്തരവാദിത്വം മുഴുവൻ ജൂതനായ എന്നിൽ ചാർത്തി.

അടുത്തദിവസം ഞാൻ ക്ലാസെടുത്തുകൊണ്ടിരിക്കേ ലക്ചർ ഹാളിന്റെ വാതിൽ മെല്ലെ തുറന്നുകൊണ്ട് നാസി യൂണിഫോമിൽ ഒരാൾ വന്നുനിന്നു. ഒരു എസ് എസ് ഉദ്യോഗസ്ഥൻ. 'ഭയം ഇന്നിന്റെ പ്രതിഭാസം' എന്ന വിഷയമായിരുന്നു ഞാൻ എടുത്തുകൊണ്ടിരുന്നത്. ക്ലാസ് അവസാനിപ്പിക്കാൻ ആജ്ഞാപിക്കും വിധമായിരുന്നു അയാളുടെ ശരീരഭാഷ. പെട്ടെന്ന് എവിടുന്നോ ഒരു ധൈര്യം എന്റെയുള്ളിൽ നുരഞ്ഞുവന്നു. ഭയത്തെ പടിക്കു പുറത്ത് നിർത്താനുള്ള വഴികളെക്കുറിച്ച് ക്ലാസ് എടുക്കുന്നയാൾ ഭയന്ന് പിന്മാറരുതല്ലോ. ഞാൻ ക്ലാസ് തുടർന്നു. അയാൾക്കൂടി എന്റെ വിദ്യാർത്ഥിയാണെന്ന പോലെയാണ് ഞാൻ സംസാരിച്ചത്. അയാൾക്കും അത് രസിച്ചതായി തോന്നി. ക്ലാസ് തീരുന്നതുവരെ അയാൾ ആ വാതിൽ പടിയിൽ ശ്രദ്ധയോടെ നിൽക്കുകയും ഞാൻ ഇറങ്ങി പുറത്തേക്ക് നടന്നപ്പോൾ ചെറിയൊരു പുഞ്ചിരി സമ്മാനിക്കുകയും ചെയ്തു.

വീട്ടിലെത്തിയപ്പോൾ കരഞ്ഞുകൊണ്ടിരിക്കുന്ന മമ്മയെയാണ് കണ്ടത്. ആസ്ട്രിയൻ ചാൻസലർ ഷൂസ് നിഗ് റേഡിയോയിലൂടെ വിടവാങ്ങൽ പ്രസംഗം നടത്തിയത്രേ. നാസികൾ എല്ലാം പിടിച്ചടക്കിയിരുന്നു. ജൂതത്തെരുവുകൾ മുഴുവൻ അടിച്ചു തകർക്കപ്പെട്ടു. ഒഴിഞ്ഞുപോയ ഒരു ഉത്സവപ്പറമ്പ് പോലെ എല്ലായിടവും പാത്രങ്ങളും പത്രങ്ങളും ചിത്രങ്ങ

ളും കടലാസുകളും പെട്ടികളും സഞ്ചികളും ചിതറിക്കിടന്നു. വാതിലുകളും ജനലുകളും ശൂന്യതയിലേക്ക് തുറന്നുവയ്ക്കപ്പെട്ട വീടുകൾ.

ഓരോദിവസവും ഞങ്ങൾ അവസാന ദിവസം പോലെയാണ് കഴിഞ്ഞത്. ആചാരമനുസരിച്ചുള്ള ആശംസകൾ ചൊല്ലി ഞങ്ങൾ നിശ്ശബ്ദമായി ആഹാരം കഴിച്ചു. ഇനിയൊരിക്കലും അങ്ങനെ ഒരുമിച്ച് ഇരിക്കാൻ കഴിയില്ലെന്ന ചിന്തയിൽ അതൊന്നും ശരിക്ക് ഇറങ്ങിപ്പോയില്ല.

ഗസ്റ്റപ്പോകൾ വീട്ടിലേക്ക് കയറിവന്ന ആ ദിവസം എനിക്ക് ഓർമ്മയുണ്ട്. ഞങ്ങൾ നെരിപ്പോടിനടുത്ത് തീ കായാനിരിക്കുകയായിരുന്നു. കുറച്ചു ദിവസങ്ങളായിട്ട് ഞങ്ങൾ പ്രതീക്ഷിച്ചിരുന്ന ഭീതിയുടെ നിമിഷങ്ങൾ.

'ഞാൻ ഡോക്ടറാണ് ആർസിയിൽ' എന്തെങ്കിലും പരിഗണന പ്രതീക്ഷിച്ചാണ് ഞാനത് പറഞ്ഞത്.

'അറിയാം. അതുകൊണ്ടുതന്നെയാണ് നിങ്ങളെ അറസ്റ്റ് ചെയ്യാൻ പറഞ്ഞിരിക്കുന്നത്. പെട്ടെന്നിറങ്ങ്' അയാൾ ധൃതിപിടിച്ചു.

'ഹോസ്പിറ്റലിലെ അനധികൃത ശസ്ത്രക്രിയകൾ, ധനകാര്യ തിരിമറികൾ... അങ്ങനെ പലതുമുണ്ട്. നീ അവിടെയെത്തിയാലറിയും.' എന്റെ പേരിലുള്ള കുറ്റമെന്താണെന്ന ചോദ്യത്തിന് പട്ടാളക്കാരൻ വല്ലാതെ ഒച്ചവെച്ചു. മമ്മയെയും പപ്പയെയും ടില്ലിയെയും അതിനകം അവർ വാഹനത്തിലേക്ക് വലിച്ചിട്ടു കഴിഞ്ഞിരുന്നു. ഞാൻ എന്തൊക്കെയോ പറഞ്ഞ് ബഹളം വെച്ചു. അതിനുമീതെ പട്ടാളക്കാരുടെ അലർച്ചകൾ ഉയർന്നുപൊങ്ങി. പെട്ടെന്നാരോ എന്റെ ചെകിട്ടത്ത് ഊക്കിലൊന്നടിച്ചു. തെറിച്ചുവീണിടത്തുനിന്ന് ഒരാളെന്നെ വണ്ടിയിലേക്ക് വലിച്ചിഴച്ചു. ഒരു ദുരിതയാത്രയുടെ തുടക്കം അങ്ങനെയായിരുന്നു.

1945 മെയ് 27

ഏതോ ഒരു ജീവി ഉച്ചത്തിൽ അമറുന്നതു കേട്ടാണ് ഞാൻ ഞെട്ടിയെണീറ്റത്. അത് തുടർച്ചയായി കേൾക്കാനുണ്ട്. വേദനിച്ച് കരയും പോലെ.

ഉറക്കം വല്ലാതെ അസ്വസ്ഥമായിരുന്നു. പേടിപ്പെടുത്തുന്ന കുറേ രൂപങ്ങൾ ഒറ്റപ്പെട്ട ഒരു ഇടുങ്ങിയ വഴിയിലൂടെ എന്നെയിട്ടോടിക്കുകയാണ്. എഴുന്നേൽക്കാൻ കുറേ ശ്രമിച്ചിട്ടും പറ്റിയില്ല. ഒടുവിൽ ആ മൃഗത്തിന്റെ കരച്ചിലിലേക്കാണ് ചെന്നു വീണത്.

പകൽ ഹെൻട്രിയുടെ കൂടെ കാട്ടിലൂടെ കുറേദൂരം നടന്നതിന്റെ ക്ഷീണമുണ്ടായിരുന്നു. ബോഡയുടെ അരികിലൂടെയുള്ള നീരൊഴുക്ക് മുറിച്ചു കടന്നാണ് ഞങ്ങൾ കാട്ടിലേക്ക് കടന്നത്. പടുകൂറ്റൻ മരങ്ങൾക്കിടയിലൂടെ നടന്നുപോകാവുന്ന ഇടുങ്ങിയ വഴികൾ കടന്നു കുറേയെത്തിയപ്പോൾ എന്റെ തലയിലെന്തോ ഭാരം എടുത്തുവെച്ചത് പോലെ അസ്വസ്ഥമായി. കാഴ്ചകളൊന്നും ആകർഷകമായിത്തോന്നിയില്ല.

'നമുക്ക് തിരിച്ചു പോകാം. നല്ല സുഖം തോന്നുന്നില്ല.' ഞാൻ ഹെൻട്രിയോട് തിരിച്ചു നടക്കാനാവശ്യപ്പെട്ടു.

ആ മൃഗം അമറുന്നതിന്റെ ഒച്ച കുറഞ്ഞു വരുന്നുണ്ട്. ചിലപ്പോഴത് ക്ഷീണിച്ചവശനായിട്ടുണ്ടാവും. ഒച്ചയെടുക്കാനാവാത്തവണ്ണം അത് തളർന്നിരിക്കും. മരണാസന്നമായ ഈ അമർന്ന കരച്ചിൽ പോലെയാണ് തടവുകാരെ കുത്തിനിറച്ച ആ ട്രെയിൻ കിതച്ചു കൂവിയിരുന്നത്. ചെറിയൊരു ശബ്ദ സാദൃശ്യംപോലും എന്നെ കൊണ്ടു തള്ളുന്ന ഓർമ്മയുടെ നരകവാതിലിൽ ഞാൻ തളർന്നിരുന്നു. തെരേസിയൻ ക്യാമ്പിനടു

ത്തുള്ള റെയിൽവേ സ്റ്റേഷനിൽ ഞങ്ങളെ കൊണ്ടിരുത്തിയിട്ട് ഏറെ നേരമായിരുന്നു. കുടിക്കാൻ ഒരുതുള്ളി വെള്ളംപോലും കിട്ടിയില്ല. കൽക്കരി കയറ്റിപ്പോയ ഒരു ഗുഡ്സ് വാഗന് പിറകെ ആർത്തമായ നിലവിളി പോലെ ഒരു തീവണ്ടിയുടെ ഇരമ്പം കേട്ടു. മെല്ലെ ഗതി പതുക്കെയാക്കി പാളത്തിലുരഞ്ഞുരഞ്ഞ് അത് നിന്നു.

വാതിൽക്കലെല്ലാം കുറേയാളുകൾ തൂങ്ങിപ്പിടിച്ച് നിൽപ്പുണ്ട്. ദൈന്യത മുഴച്ചുനിൽക്കുന്ന കുറെ മുഖങ്ങൾ ഞങ്ങളെ തുറിച്ച് നോക്കി. ആളുകൾ തിങ്ങി നിറഞ്ഞ അതിനുള്ളിലേക്കാണ് എന്നെയും തള്ളിക്കയറ്റിയത്. ജാലകങ്ങൾ ഒക്കെ അടഞ്ഞിരുന്നത് കാരണം കനത്ത ഇരുട്ടായിരുന്നു അതിനകത്ത്. മേലെയുള്ള ചെറിയ ദ്വാരത്തിലൂടെ വെളിച്ചത്തിന്റെ ഒരു ചെറിയ തുണ്ട് മാത്രം. മലമൂത്രങ്ങളും വിയർപ്പുമെല്ലാം കൂടിക്കലർന്ന അസഹ്യമായ ആ നാറ്റത്തിൽ ഞാൻ തുടർച്ചയായി ഓക്കാനിച്ചുകൊണ്ടിരുന്നു. വേറെയേതോ ക്യാമ്പിലേക്കുള്ള യാത്രയാണ്. പലയിടങ്ങളിൽനിന്നും തടവിലാക്കിയവരാണ്. അകത്ത് തളർന്ന് കുഴഞ്ഞു കിടപ്പുണ്ടായിരുന്നു കുറേപ്പേർ. എപ്പൊഴോ ഞാനും അക്കൂട്ടത്തിൽ ക്ഷീണിച്ചു കിടന്നുറങ്ങിപ്പോയി. കണ്ണു തുറക്കുമ്പോൾ വലിയ അലർച്ചകളാണ്. പട്ടാളക്കാർ തടവുകാരെ വലിച്ചു പുറത്തേക്കിട്ടു.

നരച്ചും മുഷിഞ്ഞുമുള്ള വെളുപ്പിൽ കുത്തനെ വീതിയുള്ള നീലവരയൻ യൂണിഫോമണിഞ്ഞ് കുറെ തടവുകാർ ഞങ്ങളെ സ്വീകരിക്കാൻ തയ്യാറായി നിൽപ്പുണ്ടായിരുന്നു. മെലിഞ്ഞുണങ്ങിയ കോലങ്ങൾ. തലമുടിയൊക്കെ പറ്റെ വടിച്ച് ആകെ വികൃതമായ കുറേ പ്രേതരൂപങ്ങൾ. ഓഷ്വിറ്റ്സ് കോൺസെൻട്രേഷൻ ക്യാമ്പായിരുന്നു അത്. കയ്യിലുള്ളതെല്ലാം വണ്ടിയിൽത്തന്നെയിട്ട് പുറത്തേക്കിറങ്ങി വരിവരിയായി നിൽക്കാനായിരുന്നു ഉത്തരവ്. എനിക്ക് ആകെ എടുക്കാനുണ്ടായിരുന്നത് ആ കടലാസുകെട്ടായിരുന്നു. പുസ്തകമാക്കാനായി ഞാൻ കുത്തിക്കുറിച്ചിട്ട ഏറെക്കാലത്തെ നിരീക്ഷണങ്ങൾ. ആരും കാണാതെ ഞാനത് കോട്ടിനകത്തേക്ക് തിരുകിവെച്ചു.

'പെട്ടെന്നിറങ്ങടാ പന്നീ' ഒരു പട്ടാളക്കാരൻ എന്റെ മുതുകത്ത് പിടിച്ച് ഒറ്റത്തള്ള്. കാൽമുട്ടടിച്ച് ഞാൻ പ്ലാറ്റ്ഫോമിലേക്ക് തെറിച്ചുവീണു. എങ്ങനെയോ തപ്പിപ്പിടഞ്ഞെഴുന്നേറ്റ് വേഗം ഞാൻ ആ വരിയിൽ ചേർന്നു. കടലാസുകെട്ട് കോട്ടിനുള്ളിലൊളിപ്പിച്ചത് ആരെങ്കിലും കാണുന്നുണ്ടോ എന്ന് മാത്രമായിരുന്നു എന്റെ കണ്ണുകൾ ഭീതിയോടെ പരതിയത്.

'എന്താടാ നിനക്കൊരു കള്ള ലക്ഷണം? ഇങ്ങോട്ട് നീങ്ങി നിൽക്ക്.' ഒരു പട്ടാളക്കാരൻ എന്റെ കഴുത്തിന് തൂക്കി കമാൻഡറുടെ മുന്നിൽക്കൊണ്ടു നിർത്തി.

ളുകലിന്റെ നീളൻതൊപ്പി ധരിച്ച ഒരാൾ. ചുണ്ടിൽ ചുരുട്ട്. മുഖത്ത് ക്രൂരത എഴുതിവെച്ചിട്ടുണ്ട്. ശ്വാസംപോലും നേരെ കിട്ടാതെ ഒടിഞ്ഞു മടങ്ങിക്കിടന്നതുകാരണം തളർന്നു കൂനിയാണ് ഞാനവിടെ നിന്നത്. ബലിഷ്ഠമായ കൈകൾകൊണ്ട് അയാൾ എന്റെ ചുമലിൽ എല്ലുനുറുങ്ങും പോലെയൊന്ന് അമർത്തി. എന്നിട്ട് ഇടത്തോട്ട് ചരിച്ചു നിർത്തി. പെട്ടെന്ന് അയാൾ എന്തോ കാര്യത്തിന് രണ്ടടി മുന്നോട്ടു നടന്നു. അയാളുടെ ദൃഷ്ടിയിൽ ഞാനില്ല. ഞൊടിയിടയിൽ വലതുവശത്തു നിന്നൊരു കാവൽക്കാരൻ എന്റെ കൈപിടിച്ച് ഒറ്റവലി. ഞാൻ വലത്തേക്കുള്ള വരിയിൽ ഇഴ ചേർന്നു.

കമാൻഡർ എന്നെ ഇടത്തേക്കാണ് തള്ളിയതെന്നും അങ്ങോട്ടാണെനിക്ക് പോകേണ്ടതെന്നും പറയാൻ നാവു പൊന്തിയെങ്കിലും ഞാൻ മിണ്ടിയില്ല. മാത്രവുമല്ല ഇടത്തെ വരിയിൽ എനിക്ക് പരിചയമുള്ള മുഖങ്ങളേ കണ്ടില്ല. വലത്തേതിലാണെങ്കിൽ ചില പരിചിത മുഖങ്ങളുണ്ടായിരുന്നുതാനും.

പിന്നീടാണ് ഞാനറിഞ്ഞത്, അത് ജീവിതത്തിലേക്കും മരണത്തിലേക്കുമുള്ള നിർണായ തെരഞ്ഞെടുപ്പ് പ്രക്രിയയായിരുന്നുവെന്ന്. നാസി ക്രൂരതയുടെ പര്യായമായ മെംഗലേ എന്ന പട്ടാള ഉദ്യോഗസ്ഥനായിരുന്നു അത്. ചുമലിൽ പിടിച്ചുള്ള അമർത്തൽ കരുത്ത് പരിശോധിക്കാനായിരുന്നു. പണിയെടുക്കാൻ ആരോഗ്യമുള്ളവരെ വലത്തേക്ക് വിട്ടു. ക്യാമ്പിലേക്ക്. അല്ലാത്തവരെ ഇടത്തേക്ക്. ആ വഴി അവസാനിച്ചത് ഗ്യാസ് ചേമ്പറിലായിരുന്നു! അത് അറിഞ്ഞ നിമിഷം എന്റെ ചങ്കൊന്ന് കാളി. ശ്വാസമെടുത്തപ്പോൾ മൂക്കിലേക്ക് ഇരച്ചു കയറിയത് ശവത്തിന്റെ ഗന്ധമായിരുന്നു. ഗ്യാസ് ചേമ്പറിൽ നിന്നു കുതറിച്ചാടിയതുപോലെ ഒരു ദീർഘനിശ്വാസം പുറത്തുവന്നു. ഓർത്തെടുക്കാൻ ശ്രമിച്ചത് എന്നെ വലത്തോട്ട് വലിച്ച ആ കാവൽക്കാരന്റെ മുഖമാണ്. എത്ര ശ്രമിച്ചിട്ടും അതിന് എനിക്ക് കഴിഞ്ഞില്ല. പക്ഷേ, എന്റെ തളർന്ന കൈകളിലമർന്ന ആ മെലിഞ്ഞ വിരലുകൾ... അത് ഞാൻ എങ്ങനെ മറക്കാനാണ്!

1945 മെയ് 30

ആ തടിയൻ പട്ടാളക്കാരന്റെ ബഹളം കേട്ടാണ് ഞാൻ ഉറക്കം ഞെട്ടിയത്. കുറേ മുമ്പുതന്നെ ഉറക്കം വല്ലാതെ അസ്വസ്ഥമായിരുന്നു. ഈയിടെയായി ഞാൻ ഡയറി കുത്തിക്കുറിക്കുന്നതെല്ലാം ഇങ്ങനെ അർദ്ധരാത്രിയിൽ ഓരോ സ്വപ്നം കണ്ട് ഞെട്ടിയെണീറ്റിട്ടാണ്. ഇന്നലെ ഹെൻട്രി ചോദിച്ചു വിക്കിക്കെന്താ, ഉറക്കമൊന്നുമില്ലേ? രാത്രിയിൽ വെളിച്ചം കണ്ടല്ലോ

ഞാൻ ഒന്നും മിണ്ടിയില്ല. കടിഞ്ഞാണിടാൻ പറ്റാത്ത മനസ്സിനെയോർത്ത് ആധിയുണ്ടായിരുന്നു.

ജോസഫ് വന്നിരുന്നുവെങ്കിൽ ഒരു സമാധാനമായേനെ. ഇന്ന് ഞാൻ ശരിക്കുമിരുന്നൊന്ന് ആലോചിച്ചു, ജോസഫിനെ കാണാൻ അത്രമാത്രം വെമ്പുന്നതിന് കാരണം. അവന് കൃത്യമായറിയാം എന്റെ പ്രശ്നങ്ങളും അത് നേരിടാനുള്ള വഴികളും. ചിരിച്ചുകൊണ്ടുള്ള ആ സംസാരം കേട്ടാൽത്തന്നെ മനസ്സ് പകുതിയിലേറെ ശാന്തമാകും. ഞാൻ എത്രകണ്ട് അസ്വസ്ഥനാണെന്നുവരെ അളന്നു തിട്ടപ്പെടുത്തിയ മട്ടിലാവും പിന്നെയവൻ സംസാരിക്കുക. കൃത്യമായ ചില നിർദ്ദേശങ്ങളുമുണ്ടാവും പരിഹാരമായി. പക്ഷേ, എത്ര ശ്രമിച്ചിട്ടും അവൻ അന്ന് പറഞ്ഞ പലതും എനിക്ക് ഓർത്തെടുക്കാനാവുന്നില്ല. പുക മൂടിയ ചില്ലുജാലകത്തിലൂടെ കുറേ വഴികൾ. എല്ലാം അവ്യക്തമാണ്.

എന്നാലും ജീവൻ പണയംവെച്ച് അവൻ എന്നെ രക്ഷിച്ചെടുത്തതിന്റെ ചിത്രങ്ങൾ ഇന്നലെ കഴിഞ്ഞതുപോലെ എന്നെ വന്ന് തൊട്ടുണർത്താറുണ്ട്.

അന്ന് പണിസ്ഥലത്ത് കുറച്ചധികം വൈകി. ട്രാക്കുകൾക്കിടയിൽ കരിങ്കല്ല് പാകുന്ന ജോലിയായിരുന്നു. തിരിച്ചു കയറുമ്പോഴുണ്ട് ഒരു തടിയൻ പട്ടാളക്കാരൻ എന്നെ നോക്കി നിൽക്കുന്നു. പെട്ടെന്നുതന്നെ ആളെയെനിക്ക് പിടികിട്ടി. തെരേസിയൻ ക്യാമ്പിൽ വച്ച് എന്നെ ചവിട്ടിയിട്ട ദുഷ്ടൻ. കൈയിലൊരു തോക്കുണ്ട്. ഞാൻ ഒറ്റയ്ക്കാണ്. മറ്റു സുഹൃത്തുക്കളൊക്കെ നടന്നു ദൂരെയെത്തിയിരിക്കുന്നു. എന്നെ തിരിച്ചറിഞ്ഞ് പഴയ ദേഷ്യമൊന്നുകൂടി തീർക്കാനുറച്ചിട്ടെന്നപോലെയാണ് നില്പ്. വേണമെങ്കിൽ അയാൾക്കെന്നെ വെടിവെച്ചു കൊല്ലാം. ഇങ്ങനെ എത്രയെത്ര ശവങ്ങളുണ്ട് ചുറ്റിലും. ആരു ചോദിക്കാൻ...

ഇതാവും എന്റെ ഗതി. നീട്ടിപ്പിടിച്ച തോക്കിൽ നിന്ന് ചീറുന്ന ഒരു വെടിയുണ്ട പ്രതീക്ഷിച്ച് ഞാൻ കണ്ണുകളടച്ചു.

'ഏയ് ഓഫീസർ...' ആരോ വിളിച്ചിടത്തേക്ക് അയാൾ നോക്കി. അത് ജോസഫായിരുന്നു. അവൻ കിതച്ചു കിതച്ചാണ് ഓടിവന്നത്.

'സിക്സ്ത്ത് സെക്ടറിലെ ബീമിന്റെ അലൈൻമെന്റ് തെറ്റിക്കിടക്കുന്ന കാര്യം ശ്രദ്ധിച്ചിരുന്നോ? ഓഫീസർമാരാരെങ്കിലുമുണ്ടെങ്കിൽ അങ്ങോട്ട് ചെല്ലാൻ പറഞ്ഞിട്ടുണ്ടായിരുന്നു. വേഗം വേണമത്രേ.'

ബൂട്ട് നിലത്ത് ആഞ്ഞു ചവിട്ടിക്കൊണ്ട് അയാൾ തിരിഞ്ഞു നടന്നു. അവൻ എന്റെയടുത്തേക്ക് വന്ന് കൈ പിടിച്ചു വലിച്ചു. 'വാ...ഒറ്റയ്ക്ക് നിൽക്കരുതെന്ന് പറഞ്ഞിട്ടില്ലേ?'

ക്യാമ്പിലേക്ക് നടക്കുന്നതിനിടയിൽ ഞാൻ ചോദിച്ചു

'എവിടേക്കാണയാൾ പോയത്? അവിടെ എന്തു പ്രശ്നമാണെന്നാണ് പറഞ്ഞത്?' അവൻ എന്നെ നോക്കി കണ്ണിറുക്കി ചിരിച്ചു. 'അയാളവിടെ പോയിത്തുലയട്ടെ.'

അവൻ എന്നെയന്വേഷിച്ചിറങ്ങിയതാണെന്നുറപ്പ്. കുറേ നാളുകളായി ഞാനത് ശ്രദ്ധിച്ചിരുന്നു. ഏതെങ്കിലും മൂലയിൽക്കാണും. എന്നെ നോക്കുന്നേയില്ല എന്നാവും ഭാവം. പക്ഷേ, ഞാൻ ഏതെങ്കിലും പ്രശ്നത്തിലകപ്പെട്ടുമെന്ന് കണ്ടാൽ ഉടനെത്തും. എന്തെങ്കിലും പരിഹാരവുമായി.

ട്രഞ്ചിൽ കുഴിയെടുക്കാനായി അന്നൊരിക്കൽ എനിക്ക് കിട്ടിയ പിക്കാസിന് തീരെ മൂർച്ചയില്ലായിരുന്നു. ഏറെനേരം കൊത്തിയിട്ടും നിലം കുഴിഞ്ഞുവന്നില്ല. മേൽനോട്ടക്കാരനായ ക്യാപ്പോസെങ്ങാനും ആ വഴി വന്നാൽ നല്ല കനത്തിൽ ചാട്ടയടി കിട്ടുമെന്ന് ഉറപ്പായിരുന്നു. ഞാൻ പേടിച്ചു വിറച്ചുകൊണ്ടാണ് കിളച്ചത്. പെട്ടെന്ന് രണ്ടുപേർ നല്ല മൂർച്ചയുള്ള പിക്കാസുമായെത്തി എന്നോടൊപ്പം കൂടി. കാര്യം വേഗത്തിലായി. അതുവഴി കടന്നുപോയ ക്യാപോസ് ചിരിച്ചുകാണിച്ചാണ് മടങ്ങിയത്. പണി കഴിഞ്ഞ് തിരിച്ചു കയറുമ്പോൾ ഞാൻ രണ്ടുപേരോടും നന്ദി പറഞ്ഞു. പിന്നെയാണറിഞ്ഞത്, അവരെ അങ്ങോട്ട് വിട്ടത് ജോസഫാ

യിരുന്നുവെന്ന്. ആ കരുതലിന് ഞാൻ ദൈവത്തോട് നന്ദി പറഞ്ഞു.

പനിച്ചുവിറച്ച് ഞാൻ വയറിന്റെ കട്ടിലിൽ ചുരുണ്ടു കൂടിയതാണ്. തലേന്ന് വൈകുന്നേരം തന്നെ തുടങ്ങിയതായിരുന്നു. കാലത്ത് പണി സ്ഥലത്തേക്ക് പോകേണ്ടവർ ആദ്യത്തെ അലാറം കേട്ടപ്പോൾ തന്നെ ചാടിഎഴുന്നേറ്റു വസ്ത്രങ്ങളണിയാൻ തുടങ്ങിയിരുന്നു. തലയുയർത്താൻ പോലുമാകുന്നില്ല. ചതച്ചത് പോലെ വേദനയാണ്. ഞാൻ ഒന്നുകൂടി ചുരുണ്ടു. ഉറങ്ങിപ്പോയവരെ ഉണർത്താനുള്ള ചാട്ടയുംകൊണ്ട് ക്യാപ്പോസ് വരുന്നതിന്റെ ബൂട്ടടി ശബ്ദം പെരുമ്പറ പോലെ മുഴങ്ങി. ചാട്ടകൊണ്ട് ആദ്യം ഒന്ന് കുത്തിനോക്കിയ ശേഷമാണ് അയാൾ എന്നോട് ഒച്ചയിട്ടത്. തൊട്ടുനോക്കിയപ്പോൾ പനി ബോധ്യപ്പെട്ടിട്ടുണ്ടാവണം ബൂട്ടടികൾ അകന്നുപോയി. നാവ് വരണ്ടിരുന്നു. തൊണ്ട വലിഞ്ഞു മുറുകുംപോലെ വേദനിച്ചു. ഞാൻ അർദ്ധബോധാവസ്ഥയിലായിരുന്നു. വല്ലാത്ത മയക്കം തോന്നി ഉണരുമ്പോൾ നെറ്റിയിൽ നല്ല തണുപ്പ്. ആരോ കോട്ടൺ നനച്ചിട്ടിരിക്കുന്നു. ചുണ്ടിലേക്ക് തുള്ളി തുള്ളിയായി ഇളം ചൂടുവെള്ളം പകരുന്നുണ്ട്. മുടിയിഴയിലൂടെ മെല്ലെ ഓടുന്ന മെലിഞ്ഞ വിരലുകൾ. ഞാൻ കണ്ണുതുറന്നു. ജോസഫായിരുന്നു അത്. സൂപ്പുമായി അവൻ എന്റെ അടുത്തുതന്നെ ഇരുന്നു.

കുറേക്കഴിഞ്ഞ് ഞാൻ തളർന്ന ശബ്ദത്തിൽ അവനോട് ചോദിച്ചു:

'നിനക്കിന്ന് പണിക്ക് പോകണ്ടേ?'

'രണ്ടുദിവസം ലീവാക്കാം എന്ന് വിചാരിച്ചു' അവൻ പറഞ്ഞു.

'നീയെന്താ, പട്ടാള ഉദ്യോഗസ്ഥനോ?'ക്ഷീണത്തോടെയാണെങ്കിലും ചോദിക്കാതിരിക്കാനായില്ല.

'രണ്ടുദിവസം നൈറ്റ് ഡ്യൂട്ടി. ഒരു മാറ്റമൊക്കെ വേണ്ടേ?'

നെറ്റിയിൽ നനച്ചു തരുന്നതിനിടയിൽ അവൻ ചിരിച്ചു. മൂന്നാലുദിവസം വേണ്ടിവന്നു എനിക്ക് ആ പനിയിൽ നിന്നൊന്നു കരകയറാൻ. ആ ദിവസങ്ങളിൽ കിടന്നിടത്തുനിന്ന് ചെരിയാനും എഴുന്നേറ്റിരിക്കാനുമൊക്കെ അവനായിരുന്നു കൈ സഹായം. എന്റെ കൈയിൽ മുറുകെപ്പിടിച്ച അവന്റെ വിരലുകളിൽ ഞാൻ തൊട്ടു. വൈദ്യുത വേലിയിൽ തട്ടി തെറിച്ചുവീണ അന്ന് എനിക്കത് തിരിച്ചറിയാൻ പറ്റിയിട്ടുണ്ടായിരുന്നില്ല. ആ വിരലുകളിൽ ഞാൻ അമർത്തിപ്പിടിച്ചു.

'ഇതേ വിരലുകൾ കൊണ്ടായിരുന്നില്ലേ നീയെന്നെ അന്ന് വലത്തേ വരിയിലേക്ക് വലിച്ചത്?'

എങ്ങനെ കണ്ടുപിടിച്ചെന്ന് കൗതുകത്തോടെ അവൻ എന്നെ നോക്കി ഒരു കള്ളച്ചിരി ചിരിച്ചു

ഒരു രക്ഷപ്പെടൽ ശ്രമം ഓർമ്മയുണ്ട്. അമ്പ്രോസ് എന്നാണ് അയാൾ പേര് പറഞ്ഞത്. ട്രഞ്ചിൽ പണിയെടുക്കുന്നതിനിടയിൽ പരിച

യപ്പെട്ടതാണ്. ഒരു ഹംഗേറിയൻ. പലപ്പോഴായി അടുത്തുകൂടി ഓരോന്ന് ചോദിച്ചും പറഞ്ഞുമിരിക്കും. ഒരുദിവസം രഹസ്യമായി എന്നോട് ചോദിച്ചു.

'ചെറിയൊരു പദ്ധതിയുണ്ട് കൂടുന്നോ?'

ഞാൻ ആകാംക്ഷയോടെ എന്താണെന്ന് തിരക്കി. ട്രഞ്ചിൽ നിന്ന് ക്യാമ്പിലേക്ക് പോകുന്ന വഴിയിൽ അധികം ആരും ശ്രദ്ധിക്കാത്ത ഒരിടത്ത് മുൾവേലിക്കടിയിൽ പുറത്തു കടക്കാവുന്ന ഒരു വിടവുണ്ട്. ആരും കാണാതെ ചാടാൻ പറ്റിയാൽ കുത്തനെയൊരിറക്കമാണ്. വാച്ച് ടവറിലെ ദൂരദർശിനിയിലൂടെ കാണാനിടയില്ല. വൈകിട്ട് ബവേറിയൻ ഭാഗത്തെവിടെയെങ്കിലും ഒളിച്ച്, കാലത്ത് മെല്ലെ നാടു പിടിക്കാം. സംഗതി അതീവ രഹസ്യമായിരുന്നു. വേറെയാർക്കും ഒരു സൂചനപോലും കൊടുത്തില്ല. ആദ്യത്തെ കാര്യങ്ങളൊക്കെ വിചാരിച്ചതുപോലെ നടന്നെങ്കിലും കുന്നിറങ്ങുന്നതിനിടയിൽ തിരിച്ചു കയറി വരുന്നൊരു പട്ടാളക്കാരന്റെ മുന്നിൽപ്പെട്ടു. ഞങ്ങൾ രണ്ടുപേരും ഞെട്ടി വിറച്ചുപോയി. മുഖത്ത് ഇരുമ്പു വലക്കോപ്പ കെട്ടിയ മുഴുത്ത രണ്ട് വേട്ടപ്പട്ടികളുണ്ട് കൂടെ. അവയുടെ കഴുത്തിൽക്കെട്ടിയ ചങ്ങല അയാൾ മുറുകെപ്പിടിച്ചിരുന്നു.

ചങ്ങലയയച്ച് മുഖം സ്വതന്ത്രമാക്കേണ്ട താമസമേയുള്ളൂ അവ ചാടിവീഴാൻ. ഇരയെ കിട്ടിയ സന്തോഷത്തിൽ അവ ഉറക്കെ മുരണ്ടു കൊണ്ടിരുന്നു. അയാളുടെ ഒരു കൈയിൽ റിവോൾവറുമുണ്ട്.

പെട്ടെന്ന് പിന്നിലൊരു ചിരി കേട്ടു. ഇടവഴിയിലൂടെ ഒരു ഭാണ്ഡവും പേറി നടന്നുവരികയാണ് ജോസഫ്. ഉച്ചത്തിൽ ചിരിക്കുന്നുണ്ട്.

'നിങ്ങളോട് ഞാൻ ആ വഴിയിൽ തിരയാനല്ലേ പറഞ്ഞത്? കൂട്ടാക്കാതെ ഈ വഴിയിൽ തിരഞ്ഞു. എന്നിട്ട് കണ്ടുപിടിച്ചതാരാ ഞാനല്ലേ? ഇതാ നോക്ക് മുഴുവനുമുണ്ട്. എല്ലാ പണിയായുധങ്ങളും തിരിച്ചുകിട്ടിയിരിക്കുന്നു.'

ഒന്നും മനസ്സിലാവാതെ ഞാൻ അന്തിച്ചു നിൽക്കുന്നതിനിടയിൽ ജോസഫ് പട്ടാളക്കാരനോട് പറയുന്നത് കേട്ടു.

'ഞാൻ ഇവരെ ഈ പണിയായുധങ്ങൾ തിരയാൻ വിട്ടതായിരുന്നു. പണിക്കാർ മറന്നുവച്ചത്. എല്ലാം കഴുതകളാണ്. ഒന്നിനും ഒരു ശ്രദ്ധയുമില്ല.'

പട്ടാളക്കാരൻ റിവോൾവർ ഉറയിലിട്ട് ക്യാമ്പിലേക്ക് വേഗത്തിൽ നടന്നു. ജോസഫ് ഞങ്ങളുടെ അടുത്തേക്ക് വന്ന് മെല്ലെ പറഞ്ഞു.

'വിചാരിക്കുന്നത്ര എളുപ്പമല്ല കേട്ടോ. എന്തോ ഭാഗ്യത്തിനാണ് എനിക്കീവഴി വരാൻ തോന്നിയത്.' അവൻ ചിരിക്കുമ്പോൾ എന്റെ കണ്ണുനിറഞ്ഞിരുന്നു.

ബിർക്കനോവിലെ ആയുധ സൂക്ഷിപ്പുശാലയുടെ കാര്യസ്ഥൻ ഒരു

ഗേ പന്നിയുണ്ടായിരുന്നു. ഞാൻ അവിടെയെത്തിയതു മുതൽ അയാളുടെ ഒരു കണ്ണ് എന്റെ ദേഹത്തായി. പണികഴിഞ്ഞെത്തി വസ്ത്രങ്ങൾ അഴിച്ച് മരുന്നു വെള്ളത്തിൽ കുളിക്കുമ്പോഴൊക്കെയാവും അടുത്തുവന്ന് നോക്കുക. ഇടയ്ക്കൊക്കെ വന്ന് തൊട്ടുതലോടും. ഒരു ദിവസം അയാളെ ന്റെയടുത്തു വന്ന് ചെവിയിൽ മന്ത്രിച്ചു.

'രാത്രി ആയുധശാലയ്ക്കടുത്തുള്ള ഷെഡ്ഡിലേക്ക് വരണം.'

അതൊക്കെ അവിടെ സർവ്വസാധാരണമായിരുന്നു. സ്വവർഗ്ഗാനുരാഗികൾ മാത്രമല്ല, ആൺ തടവുകാരെ സ്ത്രീവേഷം കെട്ടിച്ച് കാമപൂർത്തി വരുത്തുന്നവരുമുണ്ടായിരുന്നു. കാലങ്ങളായി കുടുംബത്തിൽ നിന്നു മാറി നിൽക്കുന്നവരല്ലേ, ജൈവചോദനയെ നിയന്ത്രിക്കാനാവില്ല ചിലർക്ക്. അതിരുവിടുമ്പോഴാണ് പ്രശ്നം.

തൊട്ടു മുന്നത്തെ ആഴ്ച ഒരു ബുഡാപ്പെസ്റ്റുകാരൻ പയ്യനെ കാണാതായി. ജോസഫാണ് പിന്നീട് ആ സംഭവം പറഞ്ഞത്. കുറച്ച് പട്ടാളക്കാർ അവനെവെച്ച് പ്രകൃതി വിരുദ്ധ ലൈംഗിക വേഴ്ച നടത്തിയത്രേ. ഗുഹ്യഭാഗത്ത് ഇരുമ്പുദണ്ഡുകളൊക്കെ തിരുകിക്കയറ്റിയാണ് പീഡിപ്പിച്ചത്. അത്രയും വികൃതമായിരുന്നുവത്രേ മൃതദേഹം.

രാത്രി എന്നോട് ചെല്ലാൻ പറഞ്ഞകാര്യം ഞാൻ ജോസഫിനോട് സൂചിപ്പിച്ചു.

'എന്നിട്ട് നീ പോകുന്നുണ്ടോ?' ചിരിക്കുന്നതിനിടയിൽ അവൻ ചോദിച്ചു

'നീ പറയ്, എന്തു വേണം? പോകാതിരുന്നാൽ പ്രതികാരത്തിന് എന്തെങ്കിലും ചെയ്താലോ?' ഞാൻ ആശങ്കയോടെ നോക്കി.

'നീ പോകണ്ട. പകരം ഞാൻ പോകാം. രാത്രിയല്ലേ ഒന്നും കാണില്ല. എന്തുചെയ്യണമെന്ന് ഞാൻ തീരുമാനിക്കാം.' അവൻ എന്റെ തോളിൽത്തട്ടിക്കൊണ്ട് നടന്നുപോയി.

പിറ്റേന്ന് മുതൽ ആ ഉദ്യോഗസ്ഥനെ അവിടെ കാണാനില്ലായിരുന്നു. ഞാൻ പലയിടത്തും നോക്കി. പതിവായി അയാൾ ഉണ്ടാകാറുള്ള സ്ഥലങ്ങളിലൊന്നുമില്ല. ഞാൻ സ്വകാര്യമായി ജോസഫിനോട് ചോദിച്ചു.

'നീ അയാളെയെന്തു ചെയ്തു? കാണാനില്ലല്ലോ ഇവിടെയെങ്ങും?'

ഒരു കള്ളച്ചിരിയോടെ നിന്നതല്ലാതെ അവൻ ഒന്നും മിണ്ടിയില്ല. ആകാംക്ഷകൊണ്ട് ഞാൻ പിന്നെയും പിന്നെയും ചോദിച്ചപ്പോഴാണ് ചെറിയൊരു സൂചന തന്നത്.

'ക്യാമ്പ് ആശുപത്രിയിലേക്ക് കൊണ്ടുപോയത്രേ. ആസിഡ് വീണ് പൊള്ളിയതാണ്.' ഞാനൊന്നു ഞെട്ടി 'അത്രയും വേണ്ടിയിരുന്നോ?'

അവൻ ഗൗരവത്തിൽ പറഞ്ഞു:

'വേറെയും ഒരുപാടുണ്ടായിരുന്നു പരാതികൾ, അയാളെക്കുറിച്ച്. ഒന്ന് മാറ്റിനിർത്തേണ്ടത് അത്യാവശ്യമാണ്.'

ദാഹോവിലെ ടൈഫോയ്ഡ് ക്യാമ്പിൽ രോഗികളെ പരിചരിക്കാനെത്തിയതായിരുന്നു ഞാൻ. കാര്യമായി മരുന്നുകളൊന്നുമില്ല. വിറച്ചുതുള്ളുന്നവർക്ക് തിളച്ച വെള്ളം ചൂടാറ്റിക്കൊടുക്കണം. പകൽനേരങ്ങളിലൊക്കെ അങ്ങനെയങ്ങ് പോകും. രാത്രി ഉറങ്ങിപ്പോകുന്ന രോഗികൾ പിന്നെ ഉദയം കാണാൻ ബാക്കിയാവാറില്ല. വാസ്കുലാർ കൊളാപ്സ് എന്നാണതിന് ശാസ്ത്രീയ വിശദീകരണം. ഉറങ്ങിയാൽ മരണം ഉറപ്പ്. എനിക്കാണെങ്കിൽ ഉറക്കം വന്നാൽ പിന്നെ യാതൊരു രക്ഷയുമില്ലാത്തതാണ്. ശ്വസിക്കുന്ന വായുവിലാകെ പനിയാണ്. മെല്ലെ എന്റെയുള്ളിലേക്കും അത് പടർന്നു കയറി.

കുറച്ചപ്പുറത്തെ കാവൽപ്പുരയിൽനിന്നും ജോസഫെത്തിയത് ചൂടുവെള്ളത്തിനൊപ്പം കുറച്ച് കടലാസുകൾ തരാനാണ്. തടവുപുള്ളികളുടെ വിവരങ്ങളെഴുതാൻ എസ് എസ് ഉദ്യോഗസ്ഥർ ഉപയോഗിക്കുന്നതാണ്.

'ഇതെന്തിനാണെനിക്ക്?' ചെറുതായി വിറച്ചുകൊണ്ട് ഞാൻ ചോദിച്ചു.

'അതിന്റെ പിൻഭാഗത്ത് അച്ചടിയില്ല. വെള്ളക്കടലാസാണ്. എഴുതാനെടുക്കാം.'

സിഗരറ്റ് കൂടിന്റെ പിന്നിലും മറ്റും ഞാൻ കുത്തിക്കുറിക്കുന്ന ശീലം അവൻ എപ്പൊഴെങ്കിലും ശ്രദ്ധിച്ചു കാണണം.

ചിരിച്ചുകൊണ്ട് ഒരു കുറ്റിപ്പെൻസിൽ കൂടി എനിക്കു നേരെ നീട്ടി.

'രാത്രി ഇരുന്നെഴുതിക്കോളൂ, ഉറങ്ങേണ്ട...' കരുതലോടെ അവൻ എന്നെ തലോടി.

'കരുതിവെച്ചതെല്ലാം നഷ്ടപ്പെട്ടുപോയി ജോ... ഇനിയെന്തെഴുതാൻ?' എനിക്ക് അതിലുള്ള താല്പര്യമെല്ലാം നശിച്ചിരുന്നു.

'അതു നന്നായി. എല്ലാം ഓർമ്മിച്ചെടുത്ത് എഴുതാനുള്ള അവസരമായില്ലേ? ഓർത്തോർത്തെഴുതു ഉറക്കമേ വരില്ല.'

എന്റെ പുറത്തുതട്ടിക്കൊണ്ട് അവൻ മന്ദഹസിച്ചു. നീറിപ്പുകയുന്ന നെരിപ്പോടിൽ നിന്ന് മഞ്ഞിലേക്ക് വീണതുപോലെ ഞാനൊന്ന് ഉലഞ്ഞു. സിരകളിലേക്ക് ഇരച്ചുവരുന്ന കരുത്ത്. എഴുതണം... ഉറക്കമൊഴിച്ച്.

'ഡോക്ടറും ആത്മാവും' എന്ന് ഞാൻ തലക്കെട്ടെഴുതി. അങ്ങനെയാണ് എന്റെ പുസ്തകത്തിന് പേരിടാനുദ്ദേശിച്ചിരുന്നത്. മൂന്നു രാത്രികൾ...

പനിമൂർച്ഛയിലും ഞാൻ വിറച്ചുകൊണ്ട് എഴുതി. വഴുതി മാറുന്ന അക്ഷരങ്ങളെ വരുതിയിലാക്കാൻ ജോസഫിന്റെ ചിരിയുടെ ഓർമ്മ എന്റെ കൈകളിൽ പടർന്നിരുന്നു. പക്ഷേ, നാലാംദിനമായപ്പൊഴേ

ക്കും ആകെ തളർന്നു. വല്ലാത്ത ക്ഷീണം. എഴുന്നേൽക്കാനോ നടക്കാനോ പറ്റാത്ത അവസ്ഥ. മരണത്തിന്റെ മണം മൂക്കിലേക്ക് ഇരച്ചുകയറി. ഇനി എഴുതാൻ പറ്റില്ലെന്നുതന്നെ ഞാനുറച്ചു. അങ്ങനെയൊരു പുസ്തകം എഴുതി പൂർത്തിയാക്കലാണ് ജീവിതലക്ഷ്യം എന്ന് തീരുമാനിച്ച ഒരാൾ ആ നേരത്ത് അനുഭവിക്കുന്ന സംഘർഷം!

എബ്രഹാം ഇസഹാക്കിനെ ബലികൊടുക്കാൻ തയ്യാറായത് പോലെ പ്രിയപ്പെട്ട ഒന്നിനെ ഞാനും ബലികൊടുക്കാൻ പോവുകയാണ്. എന്റെ സഹനത്തിന്റെ ഭാഗമായി ഞാൻ അതിനെ അംഗീകരിച്ചേ തീരൂ. നെഞ്ചാകെ ഇറുകിക്കെട്ടിയ അവസ്ഥ. ശ്വാസമെടുക്കാൻ നന്നേ ബുദ്ധിമുട്ടി. ഓരോയിറക്കു ശ്വാസത്തിലും നെഞ്ചിൻകൂട് പൊട്ടുന്ന വേദന. ഇനി അധികനേരം ഉണ്ടെന്നു തോന്നുന്നില്ല. ആ ചിന്തയിൽ ഞാൻ നീറിപ്പുകഞ്ഞു. അവസാനത്തെ ശ്രമമെന്ന നിലയിൽ ജോസഫിന്റെ അടുത്തെത്താനാണ് ഞാൻ വിങ്ങിയത്. തൊട്ടപ്പുറത്തെ ബാരക്കിൽ അവനുണ്ടാവും. നൂറ് യാർഡെങ്കിലും കടക്കണം. രാത്രി ടെന്റിന് പുറത്തിറങ്ങുന്നത് പട്ടാളക്കാർ നിരോധിച്ചതാണ്. ആരും കാണാതെ പോകാനേ പറ്റൂ. ഇനി വാച്ച് ടവറിലുള്ള കാവൽക്കാരന്റെ കണ്ണിലെങ്ങാനും പെട്ടാൽ വെടിവയ്ക്കുമെന്ന് ഉറപ്പാണ്. ഏതായാലും മരിക്കും. ഇവിടെക്കിടന്നു ശ്വാസംമുട്ടി മരിക്കുന്നതിനേക്കാൾ നല്ലത് അവനെ കാണാൻ പോകുന്നതിനിടയിൽ വെടിയേറ്റ് മരിക്കുന്നതാണെന്ന് ഞാൻ ഉറച്ചു.

ബാരക്കുകൾക്കപ്പുറത്ത് വേട്ടപ്പട്ടികൾ നിർത്താതെ കുരയ്ക്കുന്നുണ്ട്. ഇഴഞ്ഞുതന്നെയാണ് ഞാൻ ടെന്റിനു പുറത്തെത്തിയത്. കൊട്ടും തണുപ്പും കനത്ത ഇരുട്ടും. നെഞ്ചു നുറുങ്ങുന്ന വേദനയിൽ ഒരു തവണ ശ്വാസം വലിച്ചെടുത്താൽ മൂന്നാല് യാർഡെങ്കിലും നീങ്ങാം. ഇഴഞ്ഞിഴഞ്ഞ് എങ്ങനെയൊക്കെയോ ഞാൻ അവന്റെയടുത്തെത്തി.

അവൻ പിടഞ്ഞെഴുന്നേറ്റ് എന്നെ ചുമലിലേക്ക് തൂക്കിയെടുത്ത് ഹെഡ് ഫിസിഷ്യന്റെ ക്യാമ്പിലേക്ക് ഓടുകയായിരുന്നു.

ഉണരുമ്പോൾ ഞാൻ കണ്ടത് ഒരു പരിചിതമുഖം. മെഡിക്കൽ സ്കൂളിൽ എന്നോടൊപ്പം ഉണ്ടായിരുന്ന റാക്സ്.

ജോസഫ് കൂടെത്തന്നെയുണ്ടായിരുന്നു. ഇറുങ്ങിയടഞ്ഞ ശ്വാസവാതിലുകൾ മെല്ലെ തുറന്നുവന്നു. വേദന, മഞ്ഞ നിറത്തിലുള്ള കഫമായി പുറത്തേക്ക് തുപ്പി. മങ്ങിയിരുന്ന കാഴ്ചയിലേക്ക് നക്ഷത്രങ്ങൾ തെളിഞ്ഞുവന്നു.

ഞാൻ മരിച്ചിട്ടില്ല...

ആദ്യം എനിക്കത് വിശ്വസിക്കാനായില്ല. ഓക്കുവിറക് കത്തുന്ന ഗന്ധം മൂക്കിലേക്കിരച്ചുകയറിയപ്പോൾ ഓർമ്മകൾ പടിപടിയായി കയറി വന്നു.

പിന്നെയും തിരിച്ച് ക്യാമ്പിലേക്ക്. പതിവുപോലെ പണികളിലേക്ക്. സത്യത്തിൽ ഇതിനാണോ മരണത്തെ മുഖാമുഖം കാണുക എന്നു പറയുന്നത്?

ടെന്റിൽനിന്ന് പുറത്തേക്കിഴയാൻ എനിക്ക് തോന്നിയില്ലായിരുന്നെങ്കിൽ...

അപ്പുറത്തെ ബാരക്കിൽ ജോസഫെന്ന ഒരാൾ ഇല്ലായിരുന്നെങ്കിൽ...

നമുക്കൊക്കെ ജീവിതംവെച്ച് നീട്ടുന്നയാൾ എന്തൊക്കെയോ കണ്ടിട്ടുണ്ടാവണം!

പണികഴിഞ്ഞു മടങ്ങിയെത്തി സൂപ്പിനുവേണ്ടിയുള്ള ക്യൂവിൽ തളർന്നു നിൽക്കുമ്പോഴാവും ചിലപ്പോൾ ജോസഫ് എന്റെ കൈപിടിച്ചു വലിച്ച് ഭക്ഷണപ്പുരയുടെ പിന്നിലേക്ക് കൊണ്ടുപോവുക. എനിക്കുവേണ്ടി മാറ്റിവെച്ച നല്ല ചൂടൻ സൂപ്പും റൊട്ടിയുമുണ്ടാവും ഏതെങ്കിലും തട്ടിനടിയിൽ. സൂപ്പ് ഊതിക്കുടിച്ച് അവൻ പൊട്ടിച്ചിരിക്കും.

ഒരു ദിവസം ഞാൻ അവനോട് ചോദിച്ചു: 'ജോ, എന്തിനാണ് നിന്നെയവർ തടവുകാരനാക്കിയത്? ചെയ്ത കുറ്റമെന്താണ്?'

'അതൊരു കുറ്റമാണെന്ന് എനിക്ക് തോന്നേണ്ട?' എന്നുംപറഞ്ഞ് അവൻ എഴുന്നേറ്റുപോയി. ഓർമ്മവന്നത് കാഫ്കയുടെ *ദ ട്രയൽ* ആണ്. കുറ്റമൊന്നും ചെയ്യാതെ അറസ്റ്റിലാക്കപ്പെടുന്ന അതിലെ നായകന്റെ പേരും ജോസഫ് എന്നായിരുന്നു.

കിളികൾ ഓരോന്നായി ഉണരാൻ തുടങ്ങിയിട്ടുണ്ട്. പുറത്ത് മഞ്ഞു പെയ്യുന്ന നേർത്ത ശബ്ദം. ഈറ്റപ്പാളികൾക്കിടയിലൂടെ ഇരച്ചു കയറുന്ന തണുത്ത കാറ്റിൽനിന്ന് രക്ഷപ്പെടാൻ ഞാൻ കമ്പിളി ഒന്നുകൂടി അമർത്തിച്ചുറ്റി. അടുത്തു വന്നിരുന്നിട്ടെന്നവണ്ണം ജോസഫ് ചിരിക്കുന്ന ശബ്ദമാണ് കാതുകളിൽ. ചൂടൻ സൂപ്പ് ഊതിക്കുടിച്ചിട്ടുള്ള അതേ ചിരി.

1945 ജൂൺ 2

അബോധാവസ്ഥയിലാണത്രേ ആ കുരങ്ങ് പുഴക്കരയിൽ കിടന്നിരുന്നത്. ഒരു പെൺകുരങ്ങിന്റെ കരച്ചിൽ കേട്ടാണ് ആന്റൺ അങ്ങോട്ട് ചെന്നത്. സംഗതി ഏതായാലും ഇപ്പോൾ കൈകാലുകളൊക്കെ ഇളക്കാമെന്നായിട്ടുണ്ട്. വായിലേക്ക് പിഴിഞ്ഞൊഴിച്ചുകൊടുത്ത പച്ചമരുന്ന് കവിളിലൂടെ ഒരല്പം ഒലിച്ചു വരുന്നുണ്ട്. ആന്റൺ അത് തുടച്ചു കൊടുക്കുകയാണ്. ഞാനതിന്റെ മുഖത്തേക്ക് നോക്കി. വളരെ പരിചിതനായ ഒരു സുഹൃത്തിന്റെ നല്ല ഛായയുണ്ട്. ശാന്തനായി ഉറങ്ങുകയാണവൻ. ദേഹത്ത് രണ്ടുമൂന്നു മുറിവുകളുണ്ട്. മറ്റേതെങ്കിലും വന്യജീവി ആക്രമിച്ചതാവണം.

ആ കൂടാരത്തിൽ, തൊട്ടപ്പുറത്ത് പരിക്കിൽനിന്നും മോചിതരായി വരുന്ന രണ്ടുമൂന്ന് കുരങ്ങന്മാരും ഒരു മൂങ്ങയും രണ്ട് പരുന്തുകളുമാണുള്ളത്. പരുന്തുകൾ എന്നെ കണ്ടപ്പോൾ ചിറകുകുത്തി ഉയരാൻ ശ്രമിച്ചെങ്കിലും തപ്പിത്തടഞ്ഞ് വീഴുകയാണുണ്ടായത്. ഒറ്റക്കയ്യനാണ് ആന്റൺ. ഇടത്തെ തോളറ്റത്ത് താഴോട്ട് തൂങ്ങി നിൽക്കുന്ന ചെറിയൊരു മാംസക്കഷണം. ദൈവം അവന്റെ ഇടതുകൈ അതിലൊതുക്കിയതാവണം. എന്ന് കരുതി അതൊരു പരിമിതിയായിട്ടോ അവശതയായിട്ടോ ഒന്നും അവനെ ബാധിച്ചിട്ടില്ലെന്ന് കുറച്ചുനേരം നോക്കിയിരുന്നാലറിയാം. എത്ര അനായാസമായിട്ടാണെന്നോ അവൻ കാര്യങ്ങൾ ചെയ്തുതീർക്കുന്നത്.

സാധാരണ ജീവികൾ കാണിക്കുന്ന അപരിചിതത്വമൊന്നും കുര

ങ്ങന്മാരും പക്ഷികളുമൊന്നും ആന്റനോട് കാണിച്ചില്ല. ഞാൻ പുറത്തേക്കിറങ്ങി. മുറ്റത്തേക്ക് ചാഞ്ഞുനിൽക്കുന്ന മരക്കൊമ്പിൽ നിന്ന് ഒരു കുരങ്ങൻ എന്നെ ആകാംക്ഷയോടെ നോക്കി.

'അതാണ് അവന്റെ ഗേൾഫ്രണ്ട്' ആന്റൺ പിന്നിൽ നിന്ന് ചിരിച്ചു.

പരിക്കുപറ്റിയ പ്രിയതമന്റെ സ്ഥിതിയറിയാനാവണം, അത് അവിടെനിന്നും മാറിയതേയില്ല. കുടിലിന്റെ പിന്നിലൂടെ കുറെ നടന്ന ശേഷം ഞാൻ തിരിച്ചു വന്നപ്പോഴും അത് അവിടെത്തന്നെ അതേപോലെ ഇരിക്കുന്നുണ്ടായിരുന്നു. ഗർഭിണിയാണെന്നു തോന്നുന്നു. കീഴെ വിലങ്ങനെയിട്ട മരത്തടിയിലിരുന്ന് ഞാൻ ആ പെൺ കുരങ്ങിന്റെ കണ്ണുകളിലേക്ക് നോക്കി. നിറഞ്ഞൊഴുകുന്നുണ്ടവ. കൂട്ടുകാരന്റെ ജീവൻ എങ്ങനെയെങ്കിലുമൊന്ന് രക്ഷിച്ചു തരാൻ കേണപേക്ഷിക്കുംപോലെ ദീനമായിരുന്നു അത്.

പെട്ടെന്ന് ടില്ലിയുടെ ഓർമ്മകളിൽ ഞാൻ ഉലഞ്ഞു. ഓഷ്വിറ്റ്സിലേക്കുള്ള പട്ടാള വാഹനത്തിലേക്ക് സ്ത്രീകളെ കൊണ്ടുപോകുമ്പോൾ വരിയുടെ ഇടയിൽനിന്നും നിറകണ്ണുകളോടെ അവൾ തിരിഞ്ഞു നോക്കി. ഒരു നേർത്ത ചിരി. എന്നോടുള്ള പ്രണയം മുഴുവൻ നിറച്ചു വെച്ച ഒന്ന്. ചാട്ടയടിയേറ്റും വീണും ചതഞ്ഞും കീറിയ ഷൂവുരഞ്ഞുമൊക്കെ ക്യാമ്പിലേറ്റ മുറിവുകളെല്ലാം ഞാനുണക്കിയത് ആ പുഞ്ചിരിയുടെ ഓർമ്മ പുരട്ടിയാണ്. സ്വയം നഷ്ടപ്പെട്ട നിമിഷത്തിൽ അങ്ങനെയൊരു സൂത്രപ്പണി പറഞ്ഞുതന്നത് ജോസഫും.

അന്നൊരു ദിവസം പുണ്ണുവന്ന് ചീർത്ത കാലുകൾ ഷൂസിനുള്ളിലേക്ക് ഏറെ കഷ്ടപ്പെട്ട് തിരുകിക്കയറ്റുകയായിരുന്നു ഞാൻ. ചുവന്ന തൊലിയിൽ ഷൂസിന്റെയരികുരഞ്ഞപ്പോൾ കത്തിമുനയുരസുംപോലെ വേദനിച്ചു.

'ഡോക്ടർ ഈ സോപ്പ് അവിടെ നന്നായൊന്നുരസൂ... എന്നിട്ട് കാല് മെല്ലെ താഴ്ത്തി നോക്ക്..'. ജോസഫാണ്.

'ഈ ഡോക്ടർ, ഡോക്ടർ എന്ന വിളിയൊന്നു നിർത്തിയിട്ട് നീ എന്നെ വിക്കീ എന്ന് വിളിക്ക്. അതാണ് എനിക്കിഷ്ടം.'

ഞാൻ ജോസഫിന്റെ കൈപിടിച്ചു. മിക്കവാറും നേരങ്ങളിൽ അവൻ എന്റെ കൂടെത്തന്നെയുണ്ടായിരുന്നു. ഓരോരോ പ്രതിസന്ധികളിൽ ഞാൻ ഉലയുമ്പോഴെല്ലാം അവന് ലളിതമായ ചില പരിഹാരങ്ങളുണ്ടായിരുന്നു പറഞ്ഞുതരാൻ. ആനക്കാര്യമൊന്നുമാവില്ല. ചെറിയ ചില സൂത്രപ്പണികൾ. തൽക്കാലത്തേക്ക് എനിക്ക് ആശ്വാസം തരാൻ അതു മതിയായിരുന്നു. കാല് ഷൂസിനുള്ളിൽ കൃത്യമായി കടന്നുനിന്നു. എന്റെ ആശ്വാസം കണ്ട് അവൻ പൊട്ടിച്ചിരിച്ചു.

പണിസ്ഥലത്തേക്ക് നന്നേ കാലത്തു തന്നെയിറങ്ങണം. ക്യാമ്പിന് പുറത്തേക്കുള്ള റോഡിലൂടെ ഇരുട്ടിൽ തപ്പിത്തടഞ്ഞു നീങ്ങണം. ഉരുളൻ കല്ലുകൾക്കും പാറകൾക്കുമിടയിലൂടെ കിതച്ചുകിതച്ച്. കൂടെയുള്ള പട്ടാളക്കാർ ഉറക്കെ വിളിച്ചുപറയും..

'വേഗം നടക്കെടാ പന്നികളേ' തോക്കിന്റെ പാത്തികൊണ്ട് വീശിയടിച്ച് അവർ ഞങ്ങളെ മുന്നോട്ടു നയിക്കും.

കാവൽ യൂണിഫോമിട്ടിട്ടാണെങ്കിലും ജോസഫിനെയും തടവുകാരനായിട്ടു തന്നെയാണ് ക്യാപ്പോസ് പരിഗണിച്ചത്.

'വിക്കീ, നമ്മുടെയൊക്കെ ഭാര്യമാർ ഇതൊന്നും കാണാത്തത് നന്നായി. എവിടെയെങ്കിലും സുഖമായി കഴിയുന്നുണ്ടാവുമെന്ന് ആശ്വസിക്കാം, അല്ലേ?' ജോസഫ് എന്റെ കണ്ണുകളിലേക്ക് നോക്കി ചിരിച്ചു. എന്നിട്ട് പറഞ്ഞു:

'ഇടയ്ക്കൊക്കെ അങ്ങനെയൊന്ന് സങ്കല്പിച്ചുനോക്ക്... അവർ വന്ന് നമ്മളെ ആശ്വസിപ്പിക്കും.'

പിന്നെ മഞ്ഞുപാളിയിലൂടെ വേച്ചുവേച്ചു നടക്കുമ്പോഴെല്ലാം അവളുടെ ഓർമ്മകളിൽ ഞാൻ കുതിർന്നിരുന്നു.

റോത്ത്സ്ചൈൽഡിലെ തിരക്കിട്ട റൗൺഡ്സിനിടയിലാണ് ആദ്യം കാണുന്നത്.

ഒരു സ്കിസോഫ്രീനിയക്കാരന്റെ ബെഡ്ഡിനരികെ ഇൻജക്ഷനുള്ള മരുന്നുമായെത്തിയ പുതിയ നഴ്സിൽ എന്റെ കണ്ണുകളുടക്കി. മനസ്സു തണുപ്പിക്കുന്നൊരു ശാന്തതയുണ്ടായിരുന്നു ആ മുഖത്ത്. ഒരു സ്പാനിഷ് നൃത്തക്കാരിയെപ്പോലുണ്ടായിരുന്നു.

അവൾ ചിരിച്ചു. മറ്റേതോ ആലോചനയിൽ പുകഞ്ഞിരിക്കുകയായിരുന്ന എന്റെ ഹൃദയം മഞ്ഞു പെയ്തതുപോലെ തണുത്തു. ഞാൻ അവളുടെ അടുത്തേക്ക് നീങ്ങിനിന്നു.

'പുതിയ അപ്പോയിൻമെന്റാണോ?'

അവൾ അതെയെന്ന് തലകുലുക്കി.

'പേര്?'

'ടില്ലി...ടില്ലി ഗ്രോസർ'

തിരക്കുകൾക്കിടയിലും സമയമുണ്ടാക്കി ഞാൻ അവളുടെ അടുത്തെത്തി. ഏറെ വൈകാതെ, കണ്ടുകൊണ്ടേയിരിക്കണമെന്നു തോന്നിത്തുടങ്ങി. ഒരു സായാഹ്നത്തിൽ വാൽവിടെല്ലിലെ തടാകക്കരയിലിരിക്കുമ്പോഴാണ് ഞാനതു പറഞ്ഞത്:

'ടില്ലി എപ്പോഴും എന്റെ കൂടെത്തന്നെയുണ്ടായാൽ നന്നായിരുന്നു. ഞാൻ ഉദ്ദേശിച്ചത്, ജീവിതം മുഴുവനെന്നാണ് കേട്ടോ...'

എത്ര ദിവസങ്ങൾ ഹൃദയത്തെയിട്ട് മഥിച്ച ശേഷമാണ് ആ വാക്കുകൾ മെനെഞ്ഞെടുത്തതെന്നോ!

ഒന്നും പറയാതെ കുറച്ചു സമയം അവൾ എന്റെ മുഖത്തേക്കു തന്നെ നോക്കി നിന്ന ശേഷം മന്ത്രിച്ചു 'ഞാൻ സ്വപ്നം കാണുന്നതല്ലല്ലോ അല്ലേ?'

ആകെ പൂക്കൾകൊണ്ടു മൂടിയ പ്രപഞ്ചത്തിൽ ഞങ്ങൾ രണ്ടു മനുഷ്യജീവികൾ മാത്രമേയുള്ളൂവെന്ന് തോന്നി. ആകാശത്തിലെ വർണ്ണവിസ്മയം മുഴുവൻ തടാകത്തിൽ പ്രതിബിംബിച്ചു. പൊതിഞ്ഞു നിൽക്കുന്ന മൂടൽമഞ്ഞിന്റെ മദിപ്പിക്കുന്ന തണുപ്പ്.

ഞാനവളുടെ തുടുത്ത കവിളിൽ തൊട്ടു. ഒരു റോസാപ്പൂവിതൾ പോലെ നനുത്തത്.

'നിന്റെയീ സുഗന്ധം എന്റെ ശ്വാസമായിത്തീരും' ജിബ്രാന്റെ വാക്കുകളുരുവിട്ടുകൊണ്ട് ഞാനവൾക്ക് ആദ്യ ചുംബനം നൽകി.

മഞ്ഞുപാളിയിൽ കാല് തെന്നിയാണ് ഞാനൊരു കുഴിയിലേക്ക് വീണത്. എന്റെ തൊട്ടുമുന്നിൽ, ജോസഫ് മുട്ടിൽ കുനിഞ്ഞിരുന്ന് എന്തോ ആലോചിച്ച് ചിരിക്കുകയാണ്.

ഉറപ്പാണ്, അവനും അവന്റെ പ്രിയതമയുടെ ഓർമ്മയിലാവും.

'ജോസഫ്, ഒന്ന് സഹായിക്കാമോ?' ഞാൻ വിളിച്ചു ചോദിച്ചു. ചിരിച്ചുകൊണ്ടുതന്നെ അവൻ ഓടിവന്നു. എന്നെ വലിച്ചു കയറ്റി കെട്ടിപ്പിടിച്ചുകൊണ്ട് കുറെനേരം നിന്നു. ഭാഗ്യത്തിന് കാവൽക്കാരൊന്നും അവിടെയുണ്ടായിരുന്നില്ല. പിന്നീട് നടക്കാൻ തുടങ്ങുമ്പോൾ ഞാനവന്റെ മുഖം ശ്രദ്ധിച്ചു. ആ കണ്ണുകൾ നിറഞ്ഞിരുന്നു.

ഞാൻ ആകാശത്തേക്ക് നോക്കി. നക്ഷത്രങ്ങൾ മങ്ങാൻ തുടങ്ങിയിരുന്നു. എന്റെ മനസ്സ് മുഴുവൻ പ്രിയപ്പെട്ടവളുടെ മുഖമായിരുന്നു. സ്നേഹാർദ്രമായ ആ ചിരിയിൽ ഞാൻ എന്റെ വേദനകൾ മറന്നു. സത്യമായിട്ടും അന്നത്തെ ഉദയ സൂര്യനേക്കാൾ പ്രകാശവത്തായിരുന്നു ആ മുഖം. സ്നേഹിക്കാൻ പ്രിയപ്പെട്ട ഒരാളുണ്ട് എന്ന സ്മരണതന്നെ എന്തൊരു കരുത്താണ് !

ഗസ്റ്റപ്പോ ഞങ്ങളെത്തേടിയെത്തുമ്പോൾ ടില്ലി മൂന്നുമാസം ഗർഭിണിയായിരുന്നു. ക്യാമ്പിൽ പട്ടാളക്കാർ ആദ്യം പറഞ്ഞത് അബോർട്ട് ചെയ്യാൻ. പൊട്ടിക്കരഞ്ഞുകൊണ്ട് എന്റെ നെഞ്ചിലേക്കു വീണ അവളെ ഞാൻ ചേർത്തുപിടിച്ചു.

'സാരമില്ല. ഇങ്ങനെ ധൈര്യം കളയാതെ. ഞാനൊന്നു ശ്രമിച്ചു നോക്കാം. ഇവിടുത്തെ എസ് എസിൽ മൂന്നുനാലു പേർ എന്റെ നല്ല സു

ഹൃത്തുക്കളുണ്ട്. അവരൊന്നു വിചാരിച്ചാൽ രക്ഷപ്പെടാവുന്നതേയുള്ളൂ.'

ക്യാമ്പിലെത്തുന്നവർ അഭിമുഖീകരിക്കുന്ന മാനസിക സംഘർഷത്തിലും ആത്മഹത്യാ പ്രവണതയിലും കൗൺസലിങ് നടത്താൻ എസ് എസ് എന്നെ നിയോഗിച്ചിരുന്നു. അതുകൊണ്ട് തെരേസിയൻ ക്യാമ്പിലും ഞാൻ എന്റെ ജോലി തുടർന്നു. ചില ഉദ്യോഗസ്ഥന്മാർക്കൊക്കെ എന്നോട് മതിപ്പുണ്ടായിരുന്നു. പോരാത്തതിന് സുഹൃത്തുക്കളായും ചില ഡോക്ടർമാർ. ഏറെ പ്രതീക്ഷയോടെയാണ് ഞാനവരെ സമീപിച്ചത്.

'ഡോക്ടർ മറിച്ചൊന്നും വിചാരിക്കരുത്. നാസികളുടെ നയപരമായ തീരുമാനങ്ങളിൽ ഇടപെടാൻ ഞങ്ങൾക്കധികാരമില്ല. ജൂതരുടെ അംഗസംഖ്യക്ക് തടയിടാനാണ് പുതിയ തീരുമാനം. ജനനങ്ങളൊന്നും അനുവദിക്കരുതെന്നാണ് ഉത്തരവ്.'

അവരെന്നെ നിരാശരാക്കി. പിന്നെയും ഞാൻ പല വാതിലുകളിലും മുട്ടി. പ്രതീക്ഷിക്കാൻ ഒരുതരി വെട്ടം പോലുമില്ലാത്ത കൂരിരുട്ട് മാത്രം ബാക്കിയായി.

നഴ്സ് എന്ന പരിഗണനയിൽ അബോർഷൻ നീട്ടിവെപ്പിക്കാൻ പറ്റി. എന്തെങ്കിലും കാരണം കണ്ടെത്തി നിബന്ധനകൾ അധികമില്ലാത്ത ഏതെങ്കിലും ക്യാമ്പിലേക്ക് മാറാനൊത്താൽ അബോർഷൻ ഒഴിവാക്കാനാകുമെന്നായിരുന്നു ഞാൻ കരുതിയത്. അതുകൊണ്ടാണ് ക്യാമ്പ് മാറ്റാനായി എന്നെ വണ്ടിയിൽ കയറ്റിയപ്പോൾ തടവുപുള്ളികളുടെ നമ്പരെഴുതിയ ലിസ്റ്റിൽ ചെറിയൊരു മാറ്റം വരുത്തിച്ച് ഞാനവളെ എന്നോടൊപ്പം കൂട്ടിയത്. അത് ഓഷ്വിറ്റ്സിലേക്കായിരിക്കുമെന്ന് സ്വപ്നത്തിൽപ്പോലും കരുതിയില്ല.

വണ്ടിയിൽ നിന്നിറക്കി വരിതിരിക്കുന്നിടത്തുവെച്ച് ഞാനവളെ നോക്കി. ഇടതുകൈ അടിവയറ്റിലമർത്തിപ്പിടിച്ച് അവൾ വലങ്കൈ വീശിക്കാണിച്ചു. ഞാനും കൈയുയർത്തി.

ദൂരെയായിട്ടും അവളുടെ നനഞ്ഞ കവിളുകളെനിക്കു കാണാം.

കാവൽക്കാരന്റെ കൈ തട്ടിമാറ്റി പെട്ടെന്ന് ഞാനങ്ങോട്ടു കുതിച്ചു. അയാളെന്നെ പിടിക്കുംമുമ്പ് ഞാനവൾക്കരികിലെത്തിയിരുന്നു.

'എന്തുവന്നാലും ജീവിക്കണം. മനസ്സിലാവുന്നുണ്ടല്ലോ... ജീവൻ ബാക്കിയാക്കുക എന്നതാണ് പ്രധാനം. എന്തു വിലകൊടുത്തും.'

പറഞ്ഞു തീർന്നതും കാവൽക്കാരൻ എന്നെ പിടിച്ചിരുന്നു. അയാളുടെ ഉരുക്കുമുഷ്ടിയിൽ തൂങ്ങിയാണെങ്കിലും ഞാൻ പിന്നോട്ടു നോക്കിയാണ് തിരിഞ്ഞു നടന്നത്. അന്നേരമെല്ലാം എന്റെ മനസ്സിനെ ഉലച്ചുകൊണ്ടിരുന്ന കുറേ മുഖങ്ങളുണ്ടായിരുന്നു. കൗൺസലിങ് മുറിയിൽ എന്റെ മുന്നിൽ പൊട്ടിക്കരഞ്ഞ യുവതികൾ. നാസികളുടെ ബലാത്സംഗ

ത്തിനിരയായതിന്റെ മനോവേദനയിൽ ആത്മഹത്യക്കൊരുങ്ങിയവർ...

ആ പെൺകുരങ്ങ് താഴേക്കിറങ്ങി എന്റെ തൊട്ടു മുന്നിൽവന്ന് കുനിക്കൂടിയിരുന്നു. പിന്നെ മുഖമുയർത്തി എന്നെ നിർന്നിമേഷം നോക്കി. ഞാൻ മെല്ലെ അതിനെ തൊടാനാഞ്ഞു. അത് എന്റെ മടിയിലേക്ക് കയറിവന്നു. അതിന്റെ വീർത്ത വയറിനുള്ളിലെ സ്പന്ദനം എനിക്കു കാണാം. രണ്ടു കവിളിലെയും രോമങ്ങൾ നനഞ്ഞു കുതിർന്നിരുന്നു. ഞാനതിന്റെ കവിളിൽ തൊട്ടതും കൈകൾ കൊണ്ടെന്നെ ചുറ്റിപ്പിടിച്ച് അത് എന്റെ മടിയിലേക്ക് പൂണ്ടു മുഖമമർത്തി.

1945 ജൂൺ 4

മഞ്ഞ് പുതച്ച പച്ചപ്പായിരുന്നു ഇരുവശവും. പടർപ്പ് വെട്ടിയൊതു ക്കിയ കുറ്റിച്ചെടികൾ. ഞങ്ങൾ അതിലൂടെ നടക്കുമ്പോൾ കുറെ ചെറു കിളികൾ ഒച്ചവെച്ച് പറന്നുപോയി. അന്ന് വിങ്കോയാണ് എന്റെ കൂടെ വന്നത്. ഒരു പത്തുപന്ത്രണ്ടു വയസ്സ കാണും. കാണാൻ കുള്ളനാണ്. പക്ഷേ, എന്തനായാസമായിട്ടാണെന്നോ അവൻ പാറക്കെട്ടുകളൊക്കെ കയറി മറിയുന്നത്! ഞങ്ങൾ ഒരുപാട്നേരം അരുവിയുടെ താരാട്ടും കേട്ട് നടന്നു. എന്റെ പപ്പയുടെ നാട്ടുകാരനാണവൻ. തെക്കൻ മൊറാവിയയി ൽ റോസിനോ പ്രവിശ്യയിൽ. കുട്ടിക്കാലത്ത് ഞാനും പലപ്രാവശ്യം അവിടെയൊക്കെ പോയിട്ടുണ്ടായിരുന്നു. പപ്പയ്ക്ക് ആ സ്ഥലത്തോട് അളവിൽക്കവിഞ്ഞ ഇഷ്ടമായിരുന്നു. തിരിച്ചു മടങ്ങാൻ ഇഷ്ടമേയുണ്ടാ വില്ല. പക്ഷേ, ജോലിക്കാര്യത്തിലുള്ള ചിട്ടകൊണ്ട് വിഷമിച്ച് മടങ്ങും. വെറും പാവമായിരുന്നു പപ്പ. വെള്ളിയാഴ്ച സന്ധ്യകളിൽ എന്നെയും ജ്യേഷ്ഠനെയും നിർബന്ധിച്ച് പ്രാർത്ഥനയ്ക്ക് നിർത്തും. ഹീബ്രുവിലാണ് ചൊല്ലേണ്ടത്. തെറ്റിയാൽ ശിക്ഷയൊന്നുമില്ല, പക്ഷേ, ശരിയായാൽ സമ്മാനമുണ്ടായിരുന്നു. പത്തു ഹെല്ലർ. അത് വളരെ അപൂർവ്വമായേ സം ഭവിച്ചുള്ളൂവെന്നു മാത്രം.

വിങ്കോ, റോസിനോ എന്ന് പറഞ്ഞത് കേട്ടപ്പോൾ പെട്ടെന്ന് പപ്പ യുടെ പ്രാർത്ഥനാ ശബ്ദമാണ് ഞാനോർത്തത്.

വിങ്കോ അരുവിയിലെ വെള്ളാരങ്കല്ലിലൂടെ നടന്നു. പിന്നാലെ ഞാനും. കാലിൽ മുട്ടിയുരുമ്മി പുളഞ്ഞുപോകുന്ന മീനുകൾ ധാരാളമുണ്ടാ യിരുന്നു നീരൊഴുക്കിൽ. മലമ്പാമ്പിന്റെ വണ്ണത്തിൽ ഞാന്നു കിടന്ന

കാട്ടുവള്ളികൾ നൂണ് ഞങ്ങൾ കുറേയുള്ളിലെത്തി. ഇലച്ചാർത്തിനിടയിലൂടെ ഊഴ്ഞ്ഞുവീണ വെളിച്ചത്തിന്റെ നീണ്ട നാരുകൾ നീരൊഴുക്കിൽ കലങ്ങിപ്പടർന്നു. വിങ്കോ കൈ ചൂണ്ടിക്കാണിച്ച കൂനപ്പടർപ്പിലേക്ക് ഞാൻ നോക്കി.

'അതാ അവിടെയാണ് ജെറിയുടെ താമസം.'

വലിയൊരു പാറ മാത്രമേ ഞാൻ കണ്ടുള്ളൂ.

'ജെറിയാരാണ് ?' ഞാൻ ആകാംക്ഷയോടെ തിരക്കി.

'പുള്ളിപ്പുലി' വളരെ സാധാരണ മട്ടിലായിരുന്നു അവന്റെ മറുപടി. എന്റെ മുഖത്തെ ഭയം കണ്ടിട്ടാവണം, അവൻ ചിരിച്ചു.

'ഒന്നും ചെയ്യില്ല.'

ബോഡയിൽ ഉണ്ടായിരുന്നു രണ്ടുമൂന്നു മാസം. ഇപ്പോഴും ഇടയ്ക്കൊക്കെ വരും, പാവം. എങ്ങനെയാണെന്നറിയില്ല, വലങ്കാലിനു പിന്നിൽ ആഴത്തിലൊരു മുറിവായിരുന്നു. തെരേസാമ്മയുടെ മുറ്റത്താണ് എത്തിയത്. ആദ്യമൊക്കെ കുറച്ച് മുരടൻ സ്വഭാവമൊക്കെയുണ്ടായിരുന്നു. മരുന്നുവെക്കാൻ വിടില്ല, അടുത്തേക്ക് പോകുമ്പോൾ ചീറിവരും... തെരേസാമ്മയെ രണ്ടുതവണ കടിക്കാനാഞ്ഞു. അമ്മ തന്നെയാണ് മെരുക്കിയെടുത്തത്. പിന്നെ ഇഷ്ടത്തിലായി. മരുന്നു വെക്കാൻ കാലു പൊക്കി കാണിച്ചുതരും. പിന്നെ ഒരു പൂച്ചക്കുഞ്ഞിനെപ്പോലെ മാന്യനായി. കുട്ടികൾ തന്നെയാണ് എല്ലാം ചെയ്തുകൊടുത്തത്. അവരുമായി അവൻ നല്ല ചങ്ങാത്തത്തിലായി. അടുത്തു ചെല്ലുന്നവരെ മുട്ടിയുരുമ്മി നന്ദിയറിയിക്കും. മുറിവ് കുറേ ഉണങ്ങിയപ്പോൾ തിരിച്ച് കാടുകയറി. എന്നാലും ഇടയ്ക്കൊക്കെ സൗഹൃദം പുതുക്കാനെത്തും. അന്നത്തേതുപോലെ മുട്ടിയുരുമ്മി ഒരു നടത്തമൊക്കെയുണ്ട്. ഇവിടെയാണ് അവന്റെ താൽക്കാലിക വസതി. ഷൂമാവയിൽ ഉള്ളിലെവിടെയോ ആവണം ശരിയായ താമസം.

'ഇവിടെ നീയവനെ കണ്ടിട്ടുണ്ടോ?' ഞാൻ ആകാംക്ഷയോടെ ചോദിച്ചു.

'ഉവ്വ്, കുറെ പ്രാവശ്യം. ഇപ്പോൾ ഇവിടെ കാണുമോന്നറിയില്ല. നോക്കാം.'

എന്റെ കൈപിടിച്ച് കുറച്ച് നീക്കിനിർത്തിയ ശേഷം ഒരു പ്രത്യേക ശബ്ദത്തിൽ അവൻ തൊണ്ടയനക്കി. രണ്ടു മിനിറ്റായില്ല, കൂനപ്പടർപ്പിൽ അനക്കം കണ്ട് ഞാനൊന്ന് ഞെട്ടി. പേടിയോടെ മാത്രം കണ്ടിട്ടുള്ള ക്രൂരനായ ഒരു വന്യജീവിയുടെ ചിത്രം എന്നെ പിന്നിലേക്ക് വലിച്ചു. പച്ചപ്പ് വകഞ്ഞ് അത് മുന്നോട്ടു വന്നു. നല്ല വലിപ്പമുള്ള ഒരു പുള്ളിപ്പുലി! ചെരിവിൽ നിന്ന് തുള്ളിയിറങ്ങി വന്ന അവൻ വിങ്കോയ്ക്കു മുന്നിലെത്തി മുഖമുരസി നിന്നു. സന്തോഷത്തിന്റെ മുരൾച്ചകൾ കുറേനേരം നീണ്ടു നിന്നു. വിങ്കോ അവനെ തള്ളിവിടേണ്ടി വന്നു തിരിച്ചു കാട്ടിലേക്ക്

കയറിപ്പോകാൻ. കുറേ നേരമെടുത്തിട്ടാണ് എന്റെ ഹൃദയമിടിപ്പൊന്നു താണത്. വിങ്കോ നടത്തം തുടർന്നു. ഞാൻ പിന്നാലെയും.

'റോസിനോവിൽ വിങ്കോയ്ക്ക് ആരൊക്കെയുണ്ടായിരുന്നു?'

അവന്റെ കഥയറിയാനുള്ള ആകാംക്ഷയിൽ ഞാൻ ചോദിച്ചു.

'എല്ലാവരും' അലസമായി പറഞ്ഞുകൊണ്ട് അവൻ മുന്നോട്ടു നടന്നു. 'പിന്നെയെന്തിനാണ് ഇങ്ങോട്ടു വന്നത്?'

'ജോസഫൊന്നും പറഞ്ഞില്ലേ?' ഒരു മറു ചോദ്യമാണ് തിരിച്ചു വന്നത്.

'ഇല്ല.' ഞാൻ അവന്റെ തൊട്ടടുത്തെത്തി.

'എല്ലാവരും പോയി, ആ സ്ഫോടനത്തിൽ. റോസിനോ തെരുവിലെ സ്ഫോടനത്തെപ്പറ്റികേട്ടിട്ടില്ലേ?'

പള്ളിയിലെ ക്യാമ്പിൽ നിന്ന് ആരോ ഒരാൾ ഇവിടെ കൊണ്ടു ചെന്നാക്കി. അവൻ പിന്നെയും നടന്നു.

ഓർമ്മയുണ്ട്. റോസിനോവിലെ ജൂതത്തെരുവിൽ യുദ്ധാരംഭകാലത്തു നടന്ന സ്ഫോടനം. ജൂതരെ തെരഞ്ഞുപിടിച്ച് പീഡിപ്പിക്കുന്ന ഹിറ്റ്ലറുടെ പട്ടാളക്കാർക്കെതിരെ ചാവേറുകളും ഒളിപ്പോരാളികളും ഉണ്ടായിവന്ന സമയത്താണ്. മൊറാവിയയിലെ ജൂതത്തെരുവുകളിൽ ഒളിപ്പോരാളികൾ തമ്പടിച്ചിട്ടുണ്ടെന്ന രഹസ്യവിവരത്തിന്റെ വെളിച്ചത്തിലാണ് റോസിനോവിൽ ഗസ്റ്റപ്പോകൾ ബോംബിട്ടത്. അഭയാർത്ഥി ക്യാമ്പിൽ നിന്ന് ഒരുപാടു പേർ അന്ന് കൗൺസിലിങ്ങിനു വന്നിരുന്നതായി ഞാനോർത്തു. മനസ്സിൽ മായാതെ കിടക്കുന്ന ഒരു സുന്ദരിപ്പെൺകുട്ടിയുടെ മുഖമുണ്ട്. അച്ഛന്റെ ഛിന്നഭിന്നമായ ഉടലുകണ്ട് മനോനില തെറ്റിയതാണ്. സാധാരണയായി പ്രയോഗിക്കുന്ന കൗൺസിലിങ് രീതികൾക്കൊന്നും അവളെ മെരുക്കാനായില്ല. അച്ഛന്റെയടുത്തേക്ക് പോകണമെന്ന ഒറ്റ വാശിയിലായിരുന്നു. എന്തുപറഞ്ഞ് അവളെ ആശ്വസിപ്പിക്കുമെന്നറിയാതെ ഞാൻ കുഴങ്ങി.

ഫ്രോയ്ഡിന്റെ കൗൺസിലിങ് സമീപനത്തേക്കാൾ പ്രായോഗികം ആഡ്ലറുടേതാണെന്ന് പലപ്പോഴും തോന്നിയിട്ടുണ്ട്. ആത്മഹത്യാ പ്രവണതയുള്ളവരെ കൈകാര്യംചെയ്യുമ്പോൾ ഫ്രോയ്ഡിയൻ രീതിയിൽ സൈക്കോ അനാലിസിസിലൂടെ ഉപബോധമനസ്സിലെ വികാര വിചാരങ്ങളെ ചികഞ്ഞെടുക്കാനാണ് പറയുന്നത്. എന്നിട്ട് അതിൽ ഏറ്റവുമാഴത്തിലുള്ളതിനെ നിയന്ത്രിക്കാനുള്ള പ്രായോഗിക പദ്ധതികൾ പരിശീലിപ്പിക്കണം. ശ്രമകരമാണത്. ആഡ് ലേറിയൻ സമീപനത്തിൽ രോഗിയുടെ ചിന്തകളെ മറ്റൊരു വഴിക്ക് തിരിച്ചുവിടാനാണ് പരിശീലനം. സാമൂഹ്യ ബന്ധങ്ങളെ സജീവമാക്കിക്കൊണ്ട് പഴയ ചിന്തകളും സങ്കടങ്ങളും മറക്കാൻ കഴിയണം. രണ്ടു വഴികളി

ലും ഞാൻ ആ കുട്ടിയെ മൂന്നു നാലു പ്രാവശ്യം കൗൺസിലിങ് ചെയ്തു നോക്കി. അവൾ തീരെ വഴങ്ങിയില്ല.

പിന്നെ ഞാൻ സ്വീകരിച്ചത് എന്റേതായ കൗൺസിലിങ് സമീപനമായിരുന്നു. അതാണ് എത്രയാലോചിച്ചിട്ടും ഓർമ്മിച്ചെടുക്കാനാവാത്തത്. തെരേസിയൻ ക്യാമ്പിൽ നിന്ന് എന്നെ ഓഷ്വിറ്റ്സിലേക്ക് കൊണ്ടുപോകുന്നതിന്റെ തലേന്നാൾ നടന്ന ആ സംഭവത്തിനു ശേഷം എന്റെ ഓർമ്മയ്ക്ക് കാര്യമായിട്ടെന്തോ പറ്റിയിട്ടുണ്ട്. എന്നാൽ എല്ലാ ഓർമ്മകൾക്കുമില്ല താനും.

ഞങ്ങളെ ആദ്യം കൊണ്ടുപോയ തെരേസിയൻ സ്റ്റാറ്റിൽ താരതമ്യേന ക്രൂരതകൾ കുറവായിരുന്നു. മൂന്നാം നിലയിലെ ഡോർമെറ്ററിയിലാണ് ഞാൻ കിടന്നിരുന്നത്. ഒരു രാത്രിയിൽ തൊട്ടപ്പുറത്തെ മുറിയിൽ നിന്ന് അമർത്തിപ്പിടിച്ച ഒരു കരച്ചിൽ കേട്ട് ഓടിയെത്തിയതായിരുന്നു. മങ്ങിയ വെളിച്ചത്തിൽ ഞാനതു കണ്ടു. ആ തടിയൻ പട്ടാള ഉദ്യോഗസ്ഥൻ ഒരു പെൺകുട്ടിയുടെ മുഖത്ത് അമർത്തി പിടിച്ചിട്ടുണ്ട്. അവൾ നഗ്നയായിരുന്നു.

'ഹേ എന്താണിത് വിട് അവളെ.' ഞാൻ ഒച്ച വെച്ചു.

അയാൾ അവളെ ഒരു വശത്തേക്ക് വലിച്ചെറിഞ്ഞിട്ട് എന്റെ നേർക്കു ചീറി

'പന്നീ' ബൂട്ട് കൊണ്ട് ആഞ്ഞൊരു ചവിട്ടാണ്.

സ്റ്റെയർകേസിൽ തട്ടിത്തടഞ്ഞു ഞാൻ താഴത്തെ നിലയിലേക്ക് തലയടിച്ച് വീണു. ആരൊക്കെയോ എടുത്താണ് ഡോർമെറ്ററിയിൽ കൊണ്ടുകിടത്തിയത്. ബോധമുണ്ടായിരുന്നില്ല. തൊട്ടടുത്ത ദിവസം ശിക്ഷയെന്നോണം എന്നെ ഓഷ്വിറ്റ്സിലേക്കുള്ള വണ്ടിയിൽ കയറ്റി. ഇരുട്ടിൽ നിന്ന് കൂരിരുട്ടിലേക്കുള്ള യാത്ര.

'നോക്ക്' വിങ്കോ എന്റെ കൈ പിടിച്ചു വലിച്ചു.

മരച്ചുവട്ടിൽ വീണു കിടക്കുന്ന ഒരു പക്ഷിക്കൂട്. അടുത്ത് പൊട്ടിയുടഞ്ഞുകിടപ്പുണ്ട് ചില മുട്ടകൾ. പൂർണ്ണമായും ഉടഞ്ഞുപോകാത്ത ഒരെണ്ണത്തിനുള്ളിൽ നിന്ന് നേർത്ത അനക്കം. തോട് പലതായി അടർന്നിരുന്നു. നോക്കിനിൽക്കേ ഒരു ചുവന്ന തുടുപ്പ് പുറത്തേക്കെത്തി നോക്കി. ഊന്നിപ്പിടഞ്ഞ് അതൊന്നു കുതിച്ചു. ഇലക്കൂട്ടത്തിലേക്ക് നെറ്റിയിടിച്ചു വീണശേഷം അത് മുകളിലേക്ക് മുഖമുയർത്തി. ചാരനിറത്തിലുള്ള കൊക്ക് മെല്ലെ വിടർത്താൻ ശ്രമിച്ചു.

വിങ്കോ കൈ നീട്ടി അതിനെ കോരിയെടുത്തു. മിനുത്ത ചിറകുകൾ ആവുന്നത്ര ഒതുക്കിച്ചേർത്ത് അത് അവന്റെ കൈക്കുമ്പിളിൽ അമർന്നു കിടന്നു.

1945 ജൂൺ 7

പകൽനേരത്ത് നേബയിലെ ആരവങ്ങളിൽ കലർന്നങ്ങ് പോകും. സന്ധ്യ കഴിയുമ്പോഴാണ് പ്രശ്നം. ഇരുട്ടിൽ പതുങ്ങി നിൽക്കുന്ന നിഴലുകൾ... അതെന്നെ വിട്ടൊഴിഞ്ഞിട്ടേയില്ലെന്ന് ഓരോ ദിവസവും ബോധ്യമാകുന്നു. നേബയുടെ വിഭ്രാമകമായ കാഴ്ചകളിലേക്ക് ഇടയ്ക്കിടെ തുടലഴിച്ച് വിട്ടിട്ട് ഞാൻ സ്വതന്ത്രനാണെന്ന് തോന്നിപ്പിക്കുക മാത്രമാണ് നിഴൽ ഭൂതങ്ങൾ. അമർത്തിയ മൂളലുകളുമായി എവിടെയൊക്കെയോ പതുങ്ങിയിരിപ്പുണ്ട് കറുത്ത മൃഗങ്ങൾ. ആളിക്കത്തുന്ന തീയുടെ തൊട്ടരികിൽ നിന്നാണ് പല കാളരാത്രികളിലും ഞെട്ടിയുണരാറുള്ളത്. മനുഷ്യമാംസത്തിന്റെ വെന്ത ഗന്ധം കുറച്ചെങ്കിലും അവശേഷിച്ചിരിക്കും. നിലവിളികൾക്കു മീതെ അട്ടഹാസങ്ങളും ആക്രോശങ്ങളും ഇരമ്പി നില്ക്കും.

ജോസഫ് എന്താണ് വരാത്തത്?

അവനു മാത്രമേ എന്നെ രക്ഷിക്കാനാവൂ. ഞാൻ കട്ടിലിൽ തിരിഞ്ഞും മറിഞ്ഞും കിടന്നു. ഓക്ക് മരം ചെത്തിയൊതുക്കിക്കെട്ടിയ കട്ടിലിൽ പുല്ലും പരുത്തിയും ചേർത്തുവിരിച്ച മെത്ത. ചീവീടുകളുടെ ചെവി തുളയ്ക്കുന്ന ഇരമ്പലിനൊപ്പം കൂടണഞ്ഞിട്ടില്ലാത്ത ഏതൊക്കെയോ പക്ഷികളുടെ കലമ്പലുകൾ. വിഷാദം, വിരഹം, ഓർമ്മകളുടെ തേങ്ങൽ...

പെട്ടെന്നെനിക്കെന്റെ മമ്മയെ ഓർമ്മ വന്നു. എന്തൊരു പാവമായിരുന്നെന്നോ എന്റെ മമ്മ. ചെറിയ കുട്ടിയായിരുന്നപ്പോൾ എനിക്ക് ഉറങ്ങണമെങ്കിൽ മമ്മയുടെ താരാട്ട് നിർബന്ധമായിരുന്നു. പണ്ട് പണ്ടൊരു കാലത്ത് എന്നു തുടങ്ങുന്ന ഒരു പാട്ടുണ്ടായിരുന്നു മമ്മയ്ക്ക്. വരികളുടെ അർത്ഥമൊന്നും എനിക്കറിയേണ്ട. അതിന്റെ പ്രത്യേകതരത്തിലുള്ള

ഒരു ഈണവും കൂട്ടത്തിൽ നെറുകയിലുള്ള തലോടലുമാണ് പ്രധാനം. കുറേക്കാലം കഴിഞ്ഞാണ് മമ്മ ആ രഹസ്യം എന്നോട് പങ്കുവെച്ചത്. ആ നേരത്ത് വായിൽത്തോന്നുന്ന എന്തൊക്കെയോ വാക്കുകൾ; അതുമാത്രമായിരുന്നത്രേ ആ താരാട്ട്. 'പെട്ടെന്നുറങ്ങെന്റെ കാലമാടാ' എന്നൊക്കെയായിരുന്നത്രേ വരികൾ. മമ്മയ്ക്കെന്നോട് അങ്ങേയറ്റത്തെ വാത്സല്യമായിരുന്നു. ഞാൻ കഴിഞ്ഞിട്ടേ ജ്യേഷ്ഠനും അനുജത്തിയുമുള്ളൂ.

'എന്റെ മനസ്സ് കൃത്യമായി വായിക്കാനവൻ തന്നെ വേണ'മെന്ന് ഇടയ്ക്കിടെ പറയും.

ഞങ്ങളുടെ കുടുംബം ആദ്യമായെത്തിയ തെരേസിയൻ സ്റ്റാറ്റിൽ പപ്പയുടെ മരണശേഷം മമ്മ എന്നോട് അധികമൊന്നും സംസാരിക്കാതായി. ഉള്ളിലവർ വല്ലാത്ത വിങ്ങലനുഭവിച്ചിരുന്നു. മമ്മയെ സമാധാനിപ്പിക്കാൻ ക്യാമ്പിലെത്തിയ റബ്ബിഫൈദ മടങ്ങുമ്പോൾ എന്നെ ചേർത്തുപിടിച്ചു.

'ദൈവം കൂടെയുണ്ടാവട്ടെ. പറ്റുമെങ്കിൽ മമ്മയെ എല്ലാ ദിവസവും കാണണേ. പാവം, വല്ലാത്തൊരവസ്ഥയിലാണ്.'

എങ്ങനെയെങ്കിലും നേരമുണ്ടാക്കി എല്ലാ ദിവസവും ഞാൻ പ്രായമായ സ്ത്രീകളുടെ ടെന്റിൽ മമ്മയെത്തേടിയെത്തിയിരുന്നു. പിരിയുമ്പോൾ ഞാൻ ആ നെറുകയിലൊന്നു ചുംബിക്കും. മമ്മ തന്റെ കൈകൾ എന്റെ ശിരസ്സിലമർത്തും. ഏതു നിമിഷം വേണമെങ്കിലും ഇതിനേക്കാൾ ഭയാനകമായ ഏതെങ്കിലും നരകത്തിലെത്തിച്ചേരാമെന്നിരിക്കേ ഈ ഓർമ്മകളെങ്കിലും കൂട്ടിനുണ്ടാകുമല്ലോ!

സത്യമാണ്. ഒന്നു കണ്ണടച്ചാൽ നെറുകയിലിപ്പോഴും മമ്മയുടെ കരസ്പർശമനുഭവിക്കാനാവും. ചുണ്ടുകൾ ആ നെറുകയിലമർത്തുമ്പോൾ നരച്ച മുടിയിൽ നിന്ന് ഞാൻ ആർത്തിയോടെ വലിച്ചെടുക്കാറുള്ള ഗന്ധവും.

മമ്മയെ ഓഷ്വിറ്റ്സിലേക്കുള്ള ട്രക്കിൽ കയറ്റുന്നതിന് തൊട്ടുമുമ്പാണ് ഞാൻ അവസാനമായി കണ്ടത്. ഗ്യാസ് ചേംബറിലേക്കുള്ള യാത്രയാണതെന്ന് എനിക്ക് കൃത്യമായിട്ടറിയാമായിരുന്നിട്ടും മമ്മയെ സമാധാനിപ്പിക്കാൻ, ഒരു പ്രശ്നവുമുണ്ടാവില്ലെന്നും പേടിക്കരുതെന്നും പറഞ്ഞാണ് ഞാൻ ആ കൈകളിൽ മുറുകെ പിടിച്ചത്. ഞാൻ അവസാനമായി മമ്മയുടെ നെറുകയിൽ മുകർന്നു. കൈകൾ എന്റെ തലയിലമർത്തി അനുഗ്രഹിച്ച് മുമ്പൊരിക്കലുമില്ലാത്തവണ്ണം മമ്മ പൊട്ടിക്കരഞ്ഞു. വൃഥാ ഞാൻ പലവട്ടം സ്വപ്നം കാണാൻ ശ്രമിച്ചിരുന്നു, സ്വതന്ത്രനായ ശേഷം മമ്മയെച്ചെന്ന് കാണുന്നത്, മമ്മയ്ക്കൊപ്പം ഭക്ഷണം കഴിക്കുന്നത്.

ഏതോ ഒരു പക്ഷിയുടെ നീണ്ട കരച്ചിൽ എന്റെ ചിന്തയെ ഒന്നുലച്ചു. ഉറക്കം വരുന്നതേയില്ല. ക്യാമ്പിലാണെങ്കിൽ കിടക്കേണ്ട താമസം, ഞാൻ ഉറങ്ങിപ്പോയിരുന്നു. നന്നേ പുലർച്ചെയിറങ്ങുന്നതല്ലേ, പണിയെ

ട്ടുത്ത് ക്ഷീണിച്ചവശനായിരിക്കും. ഒരു ടയർ ഷീറ്റിൽ ഒമ്പത് പേരൊക്കെയാണ് ചേർന്നുറങ്ങുക. പറ്റിക്കൂടി കിടക്കും. ആദ്യമൊക്കെ എനിക്കത് വല്ലാത്ത അസ്വസ്ഥതയുണ്ടാക്കി. എന്റെ മനസ്സ് വായിച്ചറിഞ്ഞത് പോലെ ജോസഫ് അടുത്തെത്തി.

'ഡോക്ടർക്ക് കിടപ്പൊന്നും ശരിയാകുന്നുണ്ടാവില്ല, അല്ലേ?'

മറുപടി പറയാതെ ഞാൻ തല കുമ്പിട്ടു നിന്നു.

'ഒരു കണക്കിന് ഒന്നിച്ചിങ്ങനെ കിടക്കുന്നത് ഒരു അനുഗ്രഹമാണ് കേട്ടോ.'

അവൻ ചിരിച്ചു. 'ഇങ്ങനെ കിടന്നാൽ തണുത്തുവിറയ്ക്കേണ്ടല്ലോ. ദുഃസ്വപ്നം കണ്ട് ഞെട്ടിയാൽത്തന്നെ കെട്ടിപ്പിടിച്ച് ഒന്ന് ആശ്വസിക്കാം. വേറൊരു കാര്യം കൂടിയുണ്ട്...രാവിലെ സൈറനടിക്കുമ്പോൾ ഒന്നിച്ച് ഉണർന്നെണീറ്റ് പോകാനും ഇങ്ങനെയായാലാണ് സൗകര്യം. ഒറ്റയ്ക്ക് കിടന്ന് ബോധമറ്റ് ഉറങ്ങിപ്പോയാൽ കനത്ത ചാട്ടയടിയല്ലേ സമ്മാനം, ഹമ്മോ...'

അവൻ പിന്നെയും പറഞ്ഞുകൊണ്ടിരുന്നു.

'നമ്മൾ പഠിച്ചു വെച്ചതെല്ലാം തെറ്റായിരുന്നു കേട്ടോ.'

ആകാംക്ഷയോടെ ഞാൻ അവന്റെ മുഖത്തുനോക്കി.

'തുറന്ന ഗ്രൗണ്ടിൽ തണുത്തുറഞ്ഞ ശരത്ക്കാലത്ത് പൂർണ്ണ നഗ്നനായി നനവാറാത്ത ശരീരവുമായി നിന്നാൽ പനിയും ജലദോഷവും വരുമെന്നല്ലേ പുസ്തകത്തിൽ പഠിച്ചത്? ഇവിടെ ഞാൻ എത്രയോ ദിവസം അങ്ങനെ നിന്നിട്ടുണ്ട്. ഒന്നും സംഭവിച്ചിട്ടില്ല.

മനുഷ്യൻ ഒരു നിശ്ചിത സമയം ഉറങ്ങണമെന്ന് ശാസ്ത്രം പറയാറില്ലേ? അതും തെറ്റാണ്. പോഷകാഹാരമില്ലെങ്കിൽ ആരോഗ്യമുണ്ടാവില്ല എന്ന് മറ്റൊരു പാഠം. ഇവിടെ എന്ത് പോഷണം കിട്ടിയിട്ടാണ്? ടാപ്പ് വെള്ളവും റൊട്ടിയുമായാൽത്തന്നെ പോഷകസമൃദ്ധമാണെന്നതിന് തെളിവല്ലേ ഈ ക്യാമ്പ്?'

അവൻ പുച്ഛത്തോടെ ചിരിച്ചു

'ചളി പുരണ്ട കാലിൽ മുറിവുപറ്റിയാൽ അണുബാധ വരുമെന്ന് പഠിച്ചുവെക്കും. പണി സ്ഥലത്തുനിന്ന് മുറിവ് പറ്റി ചളിയിൽ കുഴഞ്ഞു മറിഞ്ഞ് തിരിച്ചെത്തിയിട്ട് കഴുകാനുള്ള സൗകര്യമില്ലാതെ എത്ര നാളുകൾ കിടന്നിട്ടുണ്ടെന്നറിയാമോ? പഴുക്കാറുമില്ല, പൊട്ടാറുമില്ല.'

അവൻ പറഞ്ഞത് സത്യമായിരുന്നു. ദൂരെ എവിടെയോ നിന്നുള്ള ചെറിയ ശബ്ദം കൊണ്ടുപോലും ഉറക്കം ഞെട്ടിയിരുന്ന സുഹൃത്തുക്കൾക്ക് കാള അമറുംപോലെ കൂർക്കം വലിക്കുന്ന കൂട്ടാളിയുടെ മൂക്കിന് താഴെ മതിമറന്നുറങ്ങാൻ ഒരു പ്രയാസവും നേരിട്ടില്ല!

എന്തൊരു വിരോധാഭാസമാണ്! അത്രയും ശബ്ദകലുഷമായ ക്യാ

മ്പിൽപ്പോലും നന്നായുറങ്ങാൻ കഴിഞ്ഞിരുന്ന ഞാനാണ് ചെറുതായി പ്പോലും ഒന്നുറങ്ങാനാകാതെ ഉഴലുന്നത്.

ചേണിങ്ങാസിലെ വിശ്രമമുറിയിൽ എനിക്കൊരു ഗ്രാമഫോണ ണ്ടായിരുന്നു. ഓസ്ട്രിയൻ സംഗീതജ്ഞരായ ബ്രൂക്ക്നെർ, ഹെയ്ഡൻ, ഷൂബർട്, മൊസാർട്ട്, ബീഥോവൻ... എല്ലാവരും എന്നെ ഉറക്കാനെത്തി. ബീഥോവനോടായിരുന്നു ഇത്തിരി ഇഷ്ടക്കൂടുതൽ. അദ്ദേഹത്തിന്റെ ചര മദിനത്തിന്റെയന്ന് സില്ലർ കോഫി ഹൗസിൽ ഒരു സംഗീത വിരുന്നിൽ പങ്കെടുത്തുകൊണ്ടിരിക്കെയാണത്രേ അമ്മയ്ക്ക് പ്രസവവേദന തുടങ്ങിയ ത്. പെട്ടെന്ന് ഗ്രീൻ റൂമിലേക്കെത്തിച്ചു. ബീഥോവന്റെ നാലാം ഗീതക ത്തിന്റെ തിരമാലയിൽ ഞാൻ പുറത്തേക്ക് കുത്തിയൊലിച്ചു. അതു പറ യുമ്പോൾ അമ്മയുടെ മുഖമൊന്നു കാണണം. ഓർമ്മയുടെ ചോരയിരച്ചു കയറിയിട്ട് അതങ്ങു തുടുക്കും. പിന്നെ വാത്സല്യമാണ്. എന്റെ മുടിയിഴക ളിൽ വിരലോടിച്ചുകൊണ്ടങ്ങനെയിരിക്കും.

വിരഹത്തിന്റെ സങ്കടത്തിൽ തളർന്നുറങ്ങിയിട്ട് ഏതോ ദുഃസ്വപ്നം കണ്ട് ഞെട്ടിയെണീറ്റിട്ടെന്നപോലെ ഒരു പക്ഷി ആർത്തു കരഞ്ഞു. മെല്ലെ മെല്ലെയത് കാടിന്റെ നേർത്ത താരാട്ടിലേക്ക് ശ്രുതി ചേർക്കുക യാണ്. ഉറക്കത്തിലേക്ക് മുങ്ങിത്താഴാൻ ഇതിലും നല്ലൊരു പശ്ചാത്തല സംഗീതമില്ല. എന്നിട്ടും വിഷാദത്തിന്റെ നിലയില്ലാക്കയത്തിൽ മറ്റേതോ താരാട്ടിനു കാതോർത്ത് ഞാൻ തപ്പിത്തടഞ്ഞു.

1945 ജൂൺ 10

ചെറുപ്പത്തിൽ എന്നെ വല്ലാതെ അലോസരപ്പെടുത്തിയ ആ സ്വപ്നം ഇന്നലെ രാത്രിയിൽ വീണ്ടുമെത്തി. എട്ടാംവയസ്സിൽ എന്നെ ഇക്കിളിപ്പെടുത്തിയ ഒരു അനുഭവത്തിന്റെ തുടർച്ചയെന്നോണമാണ് അത് സംഭവിച്ചുകൊണ്ടിരിക്കുന്നത്. മനസ്സിന്റെ ഉള്ളറകൾ കണ്ടെത്താനും മന:ശാസ്ത്ര ഗവേഷകനാകാനും ആത്മഹത്യാ പ്രവണതയുള്ളവരെ കൗൺസിലിങ് ചെയ്യാനുമെല്ലാമുള്ള ആദ്യചോദന ആ അനുഭവമാണെന്നാണ് പ്രൊഫസർ ഫെർഡിനന്റിന്റെ മതം. ഫ്രോയ്ഡിയൻ വിശകലനത്തിൽ വിദഗ്ധനാണദ്ദേഹം. ഞങ്ങളുടെ വീട്ടുവേലക്കാരി മേരി, കാണാൻ അത്യാവശ്യം സുന്ദരിയായ ഒരു യുവതിയായിരുന്നു. ഒരു ദിവസം മമ്മയും പപ്പയും ജ്യേഷ്ഠനുമൊന്നും വീട്ടിലില്ലാത്ത നേരത്ത്, 'വിക്കീ, ഞാനൊരു സൂത്രം കാണിച്ചു തരാ'മെന്ന് പറഞ്ഞ് അവർ എന്നെ കിടപ്പറയിലേക്ക് കൂട്ടിക്കൊണ്ടുപോയി. മലർന്ന് ഉറങ്ങുംപോലെ കിടന്ന ശേഷം അവരുടെ വസ്ത്രങ്ങളോരോന്നായി അഴിച്ചുകൊടുക്കാൻ ആവശ്യപ്പെട്ടു. ആദ്യം ഒരു മടിയൊക്കെ തോന്നിയെങ്കിലും പിന്നീട് കൗതുകത്തോടെ ഞാനതു ചെയ്തു. അടിവസ്ത്രങ്ങളടക്കം എല്ലാം ഞാൻ അഴിച്ചുമാറ്റി. അവരുടെ രഹസ്യ ഭാഗങ്ങൾ വരെ എല്ലാം അനാവൃതമായി. ഞാൻ വല്ലാത്തൊരവസ്ഥയിലായി. അവർ പെട്ടെന്നു തന്നെ വസ്ത്രങ്ങളെല്ലാമെടുത്തണിഞ്ഞ് ചിരിച്ചുകൊണ്ട് പുറത്തേക്കിറങ്ങിപ്പോയി. എന്നെക്കൊണ്ട് ഇടയ്ക്കിടെ അവരിത് ചെയ്യിച്ചു. അന്ന് ഞാനത് ആസ്വദിച്ചിരുന്നുവെന്നു വേണം പറയാൻ. സംഗതി വളരെ രഹസ്യമാണെന്നും ആരോടും പറഞ്ഞു പോകരുതെന്നും അവർ ശട്ടം കെട്ടിയിരുന്നു. ഞാൻ ചെയ്തത്

വലിയ പിഴയാണെന്ന തോന്നൽ എന്നിൽ ഭയം വളർത്തി.

മെല്ലെ മെല്ലെ അതെന്നിൽ കടുത്ത കുറ്റബോധമായി ഉറഞ്ഞുകൂടാൻ തുടങ്ങി. എന്നെക്കൊണ്ട് എന്തെങ്കിലും കാര്യങ്ങൾ ചെയ്യിക്കാനുണ്ടെങ്കിൽ മേരി എന്റെ മുഖത്തിന് നേരെ ചൂണ്ടുവിരലിളക്കിക്കൊണ്ട് പറയും;

'അത് ചെയ്തേക്കണം അല്ലെങ്കിൽ ഞാൻ ആ രഹസ്യം മമ്മയോട് പറയും.'

മേരി നഗ്നയായി കിടക്കുന്നു. ഞാൻ തൊട്ടടുത്ത്. വാതിലുകളും ജനലുകളും ഭിത്തികൾ പോലും തുറന്നാണ് കിടക്കുന്നത്. ഞാൻ തല താഴ്ത്തിയിരിക്കുന്നു. ആളുകൾ ചിരിക്കുകയും കൂകിവിളിക്കുകയും ചെയ്യുന്നു. ഞാൻ അവിടുന്ന് കുതറിയോടാൻ ശ്രമിക്കുമ്പോൾ ആൾക്കൂട്ടം എന്റെ പിന്നാലെ. വല്ലാതെ കിതച്ചുകൊണ്ടാണ് ഞാൻ ഞെട്ടിയുണർന്നത്. എത്രയോ ദിവസങ്ങളാണ് ഈ സ്വപ്നം എന്റെ ഉറക്കം കെടുത്തിയത്. മെഡിക്കൽ സ്കൂളിൽ മെന്ററായി കിട്ടിയത് പ്രൊഫസർ ഫെർഡിനന്റിനെ. അത്രമാത്രം വ്യക്തിഗതമായ വിചാരങ്ങൾ പോലും മെന്ററോട് തുറന്നുപറയണമെന്നാണ് നിയമം. വിട്ടുപോകുന്നത് ഹിപ്നോട്ടിസത്തിലൂടെ ചികഞ്ഞെടുക്കും.

ഫ്രോയ്ഡിന്റെ ശിഷ്യനായിരുന്ന പ്രൊഫസർ. സത്യത്തിൽ ഫ്രോയ്ഡിന്റെ ചെറു ലേഖനങ്ങളാണ് ആദ്യകാലത്ത് എന്നിലെ മനശ്ശാസ്ത്ര കൗതുകം ഊതി ജ്വലിപ്പിച്ചത്. ഓരോന്നും ഞാൻ ആർത്തിയോടെ വായിച്ചു. എന്നിട്ട് അദ്ദേഹത്തിന് കത്തുകളെഴുതി. പോസ്റ്റ് കാർഡിൽ വന്ന മറുപടി ഞാൻ ഏറെ അത്ഭുതത്തോടെയാണ് നോക്കിയത്. അദ്ദേഹം സ്വന്തം കൈപ്പടയിലെഴുതിയത്!

തുടർന്നും ഞാൻ അദ്ദേഹത്തിന് എഴുതിക്കൊണ്ടിരുന്നു. പലതിനും മറുപടിയും കിട്ടി. എന്റെയൊരു ലേഖനം, അദ്ദേഹം അന്നത്തെ പ്രശസ്തമായ ഒരു മനശ്ശാസ്ത്ര ജേർണലിൽ പ്രസിദ്ധീകരണത്തിന് നൽകുക പോലുമുണ്ടായി. യൂണിവേഴ്സിറ്റിയിൽ അദ്ദേഹം പ്രഭാഷണത്തിനെത്തിയപ്പോൾ ഞാൻ ഓടിച്ചെന്നു.

'സാർ, ഞാൻ വിക്ടർ ഫ്രാങ്ക്ൾ.' കിതച്ചുകൊണ്ടാണ് പറഞ്ഞത്.

'ചേർണിങ്ങാസ്- 6, ഡോർ നമ്പർ-25 അല്ലേ?'എന്റെ വിലാസം അത്രത്തോളം മനപ്പാഠമായിരുന്നു അദ്ദേഹത്തിന്. ഓർക്കുമ്പോൾ ഇപ്പോഴും രോമാഞ്ചം വരും.

'കുഞ്ഞുനാളിലുണ്ടായ ഈ വിചിത്ര ലൈംഗികാനുഭവം കൊണ്ടാകാം സമൂഹത്തിൽ നിന്ന് ഒളിച്ചോടാനുള്ള തോന്നൽ. അതാവണം നിന്നിൽ ആത്മഹത്യാ പ്രവണതയുടെ ചെറിയൊരു കനൽ വീഴ്ത്തിയിട്ടുണ്ടാവുക. പക്ഷേ, മറ്റുള്ളവരിൽ നിന്നൊക്കെ വ്യത്യസ്തമായി അത് കെടുത്താനുള്ള ശ്രമം നിന്റെ മനസ്സിന്റെ തന്നെ മറ്റൊരു ഭാഗത്ത് രൂപ

പ്പെട്ടുവെന്നതാണ് ഭാഗ്യം. മനഃശാസ്ത്രം പഠിക്കാനും ആത്മഹത്യാ പ്രവണതയുള്ളവരെ തിരിച്ചുകൊണ്ടുവരാനുമുള്ള മാർഗ്ഗങ്ങൾ കണ്ടെത്താനും കൗൺസിലിംഗ് നടത്തി അത് പ്രാവർത്തികമാക്കാനുമൊക്കെ നിനക്ക് സാധിച്ചു. പക്ഷേ, ശ്രദ്ധിക്കണം. ആ കനൽ കെട്ടടങ്ങിയിട്ടില്ല. ഈ ജാഗ്രത കൈമോശം വന്നാൽ ആദ്യത്തെ ചിന്തകൾ ഉപബോധമനസ്സിൽ പിന്നെയും എരിയാനിടയുണ്ട്. അതുണ്ടാകാൻ പാടില്ല.'

എന്റെ കുനിഞ്ഞ ശിരസ്സ് പിടിച്ചുയർത്തിക്കൊണ്ട് പ്രൊഫസർ ഫെർഡിനന്റ് ഉപദേശിച്ചു.

ഇതേ മേരിയെ പിന്നീടൊരിക്കൽ ഞാൻ കണ്ടു. സ്റ്റൈൻഹോഫ് ഭ്രാന്താശുപത്രിയിലെ സെല്ലിനുള്ളിൽ. എന്റെ ട്രെയിനിങ്ങിന്റെ ആദ്യ ദിവസങ്ങളിലൊന്നിലാണെന്നാണ് ഓർമ്മ. ഡിപ്പാർട്ട്മെന്റ് തലവനായ പൊള്ളാക്കിനൊപ്പമാണ് ഞാൻ വാർഡ് റൗൺസിനു പോയത്. സ്ത്രീകളുടെ വാർഡിലേക്ക് കയറുമ്പോൾ കണ്ണട ധരിക്കരുതെന്ന് അദ്ദേഹം പ്രത്യേകം പറഞ്ഞിട്ടുണ്ടായിരുന്നു. മുഖത്ത് പ്രഹരിക്കുന്ന ഒരു ഭ്രാന്തിയുണ്ടത്രേ. കണ്ണടച്ചില്ലു പൊട്ടാനും അത് കണ്ണിൽ തറഞ്ഞു കയറാനുമൊക്കെ സാധ്യതയുണ്ട്. അത് ഞാൻ അനുസരിച്ചു. കണ്ണടയില്ലാതെ എന്റെ കാഴ്ച അവ്യക്തമായിരുന്നതുകൊണ്ട് അവരുടെ പെട്ടെന്നുള്ള ആക്രമണത്തെ ചെറുക്കാനായില്ല. മുഖത്തുതന്നെ കിട്ടി നല്ലൊരു പ്രഹരം. തടയാനാഞ്ഞ നഴ്സിനും കിട്ടി കണക്കിന്.

അടുത്ത ദിവസം നീരുകെട്ടിയ മുഖവുമായി വാർഡിനു പുറത്തുനിന്ന് കണ്ണടയിലൂടെ ഞാൻ ഉള്ളിലേക്ക് നോക്കി.

'അതാ ആ സ്ത്രീയാണ് ഇന്നലെ സാറിനെയടിച്ചത്' നഴ്സ് ചൂണ്ടിക്കാട്ടി. ഞാൻ നോക്കുന്നത് കണ്ട് അവർ ജനലിനടുത്തേക്ക് വന്നു. പ്രായമായിരുന്നെങ്കിലും അവരെ എനിക്ക് പെട്ടെന്ന് തിരിച്ചറിയാൻ പറ്റി. കേസ് ഷീറ്റിലും അതേ പേരായിരുന്നു. സ്കിസോഫ്രീനിയൻ തിരമാലയിൽ ദിശകൾ നഷ്ടപ്പെട്ട് ആടിയുലയുന്ന ഒരു രൂപം. അവർ മുഷ്ടിചുരുട്ടി ജനൽക്കമ്പിയിൽ ഇടിച്ചുകൊണ്ടേയിരുന്നു.

ഇന്നലെ രാത്രി സ്വപ്നത്തിൽ മേരി എന്നെയും വിളിച്ച് മലകയറി. ഞാൻ ഇടയ്ക്കിടെ പിന്നിലേക്ക് തിരിഞ്ഞു നോക്കുന്നുണ്ട്. ആരെങ്കിലും കാണുന്നുണ്ടോയെന്ന്. മലമടക്കുകളിലൂടെ മഞ്ഞിൽക്കുളിച്ച് ഞങ്ങൾ വലിഞ്ഞു കയറി. മൗണ്ടൻ ലോഡ്ജിന്റെ ഇടുങ്ങിയ സെറ്റിയിൽ അവർ നഗ്നയായി മലർന്നു കിടന്നു. എന്നെ വലിച്ച് അവളിലേക്ക് പൂഴ്ത്തി.

കിതച്ചുകൊണ്ടാണ് ഞാൻ ഞെട്ടിയെണീറ്റത്. കൈകാലുകളെല്ലാം കുഴഞ്ഞതുപോലെ. ആകെ വിയർക്കുന്നുണ്ടായിരുന്നു. ആ കനൽ അവിടെ കിടന്ന് ചുട്ടുനീറുന്നുണ്ട്. ഞാൻ അന്ന് ഏത് വഴിയിലാണ് ആ കനൽച്ചൂടിൽ നിന്ന് പുറത്തുകടന്നതെന്ന് ഓർത്തെടുക്കാനേയാകുന്നില്ലല്ലോ ദൈവമേ.

1945 ജൂൺ 12

വല്ലാതെ നീണ്ട അമറലോടെയാണ് ആ മാൻകുട്ടി ശ്വാസമെടുത്തത്. അതിന്റെ തുറിച്ച കണ്ണുകൾ നിലകിട്ടാതെ ഇളകിക്കൊണ്ടിരുന്നു. ആന്റോയാണ് അതിനെ തടവിക്കൊണ്ടിരുന്നത്. വിങ്കോ വായിലേക്ക് മരുന്ന് ഒഴിച്ചുകൊടുത്തു. ചുറ്റും കുട്ടികൾ. പിന്നിൽ ആധിമുറ്റിയ കുറേ മാനുകൾ. നില്പുറയ്ക്കാത്ത അവയുടെ കാലുകളിൽ വേവലാതി. എല്ലാ കണ്ണുകളും തളർന്നു കിടക്കുന്ന മാനിന്റെ നേർക്കുതന്നെയാണ്. ഞാൻ ഒരു വശത്തേക്ക് ഒതുങ്ങിനിന്നു. മെല്ലെ മെല്ലെ അതിന്റെ കണ്ണുകളുടെ ചലനം കുറഞ്ഞുവന്നു. ശ്വാസം പതുക്കെയായി. ഏറെ കഷ്ടപ്പെട്ടാണ് അത് ശ്വാസം വലിച്ചത്. പ്രതീക്ഷയസ്തമിച്ചതുപോലെ ആന്റോയും വിങ്കോയും മാറിനിന്ന് അതിനെ നോക്കി. ഒരു മൃഗം മരിച്ചുകൊണ്ടിരിക്കുന്ന രംഗം ഞാൻ ആദ്യമായാണ് കാണുന്നത്. ചുറ്റിലും നിന്ന മാനുകൾ ഓരോരുത്തരായി അന്ത്യാഭിവാദ്യമർപ്പിക്കാനെന്നോണം അതിന്റെയടുത്തെത്തി മുഖമുരസി ഓരോ നിമിഷം നിന്നു. എന്നിട്ട് കുറച്ചകലത്തേക്ക് നടന്നുനീങ്ങി. പക്ഷികളുടെ കലപിലകൾ കുറച്ചുനേരത്തേക്ക് നിലച്ചു. ഒരു ജീവൻ നിശ്ശബ്ദതയിലേക്ക് അലിഞ്ഞുചേരുന്നതിന്റെ പ്രശാന്തത. അതിന്റെ അനക്കം ഏതാണ്ട് നിലച്ച മട്ടാണ്. ഞാൻ പുറത്തേക്ക് നടന്നു. കുറച്ചു നേരം മരച്ചുവട്ടിലിരുന്ന ശേഷം അങ്ങോട്ടുതന്നെ തിരിച്ചെത്തിയപ്പോൾ എല്ലാ അനക്കങ്ങളും നിലച്ച് ആ മാൻ പൂർണ്ണ വിശ്രാന്തിയിലായിരുന്നു.

ഞാനതിന്റെ മുഖത്തു തൊട്ടു. നിശ്ചലം തുറിച്ച കണ്ണുകൾ.

ആന്റോയോടും വിങ്കോയോടുമൊപ്പം ഞാൻ പുറത്തേക്ക് നടന്നു.

ഇരുണ്ടു കെട്ടിയ ആകാശം.

തെരേസിയൻ ക്യാമ്പിന്റെ തിരക്കേറിയ ഡോർമെറ്ററിയിൽ ഒരു മൂലയിൽ അവശനായിക്കിടന്ന പപ്പയ്ക്കരികിൽ ഞാനിരുന്നു. അവിടെ നിറയെ രോഗികളായിരുന്നു. ജൂതത്തടവുകാരൻ എന്നതിനേക്കാൾ എനിക്ക് അവിടെ ഒരു ഡോക്ടർ എന്ന പരിഗണന ലഭിച്ചിരുന്നതിനാൽ കഴുത്തിൽ തൂക്കിയിട്ട സ്റ്റെതസ്കോപ്പിന്റെ ബലത്തിൽ എനിക്ക് ഓരോരുത്തരെയും ആശ്വസിപ്പിക്കാൻ സാധിച്ചിരുന്നു. പപ്പ എന്റെ കൈയിൽ മുറുകെപ്പിടിച്ചു. അടുത്തേക്കിരിക്കാൻ കണ്ണുകൊണ്ട് ആംഗ്യം കാണിച്ചു. മീശയും താടിരോമങ്ങളുമൊക്കെ അസാധാരണമാം വിധം വിറകൊള്ളുന്നുണ്ടായിരുന്നു. ന്യൂമോണിയ പിടിമുറുക്കിയ നെഞ്ചിൻകൂട് പതിയെ ഉയർന്നുതാണു. പനിയുടെയും പ്രായത്തിന്റെയും പരിഗണന വെച്ച് പണിസ്ഥലത്തേക്ക് വിടരുതെന്ന് ഞാൻ എസ് എസ്സിനോട് കരഞ്ഞു പറഞ്ഞതാണ്.

'ഡോക്ടറാണെന്നു വെച്ച് ഇങ്ങോട്ട് പഠിപ്പിക്കണ്ട. കേട്ടോ' നിലത്ത് ആഞ്ഞു ചവിട്ടിക്കൊണ്ട് അയാൾ മുന്നോട്ടു കുതിച്ചു.

കഠിനമായ വേദനയാണ് കടിച്ചുപിടിക്കുന്നതെന്ന് പപ്പയുടെ മുഖം കണ്ടാലറിയാം. ശ്വാസകോശസ്തരത്തിന്റെ നീർക്കെട്ട് മരുന്നുകളോട് പ്രതികരിക്കുന്നുണ്ടായിരുന്നില്ല. തൽക്കാലത്തേക്ക് വേദന ശമിക്കാനായി ഞാൻ പപ്പയുടെ സിരയിലേക്ക് മോർഫിൻ ഇഞ്ചക്ട് ചെയ്തു. കുറെനേരം ആ മുടിയിൽ തലോടിക്കൊണ്ട് അവിടെത്തന്നെയിരുന്നു.

'പപ്പയ്ക്ക് ഇപ്പോൾ വേദന കുറവുണ്ടോ?' ഞാൻ ചോദിച്ചു.

'ഉം..' അദ്ദേഹം മൂളി.

'എന്തെങ്കിലും വേണോ?'

'വേണ്ട' ഒരു കുഴിമാടത്തിൽ നിന്നെന്നപോലെ പപ്പയുടെ ശബ്ദം കേട്ടു.

'പപ്പയ്ക്ക് എന്നോടെന്തെങ്കിലും പറയാനുണ്ടോ?'

ഇല്ല എന്നദ്ദേഹം തലയാട്ടി.

'എന്തെങ്കിലും ആഗ്രഹങ്ങളുണ്ടോ?'

തുറന്നുപിടിച്ച കണ്ണുകൾകൊണ്ട് പപ്പ എന്റെ കണ്ണുകളിലേക്കുതന്നെ നോക്കി. എന്നിട്ട് മെല്ലെ എന്റെ മടിയിലേക്ക് കിടന്നു. ഞാൻ പപ്പയുടെ കൈകളിൽ മുറുകെ പിടിച്ചിരുന്നു നിലവിളികൾക്കും ഞരക്കങ്ങൾക്കും ഇടയിൽ എത്രനേരം അങ്ങനെ ഇരുന്നു എന്നറിയില്ല, ഞാൻ ഉറക്കം ഞെട്ടിയപ്പോൾ പപ്പയുടെ ദേഹം നിശ്ചലമായിരുന്നു. ആ മാറിലേക്ക് ഞാൻ അടർന്നുവീണു. തളർന്ന ഞരമ്പുകൾകൊണ്ട് ഞാൻ പപ്പയെ കെട്ടിപ്പിടിക്കാൻ ശ്രമിച്ചു. സ്പന്ദനങ്ങളില്ലാത്ത ആ മാറിടം

കണ്ണീരുകൊണ്ട് കുളിപ്പിച്ചു.

പഠനകാലത്തും സ്വകാര്യ പ്രാക്ടീസ് കാലത്തുമൊന്നും ആളുകൾ മരിക്കുന്നത് കണ്ടുനിൽക്കേണ്ടി വന്നിട്ടില്ല. മരണാസന്നരൊക്കെ എമർജൻസി വാർഡിലാവും. കഴിവതും അങ്ങോട്ട് പോകാതിരിക്കാനാണ് ഞാൻ ശ്രമിക്കാറ്.

ഇഷ്ടജോലിയായ കൗൺസിലിങ്ങിനെത്തിയപ്പോൾ എനിക്ക് കിട്ടിയതിൽ കൂടുതലും ആത്മഹത്യാ പ്രവണതയുള്ളവർ. എത്ര ഒഴിവാക്കാൻ ശ്രമിച്ചാലും അങ്ങനെ ചുറ്റിപ്പറ്റി നിൽക്കും ആ കറുത്ത ഭൂതം. അതിന്റെ അനുഭൂതിയിലേക്ക് അലിഞ്ഞു ചേരാനാഗ്രഹിച്ചവരേക്കാൾ മരണത്തിന്റെ മരവിച്ച മൂകതയെ ഭയന്നവരാണ് എന്നെത്തേടിയെത്തിയത്.

സംഘർഷങ്ങളില്ലാത്ത ലോകത്തേക്ക് ഒറ്റയടിക്ക് പറിച്ചെറിയണം. ജീവിച്ച കൊതിതീർന്നിരിക്കില്ല. ഉള്ളിൽനിന്നാരോ ശക്തമായി പിടിച്ച തള്ളുകയാണ്.. മരിക്കണം. പക്ഷേ, ധൈര്യമില്ല. എന്തു പറഞ്ഞാണ് ഞാനവരെ ജീവിതത്തിലേക്ക് മടക്കിയയച്ചതെന്ന് ഓർത്തെടുക്കാനേ കഴിയുന്നില്ല. കറുത്ത ഭൂതങ്ങൾ എന്നിൽനിന്നും ആ ഓർമ്മകളെ പറിച്ചെടുത്തിരിക്കാം.

ശവശരീരങ്ങളെ എനിക്ക് പണ്ടുമുതൽക്കേ ഭയമായിരുന്നു. മരണവീടുകളിലേക്കൊന്നും ഞാൻ പോയിട്ടില്ല. അതിനു കാരണമെന്താവാമെന്ന് ഞാൻ പലവട്ടം ആലോചിച്ചിട്ടുണ്ട്. ഏതൊക്കെയോ ഇരുണ്ട തുരങ്കങ്ങളിലൂടെ ഉഴറിയോടി എന്റെ ചിന്തകൾ ഒടുവിൽ ചെന്നെത്തുക രണ്ട് ചെമ്പൻ കണ്ണുകളിലേക്ക്. അതെനിക്ക് വളരെ പരിചിതനായ ഒരാളുടേതാണ്. പക്ഷേ, ആദ്യമൊന്നും അതാരുടേതാണെന്ന് ചികഞ്ഞെടുക്കാൻ സാധിച്ചിരുന്നില്ല. അയാൾ എന്റെ രാത്രി സ്വപ്നങ്ങളിലേക്കും കയറിവന്നു. അത് റബ്ബി ഫൈദയുടേതായിരുന്നു. ചെമ്പൻ കണ്ണുകൾകൊണ്ട് അയാളെന്നെ തുറിച്ച് നോക്കും. പല രാത്രികളിലും ആ നോട്ടം എന്റെ ഉറക്കം കെടുത്തിയിട്ടുണ്ട്. പിന്നെയത് തുടരെത്തുടരെ സ്വപ്നം കണ്ടു. കൂട്ടത്തിൽ നീണ്ട വിസിൽ, അലർച്ചകൾ, നിലവിളികൾ. നേരിൽ അനുഭവിക്കാനിരിക്കുന്നവയുടെ സൂചകങ്ങളായിരുന്നു അതൊക്കെ.

ദാഹോവിലെ ക്യാമ്പിൽ ടൈഫോയിഡ് പടർന്നപ്പോഴാണ് ശരിക്കും മരണത്തിന്റെ തീവ്രതയറിയുന്നത്. സത്യത്തിൽ ക്യാമ്പിന്റെ നിർവചനം തന്നെ ജീവിതത്തിനും മരണത്തിനുമിടയിലെ നൂൽപ്പാലമെന്നാണ്. അഴുകിനാറുന്ന ഗന്ധങ്ങൾക്കിടയിൽ മരണം ഒളിച്ചു നിൽക്കും. പനിച്ചൂടുള്ള നിശ്വാസങ്ങൾ പടർന്ന് അന്തരീക്ഷം മുഴുവൻ നീറിപ്പുകയും. തുരങ്കത്തിലൂടെ വീശിയടിക്കുംപോലെ പേടിപ്പെടുത്തുന്ന ഒരു കാറ്റ് ചൂഴ്ന്നുവരും. നിമിഷങ്ങൾക്കു മുമ്പ് മരുന്നുകൊടുത്ത് ആശ്വസിപ്പി

ച്ചുറക്കിക്കിടത്തിയവർ അടുത്ത ക്ഷണം ശവങ്ങളാണ്. ആരും അവർക്കു വേണ്ടി കർദ്ദിഷ് ചൊല്ലാറില്ല. അവരെ പട്ടാളക്കാർ വലിച്ചു പുറത്തേക്കിടുമ്പോഴാകും നമ്മൾ അറിയുന്നത് അവർ മരിച്ചുപോയെന്ന്. ശാസ്ത്രനിർവ്വചനമനുസരിച്ച് അവർ മരിച്ചിട്ടൊന്നുമുണ്ടാവില്ല. അല്ലെങ്കിൽത്തന്നെ കോൺസെൻട്രേഷൻ ക്യാമ്പിൽ ജീവിതത്തിനും മരണത്തിനും തമ്മിൽ വലിയ വ്യത്യാസങ്ങളൊന്നുമില്ലല്ലോ.

ദാഹോവിലെ, രോഗികൾക്കുള്ള മെഡിക്കൽ ക്യാമ്പിൽ നിന്ന് രക്ഷപ്പെടാൻ ഞങ്ങൾക്ക് നിരവധി മാർഗ്ഗങ്ങളുണ്ടായിരുന്നു. പലപ്പോഴും ഞാൻ ആലോചിച്ചിട്ടുണ്ട്, ചീഫ് മെഡിക്കൽ ഓഫീസർ ഞങ്ങളെ അവിടേക്ക് അയച്ചതുതന്നെ പറ്റുമെങ്കിൽ രക്ഷപ്പെട്ടു പോയ്ക്കോട്ടെ എന്നു കരുതിയാണെന്ന്. ജോസഫും ആ തോന്നൽ എന്നോട് പങ്കുവെച്ചിട്ടുണ്ട്. അതു പ്രകാരമാണ് അന്ന് ഞങ്ങൾ എല്ലാം പ്ലാൻ ചെയ്തത്. അവസാന നിമിഷത്തിലൊന്നു പാളി. നമ്മൾ രക്ഷപ്പെട്ട് എത്തിച്ചേരുന്നത് ഭക്ഷണം ലഭ്യമല്ലാത്ത ഏതെങ്കിലുമിടത്താണെങ്കിൽ കുഴഞ്ഞുപോവില്ലേ? എന്തെങ്കിലും ഭക്ഷണസാമഗ്രികൾ കിട്ടുമോ എന്നറിയാനായി ഞാൻ ക്യാമ്പിലേക്ക് തിരിച്ചുചെന്നു. ധൃതിയിൽ ഞാൻ കയറിപ്പോയത് സ്ത്രീകളുടെ ഒരു ഒഴിഞ്ഞ കൂടാരത്തിലേക്കാണ്. രണ്ടുദിവസം മുമ്പ് അത് ഒഴിപ്പിച്ചിരുന്നു. പഴകിപ്പിഞ്ഞിയ വസ്ത്രങ്ങളും ഭക്ഷണാവശിഷ്ടങ്ങളും പൊട്ടിത്തകർന്ന പാത്രങ്ങളുമൊക്കെയായി ആകെ അലങ്കോലപ്പെട്ടു കിടക്കുകയായിരുന്നു അവിടം. ക്യാരി ബാഗുകൾക്കിടയിൽ ഒളിപ്പിച്ചുവെക്കാനിടയുള്ള റൊട്ടി തിരഞ്ഞ എന്റെ കൈവിരലുകളിൽ തണുത്തതെന്തോ തട്ടി. മുഷിഞ്ഞ ഒരു തുണിക്കടിയിൽ ആയിരുന്നു അത്.

ഞാൻ ആ തുണി മാറ്റി നോക്കിയപ്പോൾ ചെരിഞ്ഞുകിടക്കുന്ന ഒരു നഗ്ന ശരീരം. ഞാൻ സൂക്ഷിച്ചുനോക്കി. ജീവനുണ്ടോ? കീറത്തുണികൾ വകഞ്ഞുമാറ്റി ഞാനതിന്റെ മുഖം തിരഞ്ഞു. ഹോ... ചോര കക്കിച്ച് വികൃതമായ ഒരു കുഴി. ഞാൻ പെട്ടെന്ന് കൈവലിച്ച് തിരിഞ്ഞോടി. അതെന്നെ ദിവസങ്ങളോളം വേട്ടയാടി. അപ്പോഴേക്കും പുറത്ത് ജോസഫിനെ ഒരു കാവൽക്കാരൻ കണ്ടിരുന്നു. ഞങ്ങളുടെ ഒളിച്ചോടൽ ശ്രമം വിഫലമായി.

ശവങ്ങൾ കണ്ടുകണ്ട് പിന്നീട് അത് ഒരു വികാരവുമുണർത്താതായി. കീറത്തുണികൾ വലിച്ചെടുത്ത് ചവറ്റുകുട്ടയിലേക്കെറിയും പോലെയാണ് കട്ടിലുകളിൽ നിന്ന് തടവുകാരുടെ ശവങ്ങളെടുത്ത് ട്രക്കിലേക്കിട്ടത്. അത് കഴിഞ്ഞ ദിവസം ഞാൻ സംസാരിച്ച വ്യക്തിയുടെതാണെങ്കിലും എനിക്ക് പ്രത്യേകിച്ച് ഒരു മനസ്താപവും തോന്നിയില്ല എന്നതാണ് സത്യം. തറയിലൂടെയും പടികളിലൂടെയും വലിച്ചിഴച്ചു കൊണ്ടു

പോകും. അവശനായാൽ ഒരു ദിവസം എന്റെയും ഗതി അതുതന്നെയാകുമല്ലോ എന്ന് ചിലപ്പോഴൊക്കെ ഞാൻ ചിന്തിച്ചു. മരിച്ചിട്ടുണ്ടാവില്ല; എന്നാലും ശവങ്ങളുടെ കുമ്പാരത്തിനിടയിൽ ഒന്നിളകാൻ പോലുമാവാതെ.

ചിലപ്പോൾ അടുത്ത ബന്ധുവിന്റെ മരണം പോലും മനസ്സിനെ ഒരു തരത്തിലും ബാധിക്കില്ല. മരണത്തിന് ഇത്രമാത്രം നിസ്സംഗമാകാനാകുമോ എന്ന് ഞാനാലോചിച്ചു.

നേരിട്ടു കണ്ടിട്ടുണ്ട്, സ്പെഷ്യൽ ഡിറ്റാച്ച്മെന്റിലെ ചില ജൂതന്മാരെ. പലയിടങ്ങളിൽ നിന്നെത്തുന്ന ജൂതന്മാരെ സമർത്ഥമായി പറഞ്ഞു പറ്റിച്ച് ഗ്യാസ് ചേമ്പറിലെത്തിക്കാൻ നിയോഗിക്കപ്പെട്ടവരാണവർ. ചേമ്പറിൽ നിന്ന് ശവങ്ങൾ എടുത്ത് നെരിപ്പോടിലെത്തിച്ച് കത്തിക്കുന്ന സോണ്ടർ കമാന്റോസും ജൂതന്മാർ തന്നെ. നാട്ടുകാരുടെയും ബന്ധുക്കളുടെയുമൊക്കെ മൃതദേഹങ്ങളാണ് അവർക്ക് നിത്യവും കൈകാര്യം ചെയ്യേണ്ടിവന്നത്. എന്നിട്ട് ഒന്നും സംഭവിക്കാത്തതുപോലെ നടന്നുനീങ്ങും. ഒരു ദിവസം സ്ത്രീകളുടെ ടൈഫോയിഡ് ക്യാമ്പിൽ മൃതശരീരമെടുക്കാൻ വന്ന ഒരാൾ ഒരു ശവമെടുക്കുമ്പോൾ ഒരു നിമിഷം ഞെട്ടിത്തരിച്ചതുപോലെ സ്തബ്ധനായി നിൽക്കുന്നതു കണ്ടു. അടുത്ത നിമിഷം ഒന്നും സംഭവിക്കാത്തതുപോലെ അയാളത് വലിച്ചെടുത്ത് ഉന്തുവണ്ടിയിലേക്കിട്ട് നടന്നുനീങ്ങി. വെറും കൗതുകത്തിന് ഞാൻ അയാളുടെ പിന്നാലെ ചെന്നു.

'ഇത് പരിചയമുള്ള ആരുടെയെങ്കിലും മൃതദേഹമാണോ?'

'മകളാണ്.' അയാളുടെ മുഖത്ത് ഒരു വികാരവുമില്ലായിരുന്നു. പിന്നെയും മൃതദേഹങ്ങളെടുത്ത് ഉന്തുവണ്ടിയിലിടുന്നുണ്ടായിരുന്നു അയാൾ. കുറച്ചുകഴിഞ്ഞ് ഭക്ഷണപ്പുരയിലിരുന്ന് സാധാരണപോലെ റൊട്ടി തിന്നുന്നതും കണ്ടു.

എന്തിന് ആരുടെയെങ്കിലും ഉദാഹരണം പറയുന്നു? ഈ ഞാൻ തന്നെ രാത്രിയിൽ കുറെനേരം സംസാരിച്ചുകൊണ്ടിരുന്ന സുഹൃത്ത് അടുത്ത ദിവസം മരിച്ചു കിടന്നതിന്റെ തൊട്ടടുത്തിരുന്ന് സൂപ്പു കുടിച്ചിട്ടുണ്ട്. ആ നേരത്ത് എനിക്കതിൽ ഒരു വിഷമവും തോന്നിയില്ല.

ശരിക്കും അപ്പോഴാണ് ദസ്തേവ്സ്കി നരകത്തെക്കുറിച്ച് പറഞ്ഞതിന്റെ അർത്ഥം എനിക്ക് ബോധ്യപ്പെട്ടത്. എവിടെയാണോ ആർക്കും ആരെയും പരസ്പരം സ്നേഹിക്കാൻ കഴിയാതാവുന്നത്, അതു തന്നെയാണ് നരകം.

ജോസഫ് പറയുന്നത് കേട്ടിട്ടുണ്ട് കാഫറിങ്ങിൽ കണ്ട ബീഭത്സമായ ചില കാഴ്ചകൾ. തുണികൾക്കിടയിലും മറ്റും മൂടിക്കിടന്ന ദുർഗന്ധം വമിക്കുന്ന മൃതദേഹങ്ങൾ നീക്കം ചെയ്യുന്നതിനിടയിൽ പലതിന്റെയും

മാംസളഭാഗങ്ങൾ മുറിച്ചെടുത്തതായി കണ്ടുവത്രേ. ചില ചരുവങ്ങളിൽ അത് പാതി വെന്തുകിടക്കുന്നതായും. എന്തിനധികം, ഉന്തുവണ്ടിയിൽ ശ്മശാനത്തിലേക്ക് കൊണ്ടുപോകുന്നതിനിടയിൽ പോലും ചിലർ മൃതദേഹത്തിന്റെ പച്ച മാംസം മുറിച്ചെടുത്ത് തിന്നിരുന്നതായും കേട്ടു.

കുടിലുകൾക്ക് കുറച്ചപ്പുറത്തായി ആന്റോ കുഴിയെടുത്തിട്ടുണ്ടായിരുന്നു. ഞാനും വിങ്കോയും ചേർന്ന് മാനിനെ പൊക്കിയെടുത്ത് അതിനടുത്തേക്ക് നടന്നു. കുഴിയുടെ ആഴത്തിൽ അത് അമർന്നു കിടന്നു.

1945 ജൂൺ 14

ഇന്ന് പുലർച്ചെ വളരെ നേരത്തെയാണ് ഞാനുണർന്നത്. ജനൽ തുറന്നപ്പോൾ വല്ലാത്തൊരു തണുപ്പ് ഇരച്ചുവന്നതു കാരണം പെട്ടെന്നത് കൊട്ടിയടച്ചു. എന്നാലും കാടിന്റെ പ്രഭാതഭേരി കുടിലിനകത്തേക്ക് നുഴഞ്ഞുകയറാതിരുന്നില്ല. ഞാൻ കുറേനേരം കണ്ണടച്ചിരുന്ന് അതിലേക്കുതന്നെ കാതുചേർത്തു. കുറേ സംഗീതോപകരണങ്ങൾ നിരത്തിവെച്ച് ഒരുക്കിയ ഒരു സിംഫണി പോലെ.

ഓരോന്നിനെയും ഇഴപിരിച്ചറിയാനായി എന്റെ ശ്രമം. ചെറുപ്പത്തിൽ മമ്മ ഞങ്ങളെ കളിപ്പിച്ച കളികളിൽ ഒന്നായിരുന്നു അത്. മലഞ്ചെരുവിൽ ഞങ്ങളുടെ കളി പരിധിവിട്ടുമ്പോഴാണ് മൂന്നിനെയും തൂക്കിയെടുത്ത് മുറിയിൽ കൊണ്ടിരുത്തി മമ്മ ഗ്രാമഫോൺ തുറക്കുക. പ്രതിഷേധിച്ചാൽ നല്ല കിഴുക്ക് കിട്ടും. ബീഥോവന്റെ സിംഫണി കേൾപ്പിച്ചിട്ട് ഓരോന്നും വെവ്വേറെ പറയാനാണ് ആജ്ഞ. ഉപകരണങ്ങളുടെ എണ്ണവും പറയണം. ഓരോ ജോഡി വീതം ട്രംപെറ്റ്, ടിംബാനി, ഫ്ലൂട്ട് ക്ലാരിനെറ്റ്, നാലു ജോഡി സ്ട്രിംഗ് എന്നിങ്ങനെ. ശരിയായാൽ സമ്മാനമുണ്ട്. മിക്കവാറും ആപ്പിൾ ജ്യൂസാവും.

ഇന്ന് കുറേപ്പേരെക്കൂടി പരിചയപ്പെട്ടു. സോഫി മോളെയാണ് എനിക്ക് ഏറെ ഇഷ്ടമായത്. ഞാൻ നീർത്തടത്തിന്റെ കരയിലിരിക്കുകയായിരുന്നു. കാറ്റത്ത് ചെറിയൊരു പൂവ് തറയിലൂടെ തെന്നിത്തെന്നി ഒഴുകി വരും പോലെയാണ് അവൾ വന്നത്. ഒരു പാവയെ മുറുകെപ്പിടിച്ചിരുന്നു. ഇമ വെട്ടാതെ എന്റെ മുഖത്തേക്കു തന്നെ നോക്കിക്കൊണ്ട് കുറേനേരം നിന്നു. നിഷ്കളങ്കത തുളുമ്പുന്ന അവളുടെ കുഞ്ഞു കണ്ണുകളി

ലേക്ക് ഞാനും നോക്കി.

'എന്താ ഇങ്ങനെ നോക്കുന്നത്?' ഞാൻ തിരക്കി.

'പപ്പയെ മാതിരിയുണ്ട്'

അവളൊന്നു പുഞ്ചിരിച്ചു. എന്തൊരു വശ്യമായിരുന്നെന്നോ ആ ചിരി!

അവളുടെ കവിളുകൾ ചുവന്നു തുടുത്തിരുന്നു. ചുരുണ്ട ചെമ്പൻ മുടി കാറ്റത്തിളകി.

'പേരെന്താ?' ഞാൻ ചോദിച്ചു.

'സോഫി'

'എന്താ വന്നത്?'

'വിക്കിയെ കാണാൻ' മഞ്ഞ് പൊഴിയും പോലുള്ള മറുപടി.

'മോളോട് ആരാ പറഞ്ഞേ ഞാൻ ഇവിടെ വന്നിട്ടുണ്ടെന്ന്?' ഞാൻ പിന്നെയും ചോദിച്ചു.

'എല്ലാരും പറഞ്ഞല്ലോ' അവൾ പിന്നോട്ട് ചൂണ്ടി ഡോർമെറ്ററി കാണിച്ചു.

'ആട്ടെ വിക്കിയോട് എന്താ പറയാനുള്ളത്?' അവളുടെ കുഞ്ഞു വർത്തമാനം കേൾക്കാനുള്ള കൊതിയോടെ ഞാൻ തിരക്കി.

'ജാന ഭക്ഷണം കഴിക്കുന്നില്ല. വിക്കി പറയണം കഴിക്കാൻ. എന്നാലേ കഴിക്കൂ.'

ഗൗരവത്തോടെയാണ് അവളതു പറഞ്ഞത്.

'എവിടെയുണ്ട് ഈ ജാന? അവളെന്താ കഴിക്കാത്തത്?' ഞാൻ തിരക്കി. ഒക്കത്തുനിന്ന് അടർത്തിയ പാവക്കുട്ടിയെ അവൾ എന്റെ നേർക്കു നീട്ടിപ്പിടിച്ചു.

'പറഞ്ഞാൽ ഒരു വക കേൾക്കില്ല. വാശിയാണ്.'

'ആണോ? ഞാൻ ശരിയാക്കാം' ചിരിച്ചുകൊണ്ട് ഞാൻ മുന്നോട്ടു നീങ്ങിയതും കുറച്ചു മുതിർന്ന ഒരു പെൺകുട്ടി ഓടിവന്ന് സോഫിയുടെ കൈപിടിച്ചു.

'ആരോടും പറയാതെ ഇറങ്ങരുതെന്ന് എത്രയായി സോഫീ നിന്നോട് പറയുന്നു?'

'കുഴപ്പമില്ല. അവളെന്നെ കാണാൻ വന്നതാണ്. ഞാൻ ഓരോന്ന് ചോദിച്ചുകൊണ്ടിരിക്കുകയാണ്.' ഞാൻ രംഗം ശാന്തമാക്കാൻ ശ്രമിച്ചു.

'അല്ല, ഇതുമാത്രമല്ല കുഴപ്പം. ഇവൾ ഇങ്ങനെ പല പ്രാവശ്യമായി ഇറങ്ങിപ്പോകുന്നു. ഇങ്ങോട്ട് വന്നത് പ്രശ്നമില്ല. പക്ഷേ, പലവഴിക്കു മങ്ങ് പോകും. ഒടുവിൽ തെരേസാമ്മയുടെ വഴക്ക് കേൾക്കുന്നതോ... ഞാനും.'

മുതിർന്ന കുട്ടി ഉത്തരവാദിത്വത്തോടെ പറഞ്ഞു. അവളുടെ പേര്

ആൻഡ്രിയ. സൈലേഷ്യക്കാരിയാണ്. അവളോടും ഞാൻ കുറച്ചുനേരം സംസാരിച്ചു. ആൻഡ്രിയ തിരിഞ്ഞു നടക്കുമ്പോൾ ഞാൻ ശ്രദ്ധിച്ചു. ഒരു ഏന്തലുണ്ട്. നട്ടെല്ല് ഒരു വശത്തേക്ക് ചെരിഞ്ഞിരിക്കുന്ന സ്കോലിയോസിസ്.

അവർ ദൂരെ മറയും വരെ എന്റെ കണ്ണുകൾ അവരോടൊപ്പമായിരുന്നു. മായ്ച്ചു കളയാനാവാത്ത ചില ചിത്രങ്ങൾ കൂടി അതോടൊപ്പം ഒട്ടിനിന്നു.

ഒരു ചേച്ചിയും അനുജത്തിയും. അനുജത്തിയുടെ കൈയിൽ ഒരു പാവക്കുട്ടിയുണ്ട്. അത്രയും നേരം അവർ മതിലിനു പുറത്ത് കളിച്ചു കൊണ്ടിരിക്കുകയായിരുന്നു. കാവൽക്കാരൻ വിളിച്ചപ്പോൾ അവർ ബങ്കറിന്റെ മതിൽക്കെട്ടിനടുത്തേക്ക് ചിരിച്ചുകൊണ്ട് നടന്നു. ഹൃദയഭേദകമാം വിധം അലറി നിലവിളിച്ചുകൊണ്ട് ഒരു സ്ത്രീ പിന്നിലുണ്ട്. വേറൊരു കാവൽക്കാരൻ അവരുടെ മുടിക്കുത്തിന് പിടിച്ചു നിർത്തിയിരിക്കുകയാണ്. ഒന്നുമറിയാതെ പിന്നിലേക്ക് നോക്കുന്ന കുട്ടികൾ.

ഓഷ്വിറ്റ്സ് ക്യാമ്പാണ്. ഗ്യാസ് ചേംബറിനടുത്തുള്ള ബങ്കറാണ്. കേട്ട വിവരണങ്ങൾ വെച്ച് ഒരിക്കലും അവിടെ എത്തരുതെന്ന് പ്രാർത്ഥിച്ചതാണ്. അന്ന് യാദൃച്ഛികമായി, അതിനപ്പുറമുള്ള ഒരു വസതിയിലെത്തേണ്ടതായി വന്നു. പുതുതായി എത്തിയ കമാന്റിങ് ഓഫീസറുടെ മകന് നാഡീസംബന്ധമായ എന്തോ വൈകല്യമുള്ളതുകൊണ്ട് പരിശോധിക്കാനായിരുന്നു എന്നെയങ്ങോട്ട് വിളിപ്പിച്ചത്. ഡ്രൈവർ എത്തുന്നത് വരെ ബങ്കറിന്റെ മതിലിനു പുറത്തുനിൽക്കാനായിരുന്നു എനിക്ക് കിട്ടിയ നിർദ്ദേശം.

നിലത്തെല്ലാം പലതരം കളിപ്പാട്ടങ്ങൾ ചിതറിക്കിടപ്പുണ്ടായിരുന്നു.

'ആദ്യം കുട്ടികളെയെല്ലാം തീർത്തശേഷം വലിയവരെ. അങ്ങനെയാണത്രേ ഹിറ്റ്ലറുടെ ഉത്തരവ്.'

ഉയർന്നു കേൾക്കുന്ന നിലവിളിക്ക് കാരണമെന്നോണം ഡ്രൈവർ മന്ത്രിച്ചു. മകന്റെ നാഡീ വൈകല്യത്തെക്കാൾ കമാന്റിങ് ഓഫീസറുടെ മാനസിക സംഘർഷത്തിന് പ്രതിവിധി തേടിയായിരുന്നു എന്നെയങ്ങോട്ട് വിളിപ്പിച്ചത്. അയാളുടെ തുറന്നുപറച്ചിൽ കേട്ട് സത്യത്തിൽ ഞാനാണ് മരവിച്ചിരുന്നു പോയത്.

ബങ്കറിലെത്തുന്ന ജൂതരെയെല്ലാം ഗ്യാസ് ചേമ്പറിലിട്ട് കൊല്ലുന്നുവെന്ന് ഉറപ്പുവരുത്തുകയാണ് അയാളുടെ ചുമതല. സ്പെഷ്യൽ ഡിറ്റാച്ച്മെന്റ് ടീം അംഗങ്ങളായ ജൂതർ തന്നെയാണ് പുതുതായി എത്തുന്ന ജൂതരെ എന്തൊക്കെയോ കളവുകൾ പറഞ്ഞ് ബഹളങ്ങളില്ലാതെ ചേമ്പറിനകത്ത് എത്തിക്കുക. ദേഹത്തുള്ള ചെറിയ പേനുകളെ നശിപ്പി

ക്കാനുള്ള മരുന്നുപുരകൾ എന്നു പറഞ്ഞാണ് അവരെ അതിനകത്ത് കയറ്റിയത്. കുഴപ്പമുണ്ടാക്കാൻ സാധ്യതയുള്ളവരെ സമർത്ഥമായി ബങ്കറിന് പിന്നിലുള്ള ഇരുണ്ട സ്ഥലത്തേക്ക് കൊണ്ടുപോയി ശബ്ദമില്ലാത്ത തോക്കുകൊണ്ട് വെടിവെച്ചു കൊന്നു. എങ്കിലും സ്ത്രീകളെയും കുട്ടികളെയുമൊക്കെ വേർപെടുത്തുമ്പോഴുള്ള നിലവിളികളും ബഹളങ്ങളും ഒഴിവാക്കാൻ കഴിഞ്ഞില്ല.

ഗ്യാസ് പുകച്ചുകഴിഞ്ഞ ചേമ്പർ തുറന്നു ശവശരീരങ്ങൾ നീക്കം ചെയ്യുന്നത്, മുടി മുറിച്ചെടുക്കുന്നത്, സ്വർണ്ണപ്പല്ലുകളുണ്ടെങ്കിൽ പറിച്ചെടുക്കുന്നത്, പിന്നെ കത്തിക്കുന്നത്... എല്ലാറ്റിനും അയാൾക്ക് സാക്ഷ്യം വഹിക്കേണ്ടിയിരുന്നു. ഹിറ്റ്ലറുടെ ഉത്തരവ് നടപ്പിലാക്കുന്നുണ്ടെന്ന് ഉറപ്പുവരുത്തേണ്ടതും താഴെയുള്ള എസ് എസ് ഉദ്യോഗസ്ഥന്മാർക്ക് മനോധൈര്യം പകരേണ്ടതും അയാളുടെ ഉത്തരവാദിത്വമായിരുന്നു. ഓരോ ദിവസവും കാണേണ്ടിവന്നത് ദയനീയവും ബീഭത്സവുമായ കാഴ്ചകളാണ്. ശവം കത്തിച്ചതിന്റെ മനം പുരട്ടുന്ന രൂക്ഷഗന്ധം ശ്വസിച്ചുകൊണ്ട് മണിക്കൂറുകളോളം ഒരേ നിൽപ്പ്. ചിലപ്പോഴൊക്കെ അഴുകിയ മൃതദേഹങ്ങൾ കുഴിച്ചിട്ടിടത്തുനിന്ന് മാന്തി പുറത്തെടുത്ത് വലിച്ചിഴച്ചു കൊണ്ടുപോയി ശ്മശാനത്തിലെത്തിച്ച് കത്തിക്കണം. മടുത്തുപോയ മനസ്സ്. പക്ഷേ, ഒന്നും പുറത്തു കാണിക്കാൻ വയ്യ. ഇതിലൊക്കെ താൻ അതീവ സന്തുഷ്ടനാണെന്ന് അഭിനയിക്കണം.

'ഉറങ്ങിയിട്ട് ദിവസങ്ങളായി ഡോക്ടർ... എന്നെ എങ്ങനെയെങ്കിലും രക്ഷിക്കണം.'

അയാൾ എന്റെ കൈപിടിച്ച് ചെറിയൊരു കുട്ടിയെപ്പോലെ കരഞ്ഞു. ആരോ പറഞ്ഞിരുന്നുവത്രേ, ഞാൻ കൗൺസിലിംഗ് വിദഗ്ധനാണെന്ന്.

എന്തു പറഞ്ഞാണ് അയാളെ ആശ്വസിപ്പിക്കുക?

ഞാനാകെ കുഴങ്ങി. എങ്ങനെയെങ്കിലും അവിടുന്ന് സ്ഥലം മാറി മറ്റേതെങ്കിലും ക്യാമ്പിലേക്ക് പോകാനാകുമോ എന്ന് ശ്രമിക്കാൻ മാത്രമേ ഞാൻ പറഞ്ഞുള്ളൂ. വൈകാതെ അയാൾക്കതിന് സാധിക്കുകയും ചെയ്തു.

ഞാൻ ഓർമ്മകളിൽ നിന്നു മനസ്സ് പിൻവലിക്കാൻ ശ്രമിച്ചിട്ടും സോഫി മോളുടെ മുഖം വിട്ടുപോയില്ല. ആ കവിളുകളും കണ്ണുകളും എനിക്കേറെ പരിചിതയായ ആരെയോ ഓർമ്മിപ്പിച്ചു.

പാടത്തിന്റെ കരയിൽ ചെന്നപ്പോഴാണ് കുറേപ്പേരെ ഒന്നിച്ച് പരിചയപ്പെടാനായത്. എല്ലാവരുടെയും പേരുകൾ ഓർത്തെടുക്കാനാവുന്നില്ല. അവർ കളിക്കുന്നതാണോ ജോലി ചെയ്യുന്നതാണോ എന്ന് തിരിച്ചറിയാനാകാത്ത വിധമാണ് ഓരോ കാര്യങ്ങളും ചെയ്യുന്നത്. പൊ

ട്ടിച്ചിരികളാണ് മുഴങ്ങിക്കേട്ടത്. അതിലൊന്നായി ജോസഫിന്റെ ചിരിയുമുണ്ടെന്നെനിക്ക് തോന്നി.

'നീയൊന്ന് ചിരിക്ക് വിക്കീ, പ്ലീസ്.'

അവൻ എന്റെ തോളത്തു തട്ടി. കഴിഞ്ഞ ദിവസം ആസ്ട്രിയൻ അതിർത്തിയിലെ മൗത്തോ സെൻ ക്യാമ്പിലേക്ക് ഒരു ചുവന്ന ട്രാം വണ്ടിയിൽ കുറേപ്പേരെ കയറ്റിയയക്കുന്നതു കണ്ടിരുന്നു. അവരുടെ പണികൂടെ ഞങ്ങളെടുക്കേണ്ടതായി വന്നു. പണിസ്ഥലത്തുനിന്ന് വല്ലാതെ ക്ഷീണിച്ചാണ് അന്ന് വന്നു കയറിയത്. വിശന്നു പൊരിഞ്ഞിരുന്നു. കാലിലെ മുറിവ് പൊട്ടിയതിന്റെ നീറ്റൽ വേറെ. ഞങ്ങളെയെല്ലാം വസ്ത്രമഴിപ്പിച്ചു നിർത്തി. ഷവറുകൾക്കു താഴെ നഗ്നദേഹങ്ങളുടെ നീണ്ട നിര. പണിസ്ഥലത്തുവെച്ച് ചിലർ ക്യാപ്പോസിനോട് എന്തോ കയർത്തു സംസാരിച്ചതിന്റെ ശിക്ഷയാണ്. അടുത്ത നിമിഷം ഒരു ഭാഗത്തുനിന്ന് തുടങ്ങി. തുകൽപ്പട്ടകൊണ്ടുള്ള തല്ലാണ്. പട്ടയുടെ ചീറ്റലിനും ഉച്ചത്തിലുള്ള നിലവിളികൾക്കുമൊപ്പം ഷവറിൽനിന്നും വെള്ളം ചിതറിത്തെറിച്ചു. തൊലി പൊട്ടിയവരുടെ ചോരപുരണ്ട് ചുവന്ന പട്ട.

എനിക്കും കിട്ടി കുറേത്തല്ല്. പുറമാകെ ചുവന്നു കല്ലിച്ചപാടുകൾ. ടെന്റിൽനിന്നും കുറെ അകലത്തെ ഒരു ഒഴിഞ്ഞ കോണിൽ ഞാൻ ചെന്നിരുന്നു. എനിക്ക് സങ്കടമടക്കാനായില്ല.

ഏതൊക്കെയോ ഓർമ്മകളും വികാരങ്ങളും വന്നുമൂടി ആകെ കലങ്ങിമറിഞ്ഞ അവസ്ഥയിലായിരുന്നു. ഹൃദയം തള്ളി പുറത്തേക്ക് മറിയുംവിധം വിങ്ങിവിങ്ങിക്കരഞ്ഞു. എനിക്കത് തടുക്കാനായില്ല. എന്റെ തോളത്ത് ആരോ വന്നു തൊട്ടിട്ടും ഞാൻ കരഞ്ഞുകൊണ്ടിരിക്കുകയായിരുന്നു. ജോസഫായിരുന്നു അത്. എന്റെ മുഖം അവന്റെ നെഞ്ചിലേക്ക് പൂഴ്ത്തി കുറെനേരം ചേർത്തുപിടിച്ചു.

'വല്ലാത്തൊരു വിധിയാണ്. എന്തൊരു കഠിനമാണല്ലേ ഇവിടുത്തെ പീഡനങ്ങൾ.. എന്തൊരു നികൃഷ്ടമായ ജന്മമാണ് നമ്മുടേതൊക്കെ. ഇതൊക്കെ അനുഭവിക്കാനാണല്ലോ വിധി!'

അവൻ മെല്ലെമെല്ലെയാണ് പറഞ്ഞത്.

'എത്ര പേരെയാണ് കൊന്നു തള്ളുന്നത്. ഒരുപാട് പേർ കഴിയുംവിധമെല്ലാം പലായനം ചെയ്യുന്നു. കുറേപ്പേർ യുദ്ധക്കളത്തിൽ മരിച്ചുവീഴുന്നു. നമ്മുടേതെന്ന് പറയാവുന്ന എല്ലാമൂറ്റിയെടുത്തില്ലേ?'

അവൻ എന്റെ മുടിയിൽ തലോടി. നനഞ്ഞു കുതിർന്ന എന്റെ കണ്ണുകളിൽ അവന്റെ ദയാവായ്പിനുള്ള നന്ദിയെന്നോണം പിന്നെയും ഉറവ പൊട്ടി.

'ഞാനും ഇതൊക്കെ അനുഭവിച്ചിട്ടുണ്ട്. പക്ഷേ, ഇങ്ങനെ കരഞ്ഞിട്ടില്ല കേട്ടോ...' അവൻ തുടർന്നു. ഞാൻ തലതാഴ്ത്തിയിരുന്നു.

'ചിരിക്കാൻ പഠിക്കണം. അത് മരണത്തിന്റെ മുഖത്തുനോക്കിയിട്ടാണെങ്കിലും.' അവിശ്വസനീയതയോടെ ഞാൻ അവനെ നോക്കി. അവൻ പിന്നെയും ചിരിച്ചു

'കരച്ചിൽ...അതാവും അവർ പ്രതീക്ഷിക്കുക. ആദ്യം നമ്മൾ കരയില്ലെന്ന് തീരുമാനിക്കണം. എന്നാൽത്തന്നെ പകുതി ജയിച്ചു. നമുക്ക് അങ്ങനെയൊരു സ്വാതന്ത്ര്യമില്ലേ?'

പച്ചയിറച്ചിയിലാണ് പൊതിരെ തല്ല് കിട്ടിയത്. എന്നിട്ട് ചിരിക്കാനോ? എനിക്ക് അവനെ മനസ്സിലായില്ല.

'ഇവിടെ ജീവിക്കണമെങ്കിൽ ഇതൊക്കെ ഒരു തമാശയായിട്ടെടുത്തേ മതിയാവൂ...എന്നിട്ട് വേണം നമുക്കിതൊന്നു കടന്നുകയറാൻ.' അവൻ എന്റെ തോളത്തു തട്ടി.

'വിക്കീ, പ്ലീസ്. എളുപ്പമല്ലെന്നറിയാം, എന്നാലും ശ്രമിക്കണം, ഒന്നു ചിരിക്കാൻ. കുറഞ്ഞപക്ഷം നമ്മളിവിടെ ജീവിച്ചിരിക്കുകയെങ്കിലും ചെയ്യുന്നില്ലേ? അതിന്റെ പേരിൽ.'

രണ്ടു ദിവസങ്ങൾ അവനെ കാണാതായപ്പോൾ ഞാൻ മറ്റൊരു കാവൽക്കാരനോട് അന്വേഷിച്ചു.

'ജോസഫ് പനിച്ചു കിടപ്പാണ്. നല്ല കിടിലൻ പനിയാണ്.' അയാൾ ബാരക്കിനുള്ളിലേക്ക് ചൂണ്ടിക്കാട്ടി. ആകെ മൂടിപ്പുതച്ച് കിടക്കുകയായിരുന്നു അവൻ. ചെന്ന് കുലുക്കി വിളിച്ചപ്പോൾ വിറച്ചുകൊണ്ട് തല പുറത്തേക്ക് നീട്ടി. വല്ലാതെ ക്ഷീണിതനായിരുന്നു. നെറ്റിയിൽ കോട്ടൺ നനച്ചിട്ട് ആശ്വസിപ്പിച്ചുകൊണ്ട് ഞാൻ അടുത്തിരുന്നു. അവൻ എന്റെ കൈകളിൽ മുറുകെപ്പിടിച്ചു. കോട്ടിന്റെ പോക്കറ്റിൽ നിന്ന് എന്തോ എടുത്ത് എന്റെ കൈയിൽ തിരുകി. തിളങ്ങുന്ന കണ്ണുകളുള്ള ഒരു കുഞ്ഞുപാവ. വിറച്ചുകൊണ്ടാണ് അവൻ പറഞ്ഞത്.

'തിരിച്ച് നാട്ടിലെത്തുമ്പോൾ എന്റെ മോൾക്കിത് കൊടുക്കണം. എനിക്ക് അവളെ അത്രമാത്രം ഇഷ്ടമായിരുന്നുവെന്ന് പറയണം.'

തിരിച്ചു കയറാനാവില്ല എന്ന് തോന്നിക്കാണും. വിതുമ്പുന്നതിനിടയിലും അവൻ ചിരിച്ചു.

'ശരിയാക്കാമെന്ന് പറഞ്ഞിട്ട്...' പിന്നിൽ ഒരു പിഞ്ചു ശബ്ദം. അവൾ പിന്നെയും വന്നിരിക്കുന്നു, സോഫി.

പെട്ടെന്ന് എനിക്ക് ആ കണ്ണുകൾ ഓർമ്മ വന്നു. ജോസഫ് എന്നെയേൽപ്പിച്ച പാവക്കുഞ്ഞിന്റെ തിളങ്ങുന്ന കണ്ണുകൾ. ഭാണ്ഡത്തിനുള്ളിൽ എവിടെയോ അതുണ്ട്. ജോസഫിന് തിരിച്ചു കൊടുക്കാനുള്ളതാണ്. ഗ്യാസ് ചേമ്പറിനു പുറത്ത് ചിതറി കിടന്നിടത്തുനിന്ന് പെറുക്കിയെടുത്തതാവണം അവൻ.

'എന്താണ് ശരിയാക്കേണ്ടത്?' ഞാൻ അവളോടു തിരക്കി.

'ജാനയെ ഭക്ഷണം കഴിപ്പിക്കാമെന്ന് വിക്കി പറഞ്ഞില്ലേ?'

'ഉറപ്പായിട്ടും നമുക്ക് ഭക്ഷണം കൊടുക്കാം.' ഞാൻ അവളോടൊപ്പം നടന്നു. പിന്നെയും ഞാൻ അവളെ കുറേനേരം കൊഞ്ചിച്ചു. ടില്ലിയെ അവർ അബോർഷന് വിധേയയാക്കിയില്ലായിരുന്നെങ്കിൽ സോഫിയോളം പോന്ന ഒരു കുഞ്ഞ് എനിക്കുമുണ്ടാകുമായിരുന്നു.

ആൻഡ്രിയയാണ് പറഞ്ഞത്, സോഫിയുടെ മാതാപിതാക്കളെ ഗ്യാസ് ചേമ്പറിലേക്ക് കയറ്റി അയച്ചപ്പോൾ ആരോ വാത്സല്യം തോന്നി രക്ഷപ്പെടുത്തി അഭയാർത്ഥി ക്യാമ്പിലെത്തിച്ചതാണ് അവളെയെന്ന്. അവിടെനിന്ന് എങ്ങനെയോ നേബയിലെത്തി. ഞാനിവിടെ പരിചയപ്പെടുന്നവർക്കെല്ലാം പറയാനുള്ളത് ഇത്തരമോരോ കഥകൾ തന്നെയാണ്. എന്നിട്ടും അവരൊന്നും സങ്കടപ്പെടുന്നില്ലെന്നതാണത്ഭുതം.

ജോസഫ് പറഞ്ഞതിന്റെ അർത്ഥം എന്റെ മുന്നിൽ ഓരോ ദിവസവും തെളിഞ്ഞുവരികയാണ്. ദുരന്തങ്ങളെല്ലാം സത്യമാണെന്നറിഞ്ഞിട്ടും പതറാതെ, അതിനെ നോക്കി ചിരിക്കാനുള്ള സ്വാതന്ത്ര്യം. അങ്ങനെയൊന്നുണ്ടല്ലോ. ഇത്ര ചെറിയ കുട്ടികൾക്കുപോലും എങ്ങനെ സ്വായത്തമായി ഈ വിദ്യ? ആരാണിവർക്ക് കൗൺസിലിങ് നൽകുന്നത്? ഏത് സിദ്ധാന്തമാണവരുപയോഗിക്കുന്നത്?

കൂടണയുന്ന കിളികളുടെ കലപിലകളും കുട്ടികളുടെ പൊട്ടിച്ചിരികളും ഇടകലർന്ന് പുറത്ത് ബഹളമയം. ഉറക്കം വരുന്നില്ല. കണ്ണുകളെ ഞാൻ ദൂരെ ഇരുട്ടിലേക്ക് തുറന്നുവിട്ടു. അത് കുറേ കാതങ്ങളകലേക്ക് കുതിച്ചു പാഞ്ഞു.

മങ്ങിയ വെളിച്ചത്തിൽ വിയന്നീസ് മെഡിക്കൽ സ്കൂളിലെ ലക്ചർ ഹാൾ. പോഡിയത്തിനരികിൽ പ്രൊഫസർ ഫെർഡിനന്റ്. കൗൺസിലിംഗ് ഫിലോസഫിയാണ് വിഷയം. തുടങ്ങിയത് ഫ്രോയ്ഡിയൻ ചിന്താധാര. നിലനിൽപ്പിന്റെ ആത്യന്തിക ലക്ഷ്യം ആനന്ദമാണ്. യഥാർത്ഥത്തിൽ അതിനുവേണ്ടിയാണ് എല്ലാ പ്രവൃത്തികളും. അതുകൊണ്ടുതന്നെ, പെട്ടുപോയ മാനസിക സംഘർഷത്തിൽനിന്നും ഒരുവനെ കരകയറ്റുന്നത് ആനന്ദം കണ്ടെത്തുന്ന വഴിയിലൂടെയാവണം. അതിനു മാത്രമേ അവനെ ആകർഷിക്കാനാകൂ. മുന്നിലിരിക്കുന്ന രോഗിയുടെ ഭൂതകാലം ചികഞ്ഞെടുത്താലറിയാം, അവരുടെ ആനന്ദത്തിനു പ്രതികൂലമായി നിന്ന ഘടകങ്ങൾ. ഉപബോധ മനസ്സിൽ അതുണ്ടാക്കിയ കറുത്ത പാടുകൾ. അതാവും അവരുടെ കാഴ്ചകളെ മറച്ചിട്ടുണ്ടാവുക. ഹിപ്നോട്ടിസത്തിലൂടെ ഈ കറുത്ത പാടുകളോരോന്നായി മായ്ച്ചു കളയണം. ആനന്ദത്തിലേക്കുള്ള യഥാർത്ഥ വഴി കണ്ടെത്തിയാൽപ്പിന്നെ മാനസിക സംഘർഷത്തിനവിടെ സ്ഥാനമില്ല.

തുടർന്നു പറഞ്ഞത് ആഡ്ലറുടെ ഫിലോസഫി. ആനന്ദത്തിനപ്പ

റം ആത്യന്തികമായ അധികാരം സ്ഥാപിച്ചെടുക്കാനുള്ള ഒരു ത്വരയുണ്ട്. മനുഷ്യന്റെ അനാദിയായ അഭിവാഞ്ഛയാണത്. അതിലേക്കുള്ള യാത്രയാണ് ഓരോ മനുഷ്യന്റെയും ജീവിതം. അതിനു തടയിടുന്ന ഘടകങ്ങളെയാണ് കണ്ടെത്താൻ ശ്രമിക്കേണ്ടത്. ഓരോരുത്തർക്കും വ്യത്യസ്തമാകുമത്. അത് കണ്ടെത്തി കഴിഞ്ഞാൽ പിന്നെ വഴി എളുപ്പമാണ്. ഓരോന്നിനെയും മറികടക്കാനുള്ള പ്രായോഗിക പരിശീലനം നൽകുകയേ വേണ്ടൂ.

പോഡിയത്തിന്റെ മധ്യത്തിൽനിന്നും ഇടതുവശത്തേക്ക് നടന്നു വന്ന് പ്രൊഫസർ ഫെർഡിനന്റ് ഞാനിരിക്കുന്നിടത്തെത്തി.

'വിക്ടർ, കുറേ കൗൺസിലിങ് സെന്ററുകളൊക്കെ നടത്തുന്നുണ്ടെന്നു കേട്ടു. ഏത് സിദ്ധാന്തമാണ് കൂടുതൽ നല്ലതായി തോന്നുന്നത്?'

ഞാനെഴുന്നേറ്റു നിന്നു.

'ഈ രണ്ടു സിദ്ധാന്തങ്ങളേക്കാൾ യുങ്ങിന്റെ നിലപാടാണ് സാർ എനിക്ക് കൂടുതലിഷ്ടം.

ആനന്ദവും അധികാരവുമൊക്കെ വെറും ആപേക്ഷികമല്ലേ? എല്ലാവരെയും സാമാന്യവൽക്കരിക്കാനാവില്ല. ഓരോരുത്തർക്കും വ്യത്യസ്തമാണ് സഹജ അഭിവാഞ്ഛ. അതവരുടെ ജനിതകത്തിൽ അടയാളപ്പെടുത്തിയതല്ലേ? അതിനനുസരിച്ചാവും അവരുടെ ജീവിതം. അത് കണ്ടെത്തിയാലേ കൗൺസിലിംഗ് ശരിയാവൂയെന്നാണ് യുങ് പറഞ്ഞത്. കൂടുതൽ പ്രാക്ടിക്കലായി തോന്നിയിട്ടുള്ളതും അതുതന്നെയാണ്.'

പിന്നെ ഞാൻ പറയുന്നതൊന്നും വ്യക്തമായില്ല.

പുറത്തെ വെളിച്ചങ്ങളെല്ലാമണഞ്ഞിരുന്നു. തലയ്ക്കുള്ളിൽ എന്തൊക്കെയോ ശബ്ദങ്ങൾ കിടന്നു ബഹളം വെച്ചു. ലക്ചർ ഹാളിലെ പാഠങ്ങൾ കുതിരകളെപ്പോലെ ഉറക്കെ ചിനച്ചുകൊണ്ട് വട്ടം കറങ്ങുകയാണ്. ഓരോ കറക്കത്തിലും ഇരുട്ടു നിറഞ്ഞ പുകക്കെട്ടുകൾ അവ പുറത്തേക്ക് വലിച്ചെറിഞ്ഞു. എന്റെ മുതുകിൽ അതെല്ലാം കുമിഞ്ഞുകൂടി. ഞാൻ ഏറെ പ്രയാസപ്പെട്ട് ഇഴഞ്ഞ് പുറത്തേക്ക് നോക്കിയപ്പോൾ ദൂരെ, ഒരു കുഞ്ഞു നക്ഷത്രം. സോഫി മോൾ ചിരിച്ചതുപോലെ അത് എന്നെ നോക്കി ചിരിച്ചു.

1945 ജൂൺ 17

ഇന്നേവരെയില്ലാത്തവണ്ണം ഹൃദയത്തിൽ നുരഞ്ഞുയരുന്ന ആനന്ദത്തോടെ ആരും ഇതുവരെ എഴുതിയിട്ടില്ലാത്ത ഒരു കഥ ഞാനെഴുതാൻ പോവുകയാണ്. എത്രയോ കാലങ്ങളായുള്ള ആഗ്രഹമാണ്. അത് ഇങ്ങനെയൊരു മുഹൂർത്തത്തിലാകുമെന്ന് തീരെ പ്രതീക്ഷിച്ചിട്ടില്ല. തെരേസാമ്മയാണ് എന്നോടിതു പറഞ്ഞത്.

ഇതിന് കഥയെന്നാണോ ചരിത്രാഖ്യാനമെന്നാണോ പേരു വിളിക്കേണ്ടത് എന്നറിയില്ല, പക്ഷേ, ഞാൻ ഉദ്ദേശിക്കും വിധം വായനക്കാരെ ത്രസിപ്പിക്കുന്ന ഒന്നാകുമെന്ന് ഉറപ്പ്.

ഞാനിന്ന് തെരേസാമ്മയെ കണ്ടു. തലയിൽ കെട്ടിയ മുഷിഞ്ഞ തുണിയഴിച്ചപ്പോൾ മുഖത്തേക്ക് പാറിവീണ വെള്ളിനാരിഴകളെ ഒരു വശത്തേക്കൊതുക്കിക്കൊണ്ടാണ് അവരെന്നെ നോക്കിയത്. ആ മുഖം എനിക്ക് ഏറെ പരിചയം തോന്നി. എവിടെയാണവരെ മുമ്പ് കണ്ടതെന്ന് ഓർത്തെടുക്കാൻ ശ്രമിച്ചെങ്കിലും പറ്റിയില്ല. അവർ ചിരിച്ചപ്പോൾ കവിളിലും കണ്ണിനു ചുറ്റിലുമൊക്കെയായി പ്രായത്തിന്റെ ചുളിവുകൾ എഴുന്നുവന്നു. വലുതും ചെറുതുമൊക്കെയായി ഒരു നൂറായിരമെണ്ണം. അപ്പോഴാണ് എനിക്ക് ആ മുഖം ഓർമ്മ വന്നത്. ന്യൂ ബേഗിലെ ആർട്ട് ഗ്യാലറിക്കരികിൽ ചിത്രകാരന്മാർക്ക് മുന്നിൽ മോഡലായി ഇരുന്നുകൊടുത്ത ഒരു വല്യമ്മയുണ്ടായിരുന്നു. സൂക്ഷ്മമായ പെയിന്റിങ് പഠിക്കാൻ മികച്ച രൂപം. അവർ മരിച്ചിട്ടു കുറേയായി. ഇത് അവരല്ലതന്നെ. നരച്ച മേൽവസ്ത്രമഴിച്ച് തൊട്ടടുത്ത കെട്ടുകട്ടിലേക്കിട്ട് നിലത്തുവിരിച്ച പലകയിൽ തെരേസാമ്മയിരുന്നു.

ലാർച്ചിന്റെ കമ്പുകൾ വെട്ടിയൊതുക്കി കസേരയുടെ മട്ടിലൊരിരിപ്പിടം. എന്നെ അവർ അതിൽ ഇരിക്കാൻ ക്ഷണിച്ചു.

'മോൻ ഇരിക്ക്.'

എന്നെക്കുറിച്ച് എന്തൊക്കെയോ ജോസഫ് അവർക്ക് പറഞ്ഞു കൊടുത്തിട്ടുണ്ടായിരുന്നുവെന്ന് കുറച്ചു നേരത്തെ സംഭാഷണംകൊണ്ടു ബോധ്യപ്പെട്ടു. ഞാൻ ക്യാമ്പിൽ അനുഭവിച്ച ദുരിതങ്ങളെല്ലാം പൂർവ്വനിശ്ചിതമായ ഏതൊക്കെയോ കൽപ്പനകളാണെന്നായിരുന്നു അവരുടെ ഭാഷ്യം.

എനിക്കു തിന്നാനായി കുറേപഴങ്ങൾ അവർ ഉള്ളിൽനിന്നും കൊണ്ടുവന്നു. 'ജോസഫിനെ കാണണം അതിനായി മാത്രമാണ് ഞാൻ വന്നത്.'

ഞാൻ സങ്കടത്തോടെ പറഞ്ഞു.

ചെറിയൊരു ചിരിയോടെയാണ് അവർ മറുപടി പറഞ്ഞത്:

'നീ വരുമെന്ന് അവൻ പറഞ്ഞിരുന്നു.'

ഞാനൊന്ന് ഞെട്ടി.

'ഞാനിവിടെയെത്തുമെന്ന് അവൻ പറഞ്ഞിരുന്നെന്നോ!'

അവരുടെ മുഖത്ത് പിന്നെയും ചുളിവുകൾ വിരിഞ്ഞു.

'അങ്ങനെ ചിലതൊക്കെ അവൻ പ്രവചിക്കാറുണ്ട്. സംഭവിച്ചിരിക്കും.'

ഞാൻ തലകുലുക്കി. ക്യാമ്പിൽ വെച്ചും അവൻ ചില സാധ്യതകളൊക്കെ മുൻകൂട്ടി പറയാറുണ്ടായിരുന്നല്ലോ.

'സത്യത്തിൽ...' മുഴുമിപ്പിക്കാതെ ഞാൻ തെരേസാമ്മയെ നോക്കി.

'ഇങ്ങനെയൊരു ആവശ്യം നിനക്ക് വരുമെന്ന് അവന് അറിയാമായിരുന്നിരിക്കണം' എന്റെ മനസ്സ് വായിച്ചതുപോലെ അവർ വാചകം പൂർത്തിയാക്കി. ഏറെ കരുണയോടെയാണ് അവർ എന്നോട് സംസാരിച്ചത്. ഒരുപാട് ദുരിതമനുഭവിച്ച ഒരാളോടുള്ള അനുതാപം. എന്റെ കണ്ണ് പെട്ടെന്ന് നിറഞ്ഞു. വിഷയം മാറ്റാനെന്നോണം അവർ ചോദിച്ചു:

'ഇഷ്ടമായോ നേബ?'

ഞാൻ ചിരിക്കാൻ ശ്രമിച്ചുകൊണ്ട് തലകുലുക്കി.

'സ്വപ്നമാണോയെന്നുപോലും സംശയമുണ്ട്. ഇങ്ങനെയൊന്ന് ഇവിടെയുണ്ടെന്ന് കേട്ടിട്ട് തന്നെയുണ്ടായിരുന്നില്ല. എനിക്കു മാത്രമല്ല കാടിനു പുറത്തുള്ള ആർക്കുമറിയുന്നുണ്ടാവില്ല എന്നാണ് തോന്നൽ.'

തെരേസാമ്മ ചിരിച്ചു. 'സ്വർഗ്ഗത്തിൽ അങ്ങനെ എല്ലാവർക്കും പെട്ടെന്നെത്തിച്ചേരാനാകില്ലല്ലോ... അതിന് അതിന്റേതായ ചില നിയമങ്ങളൊക്കെയില്ലേ?'

'അമ്മയെങ്ങനെ എത്തിയതാണ് ?' ഞാൻ ചോദിച്ചു.

തെരേസാമ്മ പഴമ്പുരാണത്തിന്റെ ഭാണ്ഡമഴിക്കാൻ തുടങ്ങി.

ഹാബേലച്ചനോടൊപ്പമാണത്രേ കുറേക്കാലം മുമ്പ് അവരെത്തിയത്. പ്രാഗിലെ റബ്ബിമാരുടെ വംശമാണെന്ന് കേട്ടപ്പോൾ എനിക്കെന്തോ ഭയപ്പാടു തോന്നി. കുട്ടിക്കാലത്ത് കേട്ട കഥകളുടെ വസൂരിക്കലകളാണ്. കുറുമ്പൻമാരായ കുട്ടികളെ നിലയ്ക്കുനിർത്താൻ മുതിർന്നവർ പറയുന്ന കെട്ടുകഥകളിൽ നായകന്മാരും വില്ലന്മാരും റബ്ബികളായിരുന്നു. പേടിപ്പെടുത്തുന്ന അനുഷ്ഠാനങ്ങൾ, ആഭിചാരം, സാത്താനുമായുള്ള പോര്, എല്ലാംകൊണ്ടും കൂടെ കൂട്ടാവുന്നവരല്ലെന്ന മുൻ ധാരണ. വേദപുസ്തകം വായിക്കുംപോലെയാണ് തെരേസാമ്മ ചരിത്രം പറഞ്ഞത്. താളുകൾ മറിയുന്ന ഇടവേളയൊഴിച്ച് സദാ വേദപുസ്തകത്തിന്റെ താളത്തിലാണത്രേ ബാല്യം കഴിച്ചുകൂട്ടിയത്. മാതാപിതാക്കളെയൊന്നും അവർക്ക് ഓർമ്മയേയില്ല. ഹാബേലച്ചനോടൊപ്പമുള്ള നിർത്താത്ത യാത്രകളാണ് മായാതെയുള്ളത്. മൂപ്പന്മാരായ റബ്ബികളുടെ ആജ്ഞയനുസരിച്ച് അതങ്ങനെ തുടരും.

ഒടുവിലെത്തിയതാണ് നേബയിൽ. പത്തിരുപതു വർഷങ്ങളായിട്ട് അവിടെയാണ്. അവരെത്തുമ്പോഴും നേബയിൽ അതുപോലെയൊക്കെ ഉണ്ടായിരുന്നത്രെ. ബൊഹീമിയൻ ഉൾക്കാടായ ഷുമാവയുടെ ഹൃദയത്തിലാണ് പ്രധാന റബ്ബി വസിക്കേണ്ടത്. ഹാബേലച്ചൻ ആ സ്ഥാനമേറ്റെടുത്തിട്ട് അഞ്ചുപത്തു വർഷങ്ങളായി. അമാനുഷിക ശേഷിയുള്ള ഒരാളാണത്രേ ഹാബേലച്ചൻ.

അതു കേട്ടപ്പോൾ മുമ്പെന്നോ കുത്തിക്കുറിച്ച ഒരു കഥയാണ് ഓർമ്മ വന്നത്.

മനുഷ്യനെ അതിമാനുഷനാക്കാൻ കഴിവുള്ള ഒരുമരുന്ന് ഒരിക്കലൊരാൾ കണ്ടുപിടിക്കുകയാണ്. വാർത്ത പരന്നതോടെ പ്രമുഖ മരുന്ന് കമ്പനിക്കാർ അയാളെയന്വേഷിച്ച് നെട്ടോട്ടമായി. പക്ഷേ, അപ്പോഴേക്കും അയാൾ ആ മരുന്ന് സ്വയംകഴിച്ച് അതിമാനുഷനായിക്കഴിഞ്ഞിരുന്നു. തനിക്ക് അസാമാന്യ ശക്തികളുണ്ടെന്നയാൾക്ക് ബോധ്യപ്പെട്ടപ്പോൾ നമ്മൾ കരുതുന്നതൊന്നുമല്ല ചെയ്യാൻ തോന്നിയത്. കൊടുങ്കാട്ടിലേക്ക് ധ്യാനിക്കാൻ പോവുകയാണയാൾ.

ഈ കഥ ഞാനൊരിക്കൽ ടില്ലിയോടു പങ്കുവെച്ചപ്പോൾ അവൾ ചിരിച്ചു.

'അവനവന്റെ ആഗ്രഹമായിരിക്കുമല്ലേ കഥയിൽ പറഞ്ഞത്?'

'അങ്ങനെയെങ്കിൽ ഞാൻ നിന്നെയും കൂടെക്കൂട്ടും ആ കാട്ടിലേക്ക്.' ഞാനവളെ കെട്ടിപ്പിടിച്ചു.

'എന്താണൊരാലോചന?' തെരേസാമ്മ എന്റെ മുഖത്തേക്കു നോക്കി.

'വന്യമൃഗങ്ങളൊക്കെ ഇവിടെയെന്തേ ഇങ്ങനെ ഇണങ്ങി ജീവി

ക്കാൻ? ഞാൻ ചോദിച്ചു.

'പിന്നെയുമില്ലേ കുറെ സംശയങ്ങൾ?' തെരേസാമ്മ എന്റെ മനസ്സ് കണ്ടിട്ടെന്നോണം ചോദിച്ചു.

'സംശയങ്ങളേയുള്ളൂ.' കുറച്ചു ദിവസങ്ങളായി എനിക്ക് തോന്നിയ സംശയങ്ങളെല്ലാം ഞാൻ ഓരോന്നോരോന്നായി ചോദിച്ചു. അവസാനത്തെ ചോദ്യം അവിടുത്തെ അംഗവൈകല്യമുള്ള കുട്ടികളെക്കുറിച്ചായിരുന്നു.

'ഈ കോബമാരെന്നാൽ എന്താണ്? ഇവർക്കൊക്കെ എങ്ങനെ ഇത്രമാത്രം സന്തോഷത്തോടെ ഇവിടെ ജീവിക്കാൻ കഴിയുന്നു? കഴിഞ്ഞുപോയതിന്റെ ഓർമ്മകളൊന്നുമിവരെ തീരെ സങ്കടപ്പെടുത്താത്തതെന്താണ്?'

'ഇത് നേബയായതുകൊണ്ട്' അവർ മറുപടി പറഞ്ഞു.

'അത്രയേ എനിക്ക് പറഞ്ഞുതരാനറിയൂ. ഇനി വേണമെങ്കിൽ നേബയുടെ കഥ പറഞ്ഞുതരാം. കഥയെന്നല്ല, ചരിത്രമെന്നാണ് പറയേണ്ടത്.'

അങ്ങനെയാണ് തെരേസാമ്മ അത് പറഞ്ഞു തുടങ്ങിയത്.

പതിനാറാം നൂറ്റാണ്ടിലെന്നോ പ്രാഗിലെ ജൂതത്തെരുവുകളിൽ പടർന്നു പിടിച്ച വസൂരിയിലാണ് തുടക്കം. ചലവും ചോരയുമൊലിക്കുന്ന പുണ്ണുകൾ പുളഞ്ഞുനീറി ജനങ്ങളാകെ ദുരിതത്തിലായി. കുറേപ്പേർ മരിച്ചുപോയി. രോഗംമാറിയിട്ടും അത് അവശേഷിപ്പിച്ച ബീഭത്സമായ വടുക്കൾ മുഖത്തും ദേഹത്തും നിറഞ്ഞ് അവിടുത്തെ ജൂതരെല്ലാം വികൃതരൂപികളായി. അവിടെ ഉണ്ടാക്കിയെടുത്ത ഉൽപ്പന്നങ്ങളുമായി നാട്ടുചുറ്റി കച്ചവടം നടത്തിവന്നിരുന്ന അവരുടെ ഉപജീവനമാർഗ്ഗം അതോടെ പരുങ്ങലിലായി. അറപ്പും ഭയവും മാത്രം ആളുകൾ അവരെ കാണാൻ തുടങ്ങി.

രോഗംപിടിപെടാതെ രക്ഷപ്പെട്ടവർ എങ്ങനെയൊക്കെയോ അവിടെനിന്ന് ഒഴിഞ്ഞുപോയി. ഒരുകാലത്ത് ആഡംബര ജീവിതം നയിച്ചിരുന്ന പ്രാഗിലെ ജൂതന്മാർക്ക് പട്ടിണിയുടെ ദുരിതകാലം. വല്ലാത്തൊരു പ്രതികാര ബുദ്ധിയായിട്ടാണ് അത് അവരിൽ ഉറഞ്ഞു കൂടിയത്. തങ്ങളെ അകറ്റിനിർത്തിയവരോടുള്ള അടങ്ങാത്ത പക. എങ്ങനെയെങ്കിലും പക വീട്ടിയേ തീരൂ.

അവർ തങ്ങളുടെ മഹാപുരോഹിതനെത്തേടിയെത്തി.

'ഞങ്ങൾ എന്തു ചെയ്തിട്ടാണ് ഈ അനുഭവിക്കുന്നത്?'

റബ്ബി ഏലിയാഹു ദൈവപ്പുരയുടെ മേൽക്കൂര തുറന്ന് ആകാശത്തേക്ക് നോക്കി. ഉത്തരമായി ചില അക്കങ്ങൾ മേഘവടിവിൽ തെളിഞ്ഞു കാണുമത്രേ. ആ അക്കത്തിനനുസൃതമായ താളുകളാണ് പരതേണ്ടത്,

കബ്ബാലയിൽ. അതാണ് അവരുടെ നിയമസംഹിത. കുറേ നേരത്തെ നിശ്ശബ്ദതയ്ക്കുശേഷം റബ്ബി പറഞ്ഞു തുടങ്ങി. ദൈവകോപമാണ് കാരണം. ആഡംബരത്തിൽ മതിമറന്ന് അസാന്മാർഗിക ജീവിതം നയിച്ചതാണ് ദൈവത്തെ ചൊടിപ്പിച്ചത്. കുലം മുഴുവനായിട്ടുമൊടുങ്ങിയാലേ ശാപം തീരൂ. റബ്ബിക്ക് മുന്നിൽ പ്രാഗ് നിവാസികൾ കൂട്ടമായി നിലവിളിക്കാൻ തുടങ്ങി.

'അങ്ങുതന്നെ ഇതിനൊരു പരിഹാരം പറഞ്ഞു തരണം.'

പരിഹാരമാർഗ്ഗവും കബ്ബാലയുടെ താളിൽത്തന്നെയുണ്ടായിരുന്നു. പിതാമഹർ ചെയ്തതുപോലെ ഗോലത്തെയുണ്ടാക്കി പ്രസാദിപ്പിക്കണം. ജൂതഗോത്രങ്ങളുടെ ഇതിഹാസത്തിൽ പലയിടത്തും കാണുന്ന ബിംബമാണ് ഗോലം. അതൊരു കളിമൺ പ്രതിമയാണ്. പരിശുദ്ധമായ മണ്ണുകൊണ്ട് ആദ്യം അതിനെ മെനഞ്ഞെടുക്കണം. എന്നിട്ട് പ്രത്യേക മന്ത്രങ്ങൾ ചൊല്ലി ജീവൻവെപ്പിക്കണം. പിന്നെയതിന്റെ നിർദ്ദേശങ്ങളനുസരിച്ച് അതിനെ സന്തോഷിപ്പിക്കണം.

ഏലിയാഹു തന്നെയാണ് മണ്ണുതിരഞ്ഞ് യാത്രയായത്. കുറെ പേർ സഹായിക്കാൻ പിന്നാലെയും. പലരും തേടിപ്പിടിച്ച് ശേഖരിച്ചുകൊടുത്ത കല്ലും കരടും കളഞ്ഞ മണ്ണ് വെള്ളം ചേർത്ത് കുഴച്ചതെല്ലാം പാകമാകാതെയും ഒലിച്ചുപോയും വൃഥാവിലായി. ഒടുവിൽ എല്ലാവരും ക്ഷീണിച്ചവശരായി ഉറങ്ങിപ്പോയ ഒരു രാത്രിയിൽ ദൈവവിളി കേട്ടുണർന്നിട്ടെന്നോണം ഏലിയാഹു ഒറ്റയ്ക്കെഴുന്നേറ്റ് നടക്കാൻ തുടങ്ങി. ആ യാത്ര ചെന്നെത്തിയത് വാൾത്താവാ നദിയുടെ കരയിലാണ്.

സംഗീതം പോലെ പ്രവഹിക്കുന്ന പുഴ നിലാവിൽ വെട്ടിത്തിളങ്ങി. കാൽച്ചുവട്ടിലെ മണ്ണിൽനിന്ന് റബ്ബി ഒരു കുഞ്ഞിന്റെ മന്ദ്ര മധുരമായ ചിരി കേട്ടു. മണ്ണ് വിരലുകൊണ്ടെടുത്ത് മണത്തുനോക്കിയപ്പോൾ അമ്മിഞ്ഞപ്പാലിന്റെ മണം. കുറച്ചുകൂടിയെടുത്ത് കുഴച്ചു നോക്കിയപ്പോൾ പ്രതിമയുണ്ടാക്കാൻ പറ്റിയ നല്ല പശിമയുള്ള കളിമണ്ണ്. റബ്ബി അവിടെനിന്ന് ആവശ്യമുള്ളത്ര കളിമണ്ണുമെടുത്ത് ദൈവപ്പുരയിലേക്ക് മടങ്ങി. ആകാശത്തെ നക്ഷത്രങ്ങളുടെ നിലയും വിന്യാസവും നോക്കി മുഹൂർത്തം നിശ്ചയിച്ച ശേഷം ധ്യാനപൂർവ്വം സമാരംഭിച്ചു. എന്നും ധ്യാനിക്കുന്ന സർവ്വാധിപനും സർവ്വശക്തനുമായവന്റെ രൂപമാണ് മനസ്സിലുണ്ടായിരുന്നതെങ്കിലും കൈവിരലുകളുടെ വഴക്കം ആരോ നിയന്ത്രിക്കുന്നതുപോലെ... പുലർച്ചെ ആരംഭിച്ച നിർമ്മാണ പ്രവൃത്തി നീണ്ടു നീണ്ടുപോയി.

ഏലിയാഹു ഒരുതുള്ളി വെള്ളം പോലും കുടിച്ചില്ല. നേരമിരുണ്ടു. പുരയിലെ പന്തങ്ങൾ മങ്ങാൻ തുടങ്ങി. ക്ഷീണിച്ച് കുഴഞ്ഞ റബ്ബി തൊട്ടടുത്ത തൂണിൽ തലചായ്ച്ചു. മലകൾക്കും മാമരങ്ങൾക്കുമിടയിലൂടെ ഇരമ്പിവന്ന ഒരു കൊടുങ്കാറ്റ് നദീ പ്രവാഹത്തിലേക്ക് ചാഞ്ഞുവീണ് പുഴയെ

അങ്ങനെത്തന്നെയെടുത്ത് വട്ടം കറക്കി. പിന്നെയും അലറിയിരമ്പിയ കാറ്റ് മഞ്ഞുമലയുടെ മേൽപ്പരപ്പിനെ ഉഴുതെടുത്ത് കുളിരു ചിതറി. എന്നിട്ടത് വലിയൊരു തുരങ്കം കടന്ന് ചീറിവന്നു. അതിന്റെ ഭയപ്പെടുത്തുന്ന മുഴക്കത്തിൽ റബ്ബി ഞെട്ടിയുണർന്നു.

തീക്ഷ്ണമായ ഒരു വെളിച്ചം കണ്ണിലടിക്കുന്നുണ്ട്. മുന്നിലുണ്ട്, താനുണ്ടാക്കിയ മൺകോലം വെളിച്ചത്തിൽ കുളിച്ചു നിൽക്കുന്നു. ഒരു പൈതലിന്റെ രൂപമാണതിന്. ഇനി ജീവൻ വെയ്പ്പിക്കണം. റബ്ബി കബ്ബാല തിരഞ്ഞു.

നേബ എന്ന് എഴുതി അതിന്റെ വായിൽ നിക്ഷേപിക്കാനാണ് വിധി. എന്നിട്ട് വിശുദ്ധ മന്ത്രം മൂന്നുരു ജപിക്കണം. ലഭിക്കാനുള്ളത് സ്വർഗ്ഗ സമാനമായ ഒരു സാമ്രാജ്യമാണ്.

സ്തോത്രം മൂന്നാമുരു എത്തിയപ്പോഴേക്കും ഗോലത്തിന്റെ കവിളുകൾ തുടുത്തുവന്നു.

അത്യാകർഷകമായ ഒരു പാൽപ്പുഞ്ചിരിയുമായി പൈതൽ റബ്ബിയുടെ നേർക്ക് കൈകൾ നീട്ടി. അദ്ദേഹം അവനെ കോരിയെടുത്ത് കവിളുകളിൽ തെരുതെരെ ഉമ്മവെച്ചു. തൊട്ടടുത്ത നിമിഷത്തിൽ താൻ ചെയ്ത അവിവേകത്തിൽ റബ്ബിയൊന്നുലഞ്ഞു. അസാമാന്യ ശക്തികളുള്ള ഗോലമാണത്. അതിന് തന്റെ പ്രവൃത്തിയിഷ്ടപ്പെട്ടു കാണില്ല. റബ്ബി ഗോലത്തിന്റെ മുഖത്തേക്കു തന്നെ നോക്കി. അത് അദ്ദേഹത്തെ നോക്കി പുഞ്ചിരിക്കുക തന്നെയാണ്. അനാവശ്യ ചിന്തകളൊന്നും വേണ്ട, എനിക്ക് ഇങ്ങനെയൊക്കെ ജീവിക്കുന്നതാണ് ഇഷ്ടമെന്ന മട്ടിൽ.

റബ്ബി അവന് ആൽബി എന്ന് നാമകരണം ചെയ്തു.

പുരോഹിത മന്ത്രങ്ങൾ കേട്ടു മരവിച്ച ദൈവപ്പുരയുടെ ഏകാന്തതയിൽ വരണ്ടുപോയ തന്റെ ജീവിതത്തിലേക്ക് കുളിർമഴയായി വിരുന്നെത്തിയ പൈതലിനെ ഏലിയാഹു കുറച്ചൊന്നുമല്ല ഓമനിച്ചത്. അവന് കളിക്കാനായി ഏലിയാഹു നിർമ്മിച്ചുകൊടുത്ത കളിപ്പാവകളാണ് കോബമാർ. കുട്ടിക്കളികൾക്കെല്ലാമിടയിൽ കൃത്യസമയത്ത് ആൽബി ദൈവപ്പുരയിലെ ആരാധനാമുറിയിലെത്തും. കബ്ബാലയിലെ വിധിപ്രകാരം ഏലിയാഹു അന്നേരമവനെ ദൈവമായി ആരാധിക്കും. അതു സ്വീകരിച്ച ശേഷമാണ് ഗോലം പ്രാഗിലെ ജൂതന്മാർക്ക് വേണ്ടിയുള്ള തന്റെ കൽപ്പനകൾ പുറപ്പെടുവിക്കുക. സന്മാർഗ ജീവിതം നയിക്കണം, കച്ചവടത്തിൽ ആരെയും കബളിപ്പിക്കാൻ പാടില്ല, സഹജീവികളോട് കരുണയുള്ളവരാകണം എന്നിങ്ങനെ.

കാണെക്കാണെ പ്രാഗിലേക്ക് ഐശ്വര്യം തിരിച്ചെത്താൻ തുടങ്ങി. വസൂരി വടുക്കളകന്ന് ജൂതന്മാർ പിന്നെയും സുന്ദരരൂപികളായി. മുൻകാലത്ത് ചോർന്നുപോയ സമ്പാദ്യങ്ങളെല്ലാം അവർ തിരിച്ചുപിടിച്ചു. പക്ഷേ,

അതോടെ കാര്യങ്ങൾ മാറിമറിയാൻ തുടങ്ങി. ആഡംബരം തിരിച്ചെത്തിയപ്പോൾ ജൂതജനതയുടെ മനസ്സ് ചഞ്ചലമായി. മദ്യം, മദിരാക്ഷി, ചൂതുകളി... എല്ലാം വേണമെന്നായി. ജീവിതം ഒന്നല്ലേയുള്ളൂ, ഇങ്ങനെ സന്മാർഗ്ഗികളായി ജീവിച്ച മരിച്ചിട്ടെന്താണ്?

പ്രാഗിലെ പൗരമുഖ്യരാണ് അന്ന് റബ്ബിയെ കാണാനെത്തിയത്. ഗോലത്തെ വിധിപോലെ ആരാധിക്കാനുള്ള ധനം തരാം. വേണ്ടതെല്ലാം ചെയ്യാം. പക്ഷേ, ജനതയ്ക്ക് സന്മാർഗ ജീവിതത്തിൽ നിന്ന് ചിലപ്പോഴൊക്കെ ചില വിട്ടുവീഴ്ചകൾ വേണം. റബ്ബിക്ക് സമ്മതമായിരുന്നില്ല. പൗരമുഖ്യർ പലതും പറഞ്ഞ് അനുനയിപ്പിക്കാൻ നോക്കിയിട്ടും അദ്ദേഹം വഴങ്ങിയില്ല. ഒടുവിൽ ഭീഷണികളായി.

'കൈകൊണ്ടുണ്ടാക്കിയ കളിമൺ പ്രതിമയല്ലേ.. അത് തകർത്തു കളയാൻ അര നിമിഷം വേണ്ട ഞങ്ങൾക്ക്. ഒരു ഉടമ്പടിയിൽ പോകാമെന്ന് വെച്ചിട്ടാണ്.'

ആൽബിക്ക് എന്തെങ്കിലും ആപത്തു സംഭവിക്കുന്നതിനെക്കുറിച്ച് സ്വപ്നത്തിൽപ്പോലും ചിന്തിക്കാൻ റബ്ബിയൊരുക്കമല്ലായിരുന്നു. മേൽക്കൂര തുറന്ന് അദ്ദേഹം മേഘവടിവുകൾ തിരഞ്ഞു. എന്തെങ്കിലും പോംവഴി? ഒന്നും വ്യക്തമല്ല.

കോബമാർക്കിടയിലിരുന്ന് കൊഞ്ചിക്കളിക്കുകയാണ് ആൽബി. പുറത്തെ കോലാഹലങ്ങളൊന്നും അറിയാതെ. റബ്ബി അവനെത്തന്നെ നോക്കിയിരിക്കുകയായിരുന്നു ആ സായാഹ്നത്തിൽ.

പുറത്തുനിന്ന് ഘനഗംഭീരമായ ഒരു വിളി കേട്ടിട്ട് റബ്ബി പുറത്തേക്കു വന്നു. കറുത്ത കമ്പിളി പുതച്ച് തിരിഞ്ഞാണ് നിൽപ്പ്. പൗരമുഖ്യരും കൂടെയുണ്ട്. അടുത്ത നിമിഷം അയാൾ മുഖം റബ്ബിക്ക് നേരെ തിരിച്ചു. ഒറ്റക്കാഴ്ചയിൽ തന്നെ ഏലിയാഹു ഞെട്ടിപ്പോയി.

യൂദാലോ.

ആഭിചാരങ്ങളുടെ റബ്ബി. സാത്താന്റെ സേവകൻ. മൊറാവിയൻ താഴ്വര കേന്ദ്രീകരിച്ച് നടത്തുന്ന സകല കൊള്ളരുതായ്മകളുടെയും നേതാവ്.

'മന്ത്രപ്പുര നിന്റെ കുലസ്വത്താണോ കീടമേ...'

ഏലിയാഹുവിന്റെ കഴുത്തിന് തൂക്കിപ്പിടിച്ച് അയാൾ മന്ത്രപ്പുരയിലേക്ക് കടന്നു. പൗരമുഖ്യർ ആഹ്ലാദാരവം മുഴക്കി. ആഭിചാരം ചെയ്ത ചങ്ങലയെറിഞ്ഞ് ഗോലത്തെ ബന്ധിച്ചു.

'ഇനി ഞാൻ പറയും പ്രകാരമാണ് പ്രാഗിലെ നിയമങ്ങൾ. തങ്ങളുടെ സമ്പത്ത് സംരക്ഷിക്കാനുള്ള കരുതൽ മാർഗ്ഗങ്ങളൊക്കെ ജൂതർക്ക് ഞാൻ പറഞ്ഞുകൊടുത്തിട്ടുണ്ട്. പിന്നെ ഒരു ഉറപ്പിന്, ഗോലത്തെ ഞാൻ ഉടച്ചു കളയുന്നില്ല. നരകസൂചകമായ 'സക്ര' എന്നെഴുതിയ രേഖ തീറ്റി

ച്ച് ഞാനിതിനെ കാരാഗൃഹത്തിൽ ചങ്ങലയ്ക്കിടും. ജനം ആസ്വദിക്കട്ടെ ഭൂലോകത്തിന്റെ നിറങ്ങളും രുചികളും. ഇനി, അവർക്ക് എന്തെങ്കിലും ദുരന്തം വരാനിടയുണ്ടെങ്കിൽ അന്ന് ഞാൻ ഈ ഗോലത്തെ നേബ തീറ്റിച്ച് ശാന്തനാക്കാം.'

യൂദാലോ പൊട്ടിച്ചിരിച്ചു. ഏലിയാഹുവിനെയും ആൽബിയെയും ഇരുണ്ടൊരു മുറിക്കുള്ളിൽ ചങ്ങലയ്ക്കിട്ടു.

വെളിച്ചക്കീറ് കടന്നുവരാൻ ഭിത്തിയുടെ മേലെ ചെറിയ രണ്ടു ദ്വാരം മാത്രം. നരകരേഖ ഉള്ളിൽ ചെന്ന ആൽബി വേദനകൊണ്ട് എരിപൊരി കൊണ്ടു. ചങ്ങലയിൽക്കിടന്ന് അവൻ അലറി നിലവിളിച്ചു. ഹൃദയഭേദകമായ ആ കാഴ്ച കണ്ടുനിൽക്കാനാവാതെ കണ്ണുകൾ ഇറക്കിയടച്ച് ഏലിയാഹു പൊട്ടിക്കരഞ്ഞു.

കാരാഗൃഹത്തിലേക്ക് പേരിനുമാത്രം ഒരുനേരം റൊട്ടിയും വെള്ളവും. നാലഞ്ചു ദിനങ്ങൾ അങ്ങനെ കടന്നുപോയി.

ഒരു രാത്രി ഇരുട്ടു കനത്തപ്പോൾ ആരോ തന്നെ ചെറിയ ശബ്ദത്തിൽ വിളിക്കുന്നതായി ശ്രദ്ധിച്ച് ഏലിയാഹു ഉണർന്നു നോക്കിയപ്പോൾ കൈയിൽ ഒരു ചെറുതിരി വിളക്കുമേന്തി കുശിനിക്കാരൻ യൂഗോ. എങ്ങനെയാണ് അയാൾ അതു ചെയ്തതെന്നറിയില്ല, മുറി തുറന്നിരുന്നു. ചങ്ങലക്കെട്ടുകളാക്കെ അറുത്തു മാറ്റിയിരുന്നു. ക്ഷീണിച്ചവശനെങ്കിലും ഏലിയാഹു ആൽബിയെയുമെടുത്ത് പുറത്തുകടന്നു. യൂഗോ കൊടുത്ത വിളക്കു നീട്ടിപ്പിടിച്ച് എങ്ങനെയൊക്കെയോ തപ്പിത്തടഞ്ഞു മുന്നോട്ടു നടന്നു. ആ ദുഷ്ടന്റെ പരിധിക്കു പുറത്തെത്തണമെന്ന ചിന്തയേ ഉണ്ടായിരുന്നുള്ളു. തിരി വെട്ടത്തിന്റെ തൊട്ടു മുന്നിലൊഴിച്ച് കട്ടപിടിച്ച ഇരുട്ടാണ്. ആൽബി ചുമലിൽ തളർന്നുറങ്ങുന്നു. ചങ്ങലയുരഞ്ഞ് കീറിയ തൊലിയിൽ നിന്ന് ചോരയൊലിക്കുന്നുണ്ട്. വേദനിച്ച് ഞരങ്ങുന്നുണ്ട് പാവം. ഏലിയാഹു ഓട്ടംപോലെ നടന്നു.

ചെന്നെത്തിയത് ഒരുപാട് അകലേക്കാണ്. പരിചിതമായ ശബ്ദമാണ് ദൂരെ നിന്ന് കേൾക്കുന്നത്. റബ്ബി വേഗം തിരിച്ചറിഞ്ഞു,

അത് വാൾത്താവയുടെതാണ്. നല്ല ഇരുട്ടിലും ഏതോ നക്ഷത്രത്തിന്റെ തീക്ഷ്ണമായ സൂചിവെളിച്ചം ഓളങ്ങളിൽ പ്രതിബിംബിച്ചു. ഏറെനേരം നടന്നു ക്ഷീണിച്ചതല്ലേ, ഒന്ന് മുങ്ങി നിവർന്നാൽ ആശ്വാസമാകും. ആൽബിയെ പുഴക്കരയിലെ വെറും മണ്ണിലേക്ക് കിടത്തി റബ്ബി പുഴയിലിറങ്ങി. ആത്മാവടക്കം തണുപ്പിക്കുന്ന കുളിരാണ്. അദ്ദേഹം അതിൽ ആവോളം മുങ്ങി നിവർന്നു.

കുളിരിൽ താണുനിന്ന ഒരു നിമിഷം, പെട്ടെന്ന് ഒരു മിന്നലാളിയപോലെ റബ്ബിയുടെ സിരകളിൽ എന്തോ പടർന്നു കയറി. എന്തെന്നില്ലാത്ത ഒരാനന്ദം! എല്ലാ സംഘർഷങ്ങളും കഴുകിക്കളഞ്ഞിട്ടെന്നോണം

മനസ്സ് പ്രകാശപൂരിതമായി. പുഴയിൽ നിന്ന് കയറിവന്ന് ആൽബിയെ എടുക്കാൻ നോക്കിയപ്പോഴാണ് ഞെട്ടിയത്. അവൻ അവിടെയില്ല. എങ്ങും ആരുമില്ല. അദ്ദേഹം ആ ഇരുട്ടത്ത് അവിടെയെല്ലാം വിളിച്ച തിരഞ്ഞു. വെളിച്ചം വന്നിട്ടും തിരഞ്ഞു.

പുഴക്കരയിലെ വള്ളിപ്പടർപ്പുകളും കൽക്കുനകളും മണൽത്തിട്ടകളും റബ്ബിയെ ഓർമ്മപ്പെടുത്തിയത് പഴയ ആ ദിനമാണ്.

കബ്ബാലയിലെ ഗോല നിർമ്മാണ വിധിയിൽപ്പറഞ്ഞ അവസാന വാചകങ്ങൾ അപ്പോഴാണ് അദ്ദേഹം ഓർത്തെടുത്തത്.

ജീവൻവെയ്പ്പിച്ച മണ്ണിന്റെ ഉറവുതന്നെ സ്പർശിക്കാനിടയായാൽ ഗോലം അതിലലിഞ്ഞുചേരും.

റബ്ബിക്ക് തല പെരുത്തു. എന്നിട്ടും അദ്ദേഹം മന:സാന്നിധ്യം കൈവിട്ടില്ല. അതേയിടത്തിരുന്ന് കളിമണ്ണ് കുഴച്ചെടുക്കാൻ ശ്രമിച്ചു. എത്ര നോക്കിയിട്ടും നിരാശയായിരുന്നു ഫലം. മണ്ണ് ഒരുതരത്തിലും കുഴയുന്നില്ല.

ജീവൻപോലെ പോറ്റി വളർത്തിയതാണ് ആൽബിയെ. മണ്ണാണെന്നോ പ്രതിമയാണെന്നോ സ്വപ്നേപി കരുതിയിട്ടില്ല. ആകെ തകർന്നു പോകേണ്ട മുഹൂർത്തമാണ്.

പക്ഷേ, എന്തോ, ഏലിയാഹുവിന്റെ മനസ്സലഞ്ഞില്ല. അദ്ദേഹം കുറേനേരം ശാന്തനായി അവിടെയിരുന്നു ധ്യാനിച്ചു. ശേഷം വാൾത്താവ മുറിച്ചു കടന്ന് അക്കരെയെത്തി. തിങ്ങിനിറഞ്ഞ പച്ചപ്പും വള്ളിപ്പടർപ്പും വകഞ്ഞുമാറ്റി അദ്ദേഹം ബൊഹീമിയൻ കാടിനുള്ളിലേക്ക് നടന്നു.

പിന്നീട് അദ്ദേഹത്തെ ആരും കണ്ടിട്ടില്ല. വാൾത്താവയുടെ ആ തീരം നേബ എന്നറിയപ്പെട്ടു. അവിടുത്തെ മണ്ണിലും വെള്ളത്തിലും വായുവിലുമൊക്കെയായി ആൽബി കുടികൊള്ളുന്നുവെന്നാണ് വിശ്വാസം. ഗോലത്തിന്റെ ആദിയുറവ വാൾത്താവാ നദിയുടെ പ്രഭവമായ ഷൂമാവയിലുണ്ടത്രേ. റബ്ബി അങ്ങോട്ടാണു ചെന്നതെന്ന് പറയപ്പെടുന്നു.

യൂദാലോയും കൂട്ടരും ചെയ്ത തെറ്റിന് ശിക്ഷയായി കഠിനമായ നരകമനുഭവിക്കേണ്ടിവന്നു. പ്രാഗ് നിവാസികൾ പിന്നെയും ദുരിതത്തിലായി. കബ്ബാലയുടെ നീതി അങ്ങനെയാണ്.

സഹനത്തിനും സന്മാർഗത്തിനും പരോപകാരത്തിനും പ്രതിഫലമായി ജീവിതത്തിൽ ആനന്ദമുണ്ടാകും. മറിച്ചുള്ളതിന് ദുരിതങ്ങളും. അംഗവൈകല്യമുള്ള കുട്ടികളെ കോബമാരായി നേബയ്ക്കു നേരുന്ന ആചാരം ഇന്നും ചിലർ തുടരുന്നു. അങ്ങനെയാണവർ പാപമോചനത്തിന് പ്രാർത്ഥിക്കുന്നതത്രേ. കോബയെ സമർപ്പിക്കാനോ അതിഥിയായോ ഒരിക്കൽ നേബയിലെത്തുന്നവർ പിന്നീട് അങ്ങോട്ട് വരാൻ പാടില്ല.

തെരേസാമ്മ തുടർന്നു;

'വെറും വിശ്വാസമല്ല കേട്ടോ. ഒന്നാലോചിച്ചാൽ ബോധ്യപ്പെടും. ജ്ഞാതരുടെ വഴിതെറ്റിയ ജീവിതത്തിൽ പാപങ്ങൾ പരിധിവിട്ടുമ്പൊഴാണ് അവർ ദുരിതങ്ങളിലേക്ക് വഴുതിവീണത്. സഹനത്തിന്റെ പാരമ്യത്തിൽ മെല്ലെ അവർ സമാധാനത്തിലേക്ക് തിരിച്ചെത്തുന്നു. നേബ സന്മാർഗ്ഗത്തിന്റെ തീരമാണ്. വാൾത്താവയിൽ മുങ്ങിക്കുളിച്ചാൽ ഗോലത്തെയനുഭവിക്കാനാകുമെന്നാണ് വിശ്വാസം. സങ്കടങ്ങളൊക്കെയിതിൽ കഴുകിക്കളയാം. ജീവിതത്തിൽ എന്തൊക്കെ സഹനങ്ങളനുഭവിച്ചിട്ടുണ്ടെങ്കിലും അത് നിങ്ങളെ ദുഃഖത്തിന്റെ കയത്തിലേക്ക് പിടിച്ചുതാഴ്ത്തുന്നില്ല. ആനന്ദത്തിന്റെ രഹസ്യമതാണ്.'

മഞ്ഞുമഴ നനഞ്ഞതുപോലെ ഞാൻ കുളിർത്തു. ഹൃദയത്തിൽ വെളിച്ചത്തിന്റെ ഉറവ. വാൾത്താവയുടെ തണുപ്പിൽ എത്രയോ വട്ടം മുങ്ങിനിവർന്നു. ഓരോ തവണയും തൊട്ടുമുന്നത്തേതിനേക്കാൾ പതിന്മടങ്ങ് ആനന്ദത്തോടെയാണ് ഞാൻ നിവർന്നു വരുന്നതെന്ന് എനിക്ക് തോന്നി. ആനന്ദത്തിന്റെ ഒരു മഹാസമുദ്രമാണ് വാൾത്താവയെന്നും.

1945 ജൂൺ 18

മുന്നത്തെ ദിവസം എഴുതിക്കൂട്ടിയ കഥകൾ കീറി വലിച്ചെറിയാനാണ് ആദ്യം തോന്നിയത്. മനുഷ്യനെ പറ്റിക്കാൻ ഓരോ കെട്ടുകഥകൾ... ഒരു ഗോലവും വാൾത്താവയും.

അതൊക്കെ ശരിയാണെങ്കിൽ ഇന്നലെയും മിനിഞ്ഞാന്നുമൊന്നും ഞാൻ ഇത്രയേറെ അസ്വസ്ഥനാകുമായിരുന്നില്ല. ക്യാമ്പിൽ നിന്ന് മടങ്ങി വീട്ടിലെത്തിയ രാത്രി പിടഞ്ഞതുപോലെ, അതിലേറെ അസ്വസ്ഥമായി എന്റെ നെഞ്ച് നിയന്ത്രണം വിട്ടു. അന്ന്, അന്നുമാത്രം, വാൾത്താവയിൽ മുങ്ങിക്കുളിച്ച ആ ദിവസം എനിക്ക് സുഖമായി ഉറങ്ങാനൊത്തു. പിറ്റേദിവസം പകലും ഞാൻ വളരെ സന്തോഷവാനായിരുന്നു. ഭൂതകാലത്തിന്റെ ദുരിതസ്മരണകളെല്ലാം കഴുകിക്കളയപ്പെട്ടു എന്നു തന്നെയാണ് ഞാനും കരുതിയത്.

വിങ്കോയോടൊത്ത് ഞാൻ കുറേയിടങ്ങളിൽ കറങ്ങാൻ പോയി. സത്യത്തിൽ കാഴ്ചകളെല്ലാം ഞാൻ നന്നായി ആസ്വദിച്ചതുമാണ്. സന്ധ്യയോടെ കുടിലിൽ തിരിച്ചെത്തി. അതുമുതലാണ് വീണ്ടും എനിക്ക് സംശയം തോന്നിയത്. സംശയമല്ല, ഉള്ളതുതന്നെ. അമർത്തിപ്പിടിച്ച ഒരു കാൽപ്പെരുമാറ്റം. ഞാൻ അവിടെയെല്ലാം നോക്കി. ആരുമില്ല. മങ്ങിയ നിഴലുകൾ പലയിടത്തും പതുങ്ങിയിരിപ്പുണ്ടെന്ന് ഞാൻ ശ്രദ്ധിച്ചു. കണ്ണടച്ച് കുറച്ചുനേരം ധ്യാനത്തിലെന്നപോലെ ഇരുന്നപ്പോൾ ആരുടെയോ നിശ്വാസങ്ങൾ എന്നെ പൊതിഞ്ഞു. പട്ടാള വിസിലിന്റെ നീണ്ട കാഹളം. നിലവിളിച്ചുകൊണ്ട് ഓടുന്ന കുട്ടികൾ. ശ്മശാനത്തിൽ നിന്ന് കുമിഞ്ഞുയരുന്ന നാശം പിടിച്ച കറുത്ത പുക. ശുദ്ധ വായു ശ്വസി

ക്കാനായി ഞാൻ കുടിലിനു പുറത്തേക്കോടി. കത്തിച്ചുവെച്ച വിളക്കുകൾക്ക് ചുറ്റുമിരുന്ന് കുട്ടികൾ പാട്ടുപാടുകയാണ്. കുറച്ചുനേരം അവിടെയിരുന്നു. ഒന്നും ആസ്വദിക്കാനാകുന്നില്ല. ശൂന്യത അതിന്റെ ചങ്ങലയിൽ എന്നെ ചുറ്റിവരിഞ്ഞു. തലയ്ക്കകത്ത് എന്തൊക്കെയോ കിടന്ന് വിങ്ങുന്നു. നാളെ തെരേസാമ്മയോട് ഒന്ന് സംസാരിക്കണം, അവർക്കെന്താണ് പറയാനുള്ളതെന്ന് കേൾക്കണമല്ലോ.

1945 ജൂൺ 20

ആയത്തിൽ വീശിയ കൈക്കുച്ചറ്റം മേൽപ്പരപ്പിൽ ചിതറിത്തെറിച്ച ജലകണങ്ങളിൽ ആയിരമായി പ്രതിബിംബിച്ച സൂര്യൻ. ദൂരക്കാഴ്ചയെ മറച്ചുകൊണ്ട് പുകപടലം പോലെ മൂടൽമഞ്ഞ്. അതിരിലെ വൻമരങ്ങളുടെ മുകളിൽനിന്നും നാനാതരം പക്ഷിമൃഗാദികളുടെ പ്രഭാതഭേരി. പല തലങ്ങളിലായി വിതാനിച്ച വെളിച്ചത്തിന്റെ തിരകൾ നൂണ് വെള്ളാരം കല്ലുകളെ തൊട്ടുതൊട്ട് ഞാൻ മുങ്ങിനീന്തി. ആഴം കുറവാണെങ്കിലും നല്ല ഒഴുക്കുണ്ട്. കുന്നിറങ്ങി വരുന്നതിന്റെ മദപ്പാടാണ്.

'നീ എന്ത് കരുതി? ഒരിക്കൽ കുളിച്ചയുടനെ എല്ലാ ഓർമ്മകളും കഴുകിക്കളയാൻ മാത്രം മായാനദിയൊന്നുമല്ല ഇത്. അതിന്റേതായ സമയമെടുക്കില്ലേ?'

തെരേസാമ്മ ചെറിയൊരു പരിഹാസത്തോടെയാണ് ചിരിച്ചതെന്ന് തോന്നി. നേർത്ത പായൽ മൂടിയ പാറയടുക്കുകളും പന്നൽക്കൊളുമ്പിന്റെ അതിർവരമ്പുകളും ഭീമാകാരമായ പൈൻമര ശ്രേണികളും പിന്നിട്ട് ഞാൻ വാൾത്താവയുടെ കടവിലെത്തി. തിളങ്ങുന്ന കരിമ്പച്ച നിറമായിരുന്നു അവിടെ വാൾത്താവയ്ക്ക്. ഒഴുക്ക് തീരെ കുറവ്. ചിലയിടങ്ങളിൽ ആകാശത്തിന്റെ നീലവെളിച്ചം പ്രതിബിംബിച്ചു. മറ്റു ചിലയിടങ്ങളിൽ ചുറ്റുമുള്ള മരങ്ങളുടെ കറുത്ത പ്രതിരൂപങ്ങൾ. അരികിലെ മരവിതാനങ്ങളാണ് കണ്ണെടുക്കാതെ ഞാൻ നോക്കിനിന്നത്. ഞൊറിവിട്ട് കുനുകുനെയടുക്കിയൊതുക്കിയ പച്ചപ്പിന്റെ വൈവിദ്ധ്യങ്ങളിലേക്ക് വെളിച്ചം വീണ ചിതറി.

കുറച്ചപ്പുറത്ത് പാൽപോലെ നരഞ്ഞു പതഞ്ഞൊഴുകുന്ന പ്രവാഹം

കല്ലടുക്കുകളിലൂടെ നൃത്തം വെച്ചു. ഒത്ത ഒരു പാറ തെരഞ്ഞുപിടിച്ച് അതിലെ പായൽ മിനുപ്പിൽ തല ചേർത്തുവെച്ച് ഞാൻ കിടന്നു. തലയിലേക്ക് തുടർച്ചയായി വന്നുവീഴുന്ന കുളിരിന്റെ തിരമാല. കരിമ്പച്ച മേലാപ്പിനിടയിലൂടെ നീലാകാശത്തുനിന്നെയ്ത്ത വെളിച്ചത്തിന്റെ ശരമാല.

ആ നിമിഷത്തിന്റെ ആനന്ദത്തിൽ ഞാൻ മതിമറന്നു കിടന്നു. അങ്ങനെ കുറേ നിമിഷങ്ങൾ. കുന്നിൻ ചെരുവിലൂടെ ഇറങ്ങിയെത്തിയിടത്ത് വാൾത്താവ കുറച്ചുകൂടി വലിയ പ്രവാഹമായിരുന്നു.

'ശ്രദ്ധിക്കണം, ചിലയിടങ്ങളിൽ നല്ല ആഴം കാണും. പുറമേയ്ക്ക് വളരെ ശാന്തവും.'

തെരേസാമ്മയുടെ വാക്കുകളാണ് ഓർമ്മവന്നത്.

ഞാൻ കരുതലോടെയിറങ്ങി. കുളിരിലേക്ക് മുങ്ങാങ്കുഴിയിട്ടു. ഏതു ഞൊടിയിലാണ് എനിക്കുള്ള ദൈവസാന്നിധ്യം തെളിയുന്നതെന്നറിയില്ല. ഓരോ നിമിഷവും ഞാനത് പ്രതീക്ഷിച്ചാണ് കൈ തുഴഞ്ഞത്. ആൽബിയുടെ ആത്മാവ് അവിടെയെവിടെയോ നിന്ന് സാകൂതം നോക്കുകയാവും.

ചെറിയ തിട്ടയിൽ നിന്ന് താഴേക്ക് ഒരു കൊച്ചു വെള്ളച്ചാട്ടം. ഞാൻ അതിനരികിലെത്തി ഒന്നു നിന്നു. അരികിലെ പന്നൽത്തിട്ടയിലൂടെ താഴേക്കിറങ്ങിയിടത്ത് മലമ്പാമ്പിന്റെ വണ്ണത്തിൽ വലിയൊരു വേര് തൂങ്ങിക്കിടക്കുന്നു. താഴേക്കുള്ള നീരൊഴുക്ക്, പലയിടങ്ങളിലായി നീർനായ്ക്കൾ ചുള്ളിക്കമ്പുകൊണ്ടു കെട്ടിയ അണക്കെട്ടുകളിൽ തടഞ്ഞു നിൽക്കുന്നുണ്ട്.

വലിയൊരു പാറക്കെട്ടിൽ നിന്ന് കുത്തനെ ചാടുന്ന പാൽനുര. പാറക്കെട്ടിന് വലിയൊരു ആനയുടെ ആകൃതിയാണ്. ഇതായിരിക്കാം തെരേസാമ്മ പറഞ്ഞ ആനക്കല്ല്. അതിന്റെ വശത്തുകൂടിയാവണം ഗുഹയിലേക്കുള്ള വഴി. അതിനുള്ളിലും നീരൊഴുക്കുണ്ട്. അവിടെയാണത്രേ ആൽബിയെ നഷ്ടപ്പെട്ട ഏലിയാഹ്യൂ ധ്യാനനിരതനായി ഇരുന്നത്. ഞാൻ അതിനുള്ളിലേക്ക് പ്രാർത്ഥനാപൂർവ്വം നുഴഞ്ഞു കയറി. പിന്നിലേക്ക് നോക്കിയപ്പോൾ പാൽനുര ചീറ്റിത്തെറിപ്പിച്ച വെള്ളത്തുള്ളികൾ തീർത്ത തിരശീല. ഗുഹയ്ക്ക് നടുവിൽ ഒരു പരന്നപാറ പീഠം കണക്കെ ഉയർന്നുനിൽപ്പുണ്ട്. ഞാൻ അതിലേക്ക് അള്ളിപ്പിടിച്ചു കയറി. അവിടെയിരുന്നു പുറത്തേക്കു നോക്കിയാലുള്ള കാഴ്ച, ഹോ! ആനന്ദത്തിന്റെ അണക്കെട്ട് പൊട്ടിയ പോലെ!

കുറേനേരം ഞാനവിടെ കണ്ണടച്ച് ഇരുന്നു. കുട്ടിയായിരുന്നപ്പോൾ മമ്മ പഠിപ്പിച്ച കുറേ ദൈവസ്തോത്രങ്ങൾ ഉരുവിട്ടു. സങ്കടസ്മരണകളിൽ നിന്നും എന്നെ മോചിപ്പിക്കാൻ പറ്റുംപോലെ പ്രാർത്ഥിച്ചു. കരയിലേക്ക് കയറി വന്നിട്ടും ഞാൻ കുറെദൂരം തീരത്തുകൂടി നടന്നെത്തിയ ഇടത്ത്

കണ്ട കടവിലേക്ക് പിന്നെയുമിറങ്ങി.

പുഴ അവിടെ നേരത്തേ കണ്ട രൂപത്തിലേ അല്ല. അത് വിശാലമായി പരന്നു കിടന്നു. ഒഴുക്ക് തീരെ കുറവ്. നല്ല ആഴമുണ്ടെന്ന് കണ്ടാലറിയാം. ആ കടവിലേക്ക് അധികമാളുകൾ ഇറങ്ങാറില്ലെന്ന് തോന്നി. എന്നാലും ഞാനിറങ്ങി. എവിടെയാണ് ഏതുനിമിഷത്തിലാണ് അത് സംഭവിക്കുക എന്ന് പറയാനാകില്ലല്ലോ. ചുഴിയും മലരിയുമൊക്കെയുള്ള ഭാഗങ്ങളാണ്, ശ്രദ്ധിക്കണം. ഡാനിയലിന്റെ കരുതൽ വചനങ്ങൾ, കേട്ട നേരത്ത് ചെറിയൊരു ഭയമൊക്കെ തോന്നിപ്പിച്ചുവെങ്കിലും അതൊന്നും എന്റെ പ്രതീക്ഷയ്ക്ക് തടസ്സം നിൽക്കാൻ മാത്രം ശക്തമായിരുന്നില്ല.

പുഴയ്ക്ക് കുറുകെ നീന്താമെന്നു തന്നെയാണ് ആദ്യമുറച്ചത്. പകുതിയിലെത്തിയപ്പോൾ കൈകൾക്ക് കുഴച്ചിൽ തോന്നി. നല്ല ആഴമുണ്ട്. ഞാൻ തിരിച്ചു നീന്തി. ആഴത്തിൽ നിന്നുമെന്തോ പിടിച്ചു താഴ്ത്തുന്നതുപോലെ. ആകുന്നത്ര ബലമെടുത്ത് ഞാൻ ആഞ്ഞു നീന്തി. ഒരു ഘട്ടത്തിൽ ഞാൻ അതിൽ മുങ്ങിപ്പോയേക്കുമോ എന്നുവരെ തോന്നി. പക്ഷേ, എങ്ങനെയോ കരയ്ക്കെത്തി. നേരിയ പനിയുണ്ട്. ക്ഷീണിതനാണ് എങ്കിലും എനിക്ക് പ്രതീക്ഷയുണ്ട്.

1945 ജൂൺ 22

ഇന്നെനിക്ക് കുറേയധികം എഴുതാനുണ്ട്. എന്റെ കൂടെ വേറൊരാൾ കൂടെയുണ്ടെന്നതാണ് വലിയ വിശേഷം. ഇവളെ എനിക്ക് കിട്ടിയത് വാൾത്താവയിൽ നിന്നാണ്.

പതിവുപോലെ പുഴയുടെ കടവുകളിലോരോന്നായിറങ്ങി മുങ്ങിക്കുളിച്ച് എന്റെ ഭ്രാന്തിന് ശമനമാകുമോ എന്ന് നിരീക്ഷിക്കുകയായിരുന്നു ഇന്നലെ ഞാൻ. ഒഴുക്ക് അത്ര ശക്തമൊന്നുമല്ല. മുട്ടിയുരുമ്മി വഴുതിപ്പായുന്ന വലിയ മീനുകളുണ്ട്. കൂട്ടത്തിൽ ചോളം വിതറിയപോലെ പരന്നു പായുന്ന കുഞ്ഞുമീനുകളും. അതിലേതെങ്കിലുമൊന്നാകുമെന്നാണ് ആദ്യം കരുതിയത്. കരയിലേക്ക് കയറി വരുന്നതിനിടയിൽ കാലിലെന്തോ തടഞ്ഞു. നല്ല മിനുസമുണ്ട്. സൂക്ഷിച്ചുനോക്കി.

അതൊരു കാട്ടുപൂച്ചക്കുഞ്ഞായിരുന്നു. കരയോടു ചേർന്ന് ചലനമറ്റ് കിടപ്പാണത്. ഒന്നു കുനിഞ്ഞ് ഞാനതിനെ കയ്യിലെടുത്തു. നനഞ്ഞൊട്ടിയ കുഞ്ചിരോമങ്ങൾ. ചത്തിട്ടില്ല. കണ്ണ് തുറക്കാൻ പണിപ്പെട്ട് ശ്രമിക്കുന്നുണ്ട്. വിറയലുണ്ട്. അവിടെയുപേക്ഷിച്ച് പോരാമായിരുന്നു. പക്ഷേ, എന്റെ കൈകളിൽ അതിന്റെ കുഞ്ഞുവിരലുകൾ പിടിച്ചതിന്റെ ദൈന്യത്തിൽ മനസ്സൊന്നുലഞ്ഞു. കാരുണ്യം അത് അത്രമാത്രം ആഗ്രഹിക്കുന്നുണ്ട്.

കടവിൽനിന്ന് മേലേക്കുള്ള പുൽപ്പാതയിലൂടെ ഞാൻ അതിനെയുമെടുത്ത് ധൃതിയിൽ നടന്നു. കരയിൽ ഏതെങ്കിലും സുരക്ഷിത സ്ഥാനത്ത് കിടത്താമെന്നേ കരുതിയിരുന്നുള്ളൂ. പക്ഷേ, എന്തോ, അവിടെയൊന്നും ഇതിനെയുപേക്ഷിക്കാൻ മനസ്സ് അനുവദിച്ചില്ല. കുടിലിലെത്തിയ

ഉടൻ ഒരു പരുത്തിക്കീറുകൊണ്ട് ഞാനതിനെ നന്നായി പുതപ്പിച്ചു. ഗ്ലാസിലുണ്ടായിരുന്ന കുറച്ച് പാലെടുത്ത് അതിന്റെ വായിലിറ്റിച്ചു കൊടുത്തു. അഞ്ചാറു തുള്ളി അകത്തു ചെന്നപ്പോൾ അത് ആർത്തിയോടെ ചെറുനാക്ക് നീട്ടാൻ തുടങ്ങി. കണ്ണും ചെറുതായി തുറന്നു പിടിച്ചു. ഞാൻ അതിന്റെ മുഖത്തേക്ക് സൂക്ഷിച്ചുനോക്കി. എന്തൊരു ഓമനത്തമാണെന്നോ! സാധാരണ കാട്ടുപൂച്ചകളൊന്നും മനുഷ്യനോട് ഇണങ്ങുന്നതല്ല. ഇവൾക്കിതെന്തുപറ്റി?

ഞാൻ അതിന്റെ നെറ്റിയിൽ കുറെനേരം തലോടിക്കൊണ്ടിരുന്നു. എവിടെയെങ്കിലും പരിക്കു പറ്റിയിട്ടുണ്ടോ എന്നറിയാൻ അതിന്റെ ദേഹം മുഴുവൻ സൂക്ഷ്മമായി പരിശോധിച്ചു. നിറയെ മൂടിയ കുഞ്ഞിരോമങ്ങളുടെ മിനുപ്പിൽനിന്ന് എനിക്ക് കയ്യെടുക്കാനേ തോന്നിയില്ല. ഇടത്തെ കാലിന്റെ മുകളിലായി ആഴത്തിലൊരു മുറിവ്. അതിനുമേലെ ചോര കക്കിച്ച പാട്.

ഇടയ്ക്കിടെ കണ്ണുമിഴിച്ച് അത് എന്റെ മുഖത്തേക്ക് തന്നെ നോക്കി. അതിന്റെയടുത്തുനിന്ന് മാറിപ്പോകാൻ എനിക്കു തോന്നിയില്ല. അതും എന്റെ സാമീപ്യം അത്രകണ്ട് ആസ്വദിക്കുന്നതായി തോന്നി. എന്റെ കൂടെത്തന്നെയാണ് ഞാനവളെ കിടത്തിയത്. തണുക്കുമ്പോഴെല്ലാം അത് എന്റെ നെഞ്ചിലേക്ക് കൂടുതൽക്കൂടുതൽ പറ്റിക്കൂടി. ഇന്ന് കാലത്തും ഞാൻ അതിന് പാലു കൊടുത്തു. ഡാനിയൽ കൊണ്ടുവെച്ച പ്രഭാത ഭക്ഷണത്തിൽനിന്നും കുറേ വറ്റുകൾ നന്നായി അമർത്തി പാകത്തിലാക്കി വായിൽ പുരട്ടിക്കൊടുത്തു. ആർത്തിയോടെ അവളതു കഴിച്ചു. എങ്ങനെയെങ്കിലും അവളെ രക്ഷിച്ചെടുക്കേണ്ടത് എന്റെ കടമയാണെന്ന തോന്നലിൽ അതിനെയുമെടുത്ത് ഞാൻ വിങ്കോയുടെ ക്ലിനിക്കിലെത്തി.

തെരേസാമ്മ കൊണ്ടുവച്ച പച്ചമരുന്നുകളിൽ നിന്ന് യോജിച്ച ഒരെണ്ണം തിരഞ്ഞെടുത്ത് വിങ്കോ അവളുടെ വായിലിറ്റിച്ചു. വേറൊന്ന് പുറമെയും പുരട്ടി. എന്റെ മടിയിൽത്തന്നെ പറ്റിക്കൂടിക്കിടന്നു ആ പൂച്ചക്കുട്ടി.

മണിക്കൂറുവെച്ച് അവൾ ഉന്മേഷവതിയായി. ഏതുനിമിഷം വേണമെങ്കിലും എന്നെ വിട്ട് അവൾ അവളുടെ ലോകത്തിലേക്ക് ചാടിയിറങ്ങിപ്പോയേക്കുമെന്ന പ്രതീക്ഷയിലായിരുന്നു ഞാൻ. പക്ഷേ, എന്നെ മുട്ടിയുരുമ്മി നിൽക്കുകയാണവൾ. ഞാൻ നിലത്തേക്കിറക്കിയിട്ടും നടക്കുന്നില്ല.

'വിങ്കോ, ഇവൾ നടക്കുന്നില്ലല്ലോ...' കുടിലിനുള്ളിൽ മറ്റേതോ മൃഗത്തെ പരിചരിക്കുകയായിരുന്ന വിങ്കോയെ ഞാൻ ഉറക്കെ വിളിച്ചു.

വിങ്കോ വിശദമായി പരിശോധിച്ച ശേഷം പറഞ്ഞു

'ഇവളുടെ കാലൊടിഞ്ഞിട്ടുണ്ട് കേട്ടോ. ഞാൻ കെട്ടിത്തരാം. എല്ലാ

ദിവസവും രാവിലെ കൊണ്ടുവന്ന് അഴിച്ചു കെട്ടണം. നിൽക്കുമോന്നറിയില്ല. കാട്ടുപൂച്ചകൾ കിടത്തിയേടത്ത് കിടക്കാത്ത കൂട്ടങ്ങളാണ്.'

മുളം ചീളും പരുത്തിയും വെച്ച് വിങ്കോ കൃത്യതയോടെ കെട്ടിത്തന്നു. പൂച്ചക്കുട്ടി അനുസരണയോടെ കിടന്നു. എന്നിട്ട് എന്റെ കൈ മെത്തയിൽ ഒതുങ്ങിക്കിടന്നു.

ഞാനിത് എഴുതുമ്പോൾ ഇതാ എന്റെ മടിയിൽ പറ്റിക്കൂടി കിടക്കുകയാണ്. ഇടയ്ക്കിടെ മുഖമുയർത്തി എന്റെ കണ്ണുകളിലേക്ക് നോക്കിക്കൊണ്ട്. ഞാൻ ഇവൾക്കിന്ന് കിറ്റി എന്ന് പേര് വിളിച്ചു.

1945 ജൂലൈ 24

കുറെ ദിവസങ്ങളായി ഡയറിയെഴുതിയിട്ട്. മിക്കവാറും ഞാൻ ബോഡയിൽത്തന്നെയാണ്. രാത്രി വൈകി, കിടക്കാൻ വേണ്ടി മാത്രമാണ് കുടിലിലെത്താറ്. അപ്പോഴേക്കും തീരെ തളർന്നിട്ടുണ്ടാവും. കുളിച്ച് ഭക്ഷണം കഴിക്കേണ്ട താമസം ഞാൻ കട്ടിലിലേക്ക് വീഴും. നേരം പുലർന്നാലല്ലാതെ ഒന്നും അറിയാറേയില്ല. ഞാൻ പലപ്പോഴും ആലോചിച്ചിട്ടുണ്ട്, ബോഡ ഇല്ലെങ്കിൽ ബൊഹീമയിലെ എത്രമാത്രം പക്ഷി മൃഗാദികളാണ് ദുരിതത്തിലായിട്ടുണ്ടാവുക? ചിറകറ്റവ, മുറിവ് പറ്റിയവ, എല്ല് പൊട്ടിയവ, ചതവേറ്റവ...

എത്ര വ്യത്യസ്തമാണ് ഓരോന്നിന്റെയും സ്വഭാവം! എന്നിട്ടും ബോഡയിൽ എല്ലാവരും ഒന്നുപോലെ. ഇരയെന്നോ വേട്ടക്കാരനെന്നോ ഒന്നും ഭേദമില്ല. അല്ലെങ്കിൽത്തന്നെ വയ്യാതായാൽ എന്ത് ഇര? എന്ത് വേട്ടക്കാരൻ?

കഴിഞ്ഞ ദിവസം ഞാൻ മരുന്നുവെച്ച് ഡ്രസ്സ് ചെയ്ത കടുവയുടെ തൊട്ടടുത്ത് കിടന്നുറങ്ങിയത് ഒരു മാൻകുട്ടിയായിരുന്നു. അതിന്റെ പിൻകാലുകൾ രണ്ടും ഒടിഞ്ഞതുകൊണ്ടു മാത്രമല്ല അത് ഓടിയകലാതിരുന്നത്. ബോഡ സുരക്ഷിതമാണെന്നതിൽ അതിനു സംശയമേതുമില്ലാത്തതുകൊണ്ടാണ്.

ഞാനത് എഴുതാൻ മറന്നു, കിറ്റിയുടെ കാര്യത്തിന് ഒരു തുടർച്ച പറഞ്ഞില്ലല്ലോ? പതിവുപോലെ വാൾത്താവയിലെ കുളിയും കഴിഞ്ഞ് ഞാൻ കുടിലിലെത്തും. പ്രാതൽ കഴിഞ്ഞു കിറ്റിയേയുമെടുത്ത് ബോഡയെ ലക്ഷ്യംവെച്ച് നടക്കും. വിങ്കോ നല്ല തിരക്കിലാവും. കുറച്ചുനേരം കാത്തി

രിക്കണം. അത്യാവശ്യ പരിചരണം ആവശ്യമുള്ളവ കുറച്ചെണ്ണമുണ്ടാകും. അവയെ ഒന്ന് സമാധാനിപ്പിച്ചില്ലെങ്കിൽ വേറൊന്നിനും സമ്മതിക്കില്ല.

ബോഡയുടെ ഉമ്മറത്തുതന്നെയുള്ള ചൂരൽപ്പാത്തിയിൽ പരുത്തി നിറച്ചുവെച്ച കൂടയിലേക്ക് ഞാൻ കിറ്റിയെ കിടത്തും. എന്നിട്ട് വിങ്കോയെ തെരഞ്ഞുപോകും. ബോഡ കുറേയേറെ പരന്നുകിടക്കുന്ന ഇടമായതു കൊണ്ട് അവൻ ഏതു കുഴിയിലാണെന്നോ ഏതു ചരിവിലാണെന്നോ ഒന്നും പ്രവചിക്കാനാവില്ല. ആശുപത്രിയിൽ വരിവരിയായി കിടത്തിയ രോഗികളെപ്പോലെ ബോഡയിലെ അന്തേവാസികളെ പ്രതീക്ഷിക്കുക വയ്യല്ലോ. ഗുരുതരാവസ്ഥയിലുള്ളവരെ മാത്രമേ പ്രത്യേക കുടിലുകളി ലാക്കിയിട്ടുള്ളൂ. മറ്റെല്ലാവരും പലയിടങ്ങളിലായി ഞൊണ്ടിയുമിഴഞ്ഞു മൊക്കെ മെല്ലെ മെല്ലെ തിരിച്ചുവരാൻ ശ്രമിക്കുകയാവും. ആദ്യമൊക്കെ എന്റെ സാന്നിധ്യം പലർക്കും അസ്വസ്ഥതയുണ്ടാക്കിയിരുന്നുവെങ്കിലും നിത്യസന്ദർശകനെന്ന പരിഗണയിൽ മെല്ലെ അവ ഞാനുമായി പൊ രുത്തപ്പെട്ടു.

'വിക്കിയേതായാലും ഇവിടെ വെറുതെയിരിക്കുകയല്ലേ, ഇത് ഈ താറാവിന്റെ കാലിനു പുരട്ടിക്കൊടുത്തോളൂ.'

'ഒരു അഞ്ചു മിനിറ്റ് കഴിയുമ്പോൾ ഇത് ഈ മാനിന്റെ വായിൽ ഒന്ന് ഒഴിച്ച് കൊടുത്തേക്കണേ.'

'ഇതാ ഇവനെ ഇങ്ങനെ ചാടിപ്പോകാതെ പിടിക്കണം കേട്ടോ.'

വിങ്കോയുടെ സ്നേഹംപുരണ്ട അഭ്യർത്ഥനകളാണ്. ഞാനെങ്ങ നെ മാറി നിൽക്കാനാണ്?

കിറ്റിയ്ക്ക് സുഖമായി നടക്കാമെന്നായിട്ടും അവളെന്നെ വിട്ടുപോയി ല്ല. ഇടയ്ക്ക് പുറത്തൊക്കെ കറങ്ങിയിട്ട് കുടിലിലേക്ക് തന്നെ തിരിച്ചുവരും. അവളുടെ നൈസർഗിക വാസനകൾ തിരിച്ചറിയുന്നതുവരെയുണ്ടാവും. പിന്നെ മറ്റൊരു മികച്ച വേട്ടക്കാരിയായി കാട്ടിലേക്കു കയറും. കുറച്ചു ദിവസങ്ങൾ കൊണ്ടുതന്നെ ബോഡയിൽ ഏറെ വേണ്ടപ്പെട്ട ഒരാളായി ഞാൻ മാറിക്കഴിഞ്ഞിരുന്നു. ഓരോരുത്തരെയും മരുന്നുവെച്ച് കെട്ടി ആശ്വസിപ്പിക്കുമ്പോൾ തിരിച്ചു കിട്ടുന്ന നന്ദി പ്രകടനങ്ങളാണ് രസകരം. എങ്ങനെ നന്ദി പ്രകടിപ്പിക്കണമെന്നറിയാതെ കുഴങ്ങും ഓരോരുത്തരും. കരടിയുടെയും കടുവയുടെയും ആനയുടെയുമൊക്കെ കൃതജ്ഞതാ പ്രകട നത്തിൽ നിന്ന് രക്ഷപ്പെടാൻ ഞാൻ ഒത്തിരി കുഴഞ്ഞിട്ടുണ്ട്. എന്നാലും മനസ്സിനിപ്പോൾ നല്ല സന്തോഷമാണ്. എന്നെയും പ്രതീക്ഷിച്ച കുറെ പേർ ബോഡയിലുണ്ട് എന്നതുതന്നെ എത്ര ആഹ്ലാദകരമാണ്.

1945 ജൂലൈ 28

'**ഓ**ർമ്മയുടെ ഭൂപടത്തിൽ എല്ലാവർക്കും കാണും കടലെടുത്തു പോയ ചില ഭൂഖണ്ഡങ്ങൾ. അവയുടെ ആത്മാക്കൾ നമുക്കുചുറ്റും സദാ കറങ്ങിക്കൊണ്ടിരിക്കും. തീരെ അവ്യക്തമായ ചില ഭൂതകാല ചിത്രങ്ങൾ ഇടയ്ക്കിടെ നമ്മുടെ മനസ്സിലേക്ക് കയറി വരാറില്ലേ?'

വളരെ കാവ്യാത്മകമായിട്ടാണ് ഡോ. വാഗ്നർ ഓർമ്മയുടേയും മറവിയുടെയും ക്ലാസ് ആരംഭിച്ചത്. കുറച്ചുനേരം നിശ്ശബ്ദം.

പിന്നെയദ്ദേഹം ചിരിച്ചുകൊണ്ട് ചോദിച്ചു 'ഈ അഭിപ്രായത്തോട് യോജിക്കുന്നവരുണ്ടോ?'

പരസ്പരം നോക്കിക്കൊണ്ടിരുന്നതല്ലാതെ ആരും ഒന്നും മിണ്ടിയില്ല. അദ്ദേഹം തുടർന്നു:

'ഇത് എന്റെ അഭിപ്രായമല്ല കേട്ടോ. മുത്തച്ഛൻ ഒരിക്കൽ പറഞ്ഞതാണ്.'

മെഡിക്കൽ സ്ക്കൂളിലെ ന്യൂറോളജി ക്ലാസാണ് കണ്ണടച്ചപ്പോൾ തെളിഞ്ഞത്. ഡിസോസിയേറ്റീവ് അംനേഷ്യ എന്നുപറയും. ചില പ്രത്യേകതരം ഓർമ്മകൾ മാത്രം കടലെടുത്തു പോകും. നേരിട്ടുള്ള ആഘാതങ്ങൾകൊണ്ടോ വിഷാദംകൊണ്ടോ ഇത് സംഭവിക്കാം.

കടലിറങ്ങുകയാണ്. പലതും എനിക്കിപ്പോൾ ഓർമ്മയായി വരുന്നു. എന്റെ കൺസൾട്ടേഷൻ ടേബിളിനരികിലിരുന്നവരുടെ മനസ്സിൽ കരിമൂടിക്കിടന്ന കനൽ ഞാൻ ജ്വലിപ്പിച്ചെടുത്തതിന്റെ മിന്നായങ്ങൾ.

ഏറെക്കാലം ഉറവയറ്റ് തരിശായിക്കിടന്ന ഭൂമിയിലേക്ക് ഒരു കുഞ്ഞു നീരുറവ മെല്ലെ മെല്ലെ കിനിഞ്ഞു വരുംപോലെയെന്തോ എന്റെ

തലയ്ക്കുള്ളിൽ സംഭവിക്കുന്നതായിട്ടാണ് ആ രാത്രിയിൽ എനിക്ക് തോന്നിയത്.

മഞ്ഞുപാളികൾക്ക് മുകളിലൂടെ തെന്നിയും വീണുമൊക്കെ കിതച്ചു കിതച്ചു നടന്നു നീങ്ങുകയാണ് ഞാൻ. പണിസ്ഥലത്തുനിന്ന് ക്യാമ്പിലേക്കുള്ള മടക്കമാണ്. ചാട്ടവാറുപോലെ വീശിയടിക്കുന്ന ശീതക്കാറ്റ്. കാലിലെ മുറിവുരഞ്ഞു പൊട്ടി ചോരയൊലിച്ചിറങ്ങി. എന്റെ കാലിനടിയിലെ മഞ്ഞ് മുഴുവൻ ചുവന്ന നിറമായി. അതവിടെ മുഴുവൻ പടർന്നു. കഠിനമായ വേദന.

അപ്പോൾ ഞാൻ ആലോചിച്ചത് അത്താഴത്തിന് കിട്ടാൻ പോകുന്ന സൂപ്പിനെക്കുറിച്ചാണ്. സ്പെഷ്യലായി സോസേജ് ഉണ്ടാകുമോ? ഉണ്ടെങ്കിൽ അത് ആർക്കെങ്കിലും കൊടുത്ത് പകരമൊരു റൊട്ടിക്കഷണം സംഘടിപ്പിക്കുന്നതാവില്ലേ ബുദ്ധി? സൂപ്പ് വിറ്റ് പകരം വാങ്ങിയ സിഗരറ്റ് ആർക്കെങ്കിലും കൊടുത്താലെന്ത്? പൊട്ടിപ്പോയ ലൈസിനു പകരം കെട്ടാൻ ഒരു വയറിന്റെ കഷണം എങ്ങനെ സംഘടിപ്പിക്കും?

'വിക്കീ..' കുറേ പിന്നിൽ നിന്നാണ് ജോസഫിന്റെ വിളി.

തൊട്ടുപിന്നിലുള്ളവർക്ക് വഴി കൊടുത്ത് ഞാൻ മാറി ഒരു വശത്തേക്കൊതുങ്ങി നിന്നു. എന്റെ ഷൂസ് പൊട്ടിക്കീറാൻ തുടങ്ങിയിരുന്നു. ജോസഫിന്റെ കൈ പിടിച്ചാണ് ഞാൻ പിന്നെ നടന്നത്. അതെനിക്ക് എത്ര ആശ്വാസമായിരുന്നെന്നോ!

ക്യാമ്പിലെ കാവൽക്കാരുടെ പുരയുടെ പുറത്തെ ഷെഡ്ഡിലേക്കാണ് അവൻ എന്നെ കൊണ്ടുപോയത്. സാധനങ്ങളൊക്കെ വാരിവലിച്ചിട്ട് ആകെ അലങ്കോലമായി കിടക്കുകയായിരുന്നു അവിടം. ആളൊഴിഞ്ഞ ഒരു കോണിൽ ഞങ്ങളിരുന്നു. ഒരു കമ്പിളിക്കീറ് കൊണ്ട് അവൻ എന്റെ കാലിലെ മുറിവ് കെട്ടിത്തന്നു.

'നീ എന്താണാലോചിക്കുന്നത്?' ജോസഫ് പതിവുപോലെ ചിരിച്ചുകൊണ്ടാണ് ചോദിച്ചത്. തളർന്ന ശബ്ദത്തിൽ ഞാൻ മറുപടി പറഞ്ഞു

'നമുക്കൊക്കെ ആലോചിക്കാനെന്താണുള്ളത്? അത്താഴത്തിന് സൂപ്പാണോ സോസേജാണോ എന്നൊക്കെയല്ലാതെ.'

അവൻ പിന്നെയും ചിരിച്ചു; 'ഇതൊന്നും ആലോചിച്ച് സമയം കഴിഞ്ഞിട്ട് കാര്യമില്ല കേട്ടോ. ചുറ്റും നടക്കുന്നതിനെയൊന്നും മാറ്റിമറിക്കാൻ നമുക്ക് സാധിക്കില്ല. എന്നാൽ സാധിക്കുന്ന ഒന്നുണ്ട്. വിക്കിക്ക് ഒന്നു മാറിച്ചിന്തിക്കാൻ ശ്രമിച്ചുകൂടേ?'

'നീ എന്താണ് ഉദ്ദേശിക്കുന്നത്?' ഞാൻ ആകാംക്ഷയോടെ തിരക്കി.

'വിക്കിക്ക് പറ്റുന്ന കാര്യമാണ്. ലക്ചർ നോട്ടുണ്ടാക്കാൻ.'

അവൻ പലകയിലിരുന്ന് എന്റെ മുന്നിലേക്ക് മുഖം നീട്ടി.

'വലിയൊരു ലക്ചർഹാളിലെ സ്റ്റേജ്. ഡോ. വിക്ടർ ഫ്രാങ്ക്ൾ പ്രസംഗിക്കാൻ പോവുകയാണ്. മുന്നിലെ കസേരകളിൽ ഡോക്ടറെ കേൾക്കാൻ ആകാംക്ഷയോടെ ഇരിക്കുന്നവർ. കോൺസെൻട്രേഷൻ ക്യാമ്പിലെ വ്യത്യസ്ത സ്വഭാവക്കാരായ മനുഷ്യരെക്കുറിച്ചാണ് സംസാരിക്കാൻ പോകുന്നത്. ഒന്ന് കണ്ണടച്ചിരുന്ന് ഒരു നിമിഷം ആലോചിച്ചു നോക്ക്.'

കാല് കഠിനമായി വേദനിക്കുന്നുണ്ടായിരുന്നു. ഞാൻ മുഖം തിരിച്ചിരുന്നു.

'വിക്കീ പ്ലീസ്...' അവൻ പിന്നെയും പറഞ്ഞു.

ഞാൻ കണ്ണടച്ചു. ആദ്യം കാലിലെ വേദനയിൽ ശ്രദ്ധ ചിതറിക്കൊണ്ടിരുന്നെങ്കിലും മെല്ലെ മെഡിക്കൽ സ്കൂളിന്റെ വലിയ ഓഡിറ്റോറിയം എന്റെ മുന്നിൽ തെളിഞ്ഞുവന്നു. പ്രകാശം നിറഞ്ഞ വേദിയുടെ നടുവിൽ എന്റെ കാലുകൾ ദൃഢമായി. മുന്നിൽ എന്നെ കേൾക്കാനിരിക്കുന്നവരുടെ മുഖങ്ങൾ.

എനിക്കിപ്പോൾ ഓർത്തെടുക്കാൻ കഴിയുന്നുണ്ട്, അവന്റെ വാക്കുകൾ.

'യുദ്ധം കഴിഞ്ഞ് സ്വതന്ത്രനാകുമ്പോൾ നീ ഇനിയും ചെല്ലേണ്ടത് അത്തരം വേദികളിലേക്കാണ്.'

അതുപോലെതന്നെയാണ് ഞാനും എന്റെ രോഗികളോട് പറഞ്ഞിരുന്നത്. നാളെ നിങ്ങൾക്ക് പൂർത്തീകരിക്കാനുള്ള ഒരുകാര്യം, നിങ്ങൾക്ക് കാണാനാഗ്രഹമുള്ള ഒരു വ്യക്തി, ഒരു സ്ഥലം, എഴുതിത്തീർക്കാനുള്ള ഒരു പുസ്തകം... നിങ്ങൾ അതുതന്നെ നിരന്തരം മനസ്സിൽ കാണാൻ ശ്രമിക്കുക. അതുതന്നെ ചിന്തിക്കുക.

'വിക്കീ, നീ കൗൺസിലിങ് ചെയ്തിട്ട് വിജയിക്കാതെ പോയ കേസുണ്ടോ?'

നിലാവെളിച്ചത്ത് ടൈഫോയ്ഡ് ടെന്റിന്റെ പുറത്ത് മലർന്നു കിടക്കുമ്പോഴാണ് ജോസഫിന്റെ ചോദ്യം. ഞാൻ ആ പെൺകുട്ടിയുടെ കേസാണ് ഓർത്തെടുത്തു പറഞ്ഞത്. അച്ഛൻ കൊല്ലപ്പെട്ട ആ പെൺകുട്ടി.

കേട്ടു കഴിഞ്ഞപ്പോൾ ജോസഫൊന്ന് ചിരിച്ചു.

'നിങ്ങള് ഡോക്ടർമാർക്ക് ആവശ്യത്തിലധികം സിദ്ധാന്തങ്ങളുണ്ട്. ലളിതമായി ചിന്തിക്കാനേ അറിയില്ല.'

എനിക്ക് അതൊരു വെല്ലുവിളിപോലെ തോന്നി. 'നീയാണെങ്കിൽ എന്തു ചെയ്തേനെ?'

അവൻ പിന്നെയും ചിരിച്ചു. 'ഡോക്ടറൊന്നുമല്ലെങ്കിലും ഞാനും ക്ഷമയോടെ കാതുകൊടുത്തിട്ടുണ്ട് പലരുടെയും മാനസിക വിഷമങ്ങൾക്ക്...'

ഇതുപോലൊരു കുട്ടിയോട് ഞാനൊരിക്കൽ സംസാരിച്ചിട്ടുണ്ട്.'

'എന്നിട്ട്?' ഞാൻ ആകാംക്ഷയോടെ ചോദിച്ചു.

'ഞാൻ അവളോടൊരു ചോദ്യം ചോദിച്ചു. സ്വർഗ്ഗത്തിലിരുന്ന് അച്ഛൻ സന്തോഷിക്കുന്നതാണോ സങ്കടപ്പെടുന്നതാണോ മോൾക്കിഷ്ടം?

അവൾ പെട്ടെന്ന് മറുപടി പറഞ്ഞു; സന്തോഷിക്കുന്നത്.

ശരി. മോള് ആരായിത്തീരണമെന്നായിരുന്നു അച്ഛന്റെ ആഗ്രഹം?

അതിനും കിട്ടി പെട്ടെന്നുള്ള മറുപടി. ഡോക്ടർ.

അപ്പോ നല്ലൊരു ഡോക്ടറായി അച്ഛനെ സന്തോഷിപ്പിക്കാനല്ലേ മോള് ശ്രമിക്കേണ്ടത്? ഒന്നുമാവാതെ, ഇങ്ങനെയങ്ങ് അച്ഛന്റെയടുത്തേക്ക് പോയാൽ അച്ഛൻ നിരാശനാകില്ലേ?

അത് അവളെയൊന്നുലച്ചു. കുറച്ചുനേരം തല കുമ്പിട്ടിരുന്ന ശേഷം അവൾ വിതുമ്പിക്കരഞ്ഞു. ഞാനവളെ ചേർത്തുപിടിച്ചു. ആത്മവിശ്വാസത്തോടെയാണ് അന്നവൾ മടങ്ങിയത്.'

എന്നിട്ട് ജോസഫ് എന്റെ മുഖത്തേക്ക് നോക്കി ചിരിച്ചു.

'എന്റെ തിയറിയാണ് കേട്ടോ മുമ്പ് ഏതെങ്കിലും മഹാൻ പറഞ്ഞിട്ടുണ്ടോ എന്നറിയില്ല, ചെയ്തുതീർക്കാൻ തക്കതായ ചിലതുണ്ടെന്ന് കൃത്യമായി ബോധ്യപ്പെടുത്തിയാൽപ്പിന്നെ അതെങ്ങനെ സാധിക്കുമെന്ന ചോദ്യത്തിന് പ്രസക്തി തന്നെയില്ല. ശരിയല്ലേ?'

'എന്തിനാണ് ജീവിക്കുന്നത് എന്നതിന് കൃത്യമായ ഒരു ഉത്തരമുണ്ടെങ്കിൽ എങ്ങനെ എന്ന് സമസ്യയെ കരുത്തോടെ നേരിടാൻ കഴിയും.' ഞാൻ നീഷേയെ കൂട്ടുപിടിച്ചു.

മീതെ ഇരുട്ട് പുതഞ്ഞ ഒരു തുരുത്തുപോലെ എന്റെ ഓർമ്മകൾ പലപ്പോഴും ഉറഞ്ഞു കിടന്നു. ഇടയ്ക്കൊക്കെ അവിടേക്ക് വെളിച്ചം ഇരച്ചു വരും. എന്റെ തിരക്കേറിയ കൗൺസിലിംഗ് സെന്ററുകൾ, വിഷമതകൾ പറഞ്ഞ് നിയന്ത്രണം വിട്ടു കരയുന്നവർ... ഉറക്കം വരാതെ ഞാൻ എഴുന്നേറ്റ് കുടിലിന്റെ വാതിൽ തുറന്നു. നിലാവിന്റെ നീല വെളിച്ചത്തിലേക്ക് മഞ്ഞു പെയ്തുകൊണ്ടിരിക്കുന്നു. ആ നിമിഷം ടില്ലി എന്റെ തൊട്ടടുത്തു വന്നു നിൽക്കുന്നതായി ഞാനറിഞ്ഞു. അവളുടെ പ്രണയം എന്നെ ആകെ പൊതിഞ്ഞിരുന്നു. ദീപനാളത്തിനു ചുറ്റുമുള്ള പ്രകാശവലയം പോലെ അതുചേർന്നു നിന്നു. അവൾ ജീവിച്ചിരിപ്പില്ല എന്ന ഭൗതികസത്യത്തിനപ്പുറം എനിക്ക് അവളോടുള്ള പ്രണയം, രണ്ട് ആത്മാക്കൾ തമ്മിലുള്ള ഇഴപിരിക്കാനാവാത്ത ചേർച്ചയാണെന്ന് ഞാൻ തിരിച്ചറിയുകയായിരുന്നു. ക്യാമ്പിൽ വെച്ചും പലപ്പോഴും എനിക്ക് ആ അനുഭവമുണ്ടായിരുന്നെങ്കിലും വിഷാദത്തിന്റെ വേലിയേറ്റത്തിൽ ഓർമ്മകളെല്ലാം തിരയെടുത്തിരുന്നു. ആകാശച്ചെരുവിൽ മരത്തലപ്പുകൾ നിലാവിനെ ഉമ്മ വച്ചു. കുന്നിൻചെരുവുകളിൽ നിന്ന് കറങ്ങിവരുന്ന കാറ്റിന്റെ മുഴക്കം കേൾക്കാനുണ്ട്. പെട്ടെന്ന് ഇരമ്പിയെത്തിയ ഒരു കാറ്റിൽ കുറെ മഞ്ഞുതു

ള്ളികൾ എന്റെ മുഖത്തേക്ക് ചിതറി. അവന്റെ ശബ്ദം... 'വിക്കീ പ്ലീസ്...'

മനസ്സ് അങ്ങനെ സന്തോഷംകൊണ്ട് നിറയുമ്പോൾ ആൽപ്സ് മലനിര എനിക്കുചുറ്റും എഴുന്നുനിൽക്കും. വിയന്നക്കാർക്ക് ജീവിക്കാനുള്ള ഉത്തേജനം തന്നെ ആ പർവ്വതങ്ങളാണെന്നു തോന്നുന്നു. പച്ച പ്പുൽത്തകിടിലൂടെ മതിമറന്ന് ഓടാൻ, മലർന്നുകിടന്ന് നീലാകാശം നോക്കാൻ. പുൽത്തകിട്ടു കഴിഞ്ഞാൽ വലിയ പാറക്കെട്ടുകളാണ്. മല നിരയിലേക്ക് കയറിപ്പോകുന്നവർ. കൂട്ടത്തിൽ പർവ്വതാരോഹകരുടെ നീണ്ട നിരയുണ്ടാകും. പുൽപ്പരപ്പിൽ നിന്ന് ആകാശത്തേക്ക് ചാരനിറമുള്ള റിബണുകൾ നിവർത്തിയിട്ടുംപോലെ ആൾക്കൂട്ടം മലകയറിപ്പോകും. പർവ്വതത്തിൽ അമർന്നു കിടക്കുന്ന ഒരു വ്യാളിയുടെ പിൻഭാഗം പോലെയാണ് ആ ദൃശ്യം. ഞാൻ മലകയറാൻ തുടങ്ങുമ്പോൾ കൂറ്റനൊരു മലയാട്ടുണ്ടാകും മുന്നിൽ. അതിനെ കാണുമ്പോൾ എനിക്ക് എന്തെന്നില്ലാത്ത ആത്മവിശ്വാസമുണരും.

കറുത്ത കടൽ പൂർണ്ണമായും ഇറങ്ങിപ്പോവുകയായിരുന്നു. നിറഞ്ഞ വെളിച്ചം ഇരച്ചുകയറി എന്റെ കണ്ണ് നിറഞ്ഞൊഴുകി.

1945 ജൂലൈ 30

കമ്പിവേലികളുള്ളിലെ ചീഞ്ഞളിഞ്ഞ വൈക്കോൽത്തുറുവിൽ കിടന്നുറങ്ങുന്ന എല്ലുംതോലുമായ ഒരു മനുഷ്യനെ ഓർമ്മയുണ്ട്. കാഫ്കയുടെ ചെറുകഥയിലാണെന്ന് തോന്നുന്നു. 'ഹങ്കർ ആർട്ടിസ്റ്റ്.'

അതയാളുടെ തൊഴിലായിരുന്നു. ടിക്കറ്റെടുത്ത് അകത്തു കയറിയ ആൾക്കാരുടെ വലിയൊരു കൂട്ടം തന്നെയുണ്ട് അയാളെ കാണാൻ. അയാൾ ഭക്ഷണം കഴിക്കുന്നില്ലെന്ന് ഉറപ്പാക്കാൻ രാവും പകലും കാണികൾ ജാഗരൂകരായിരുന്നു. വൈക്കോൽത്തുറുവിലൂടെ ഇഴഞ്ഞിഴഞ്ഞ് അയാൾ കാണികളെ ആനന്ദിപ്പിച്ചു. അത് വായിക്കുമ്പോൾ ആ കാണികളുടെ മനസ്സിനെക്കുറിച്ചാണ് ഞാൻ ആലോചിച്ചത്. മനുഷ്യർക്ക് ഇങ്ങനെയൊക്കെ ആകാൻ കഴിയുമോ?

ആ ചോദ്യം ഞാൻ എന്നോട് തന്നെ പലവുരു ചോദിച്ചു. മനസ്സിന്റെ ഇരുളടഞ്ഞ ഇടനാഴിയിലുറങ്ങിക്കിടക്കുന്ന ഒരു ചെകുത്താന്റെ രൂപം എന്നെ വല്ലാതെ അലോസരപ്പെടുത്തി. അതു കഥയല്ലേ...?ഭാവനയിൽ എഴുതിക്കൂട്ടുന്നതല്ലേ? സത്യത്തിൽ അങ്ങനെയൊന്നും സംഭവിക്കില്ലല്ലോ എന്ന് ഞാൻ ആശ്വസിച്ചു. പക്ഷേ, ആ ചെകുത്താന് സാധ്യമായ ക്രൂരതകളെല്ലാം മുൾവേലികളുള്ളിലെ ലോകം എനിക്ക് മുന്നിൽ തുറന്നുവെച്ചു. ആൺ രൂപത്തിലും പെൺ രൂപത്തിലുമുള്ളവർ... ചെകുത്താന്റെ സന്തതികൾ.

ചെകുത്താന്റെ പര്യായമാണ് നാസി എന്ന് ഞാൻ ഉറപ്പാക്കി. എന്നാൽ ആ ബോധ്യം തെറ്റാണെന്ന് തെളിയിക്കുന്ന അനുഭവങ്ങളും

തുടർദിനങ്ങളിലുണ്ടായി. തടവുകാരനെ പീഡിപ്പിക്കാൻ എല്ലാത്തരത്തിലും അവസരമുണ്ടായിട്ടും ചില എസ് എസ് ഉദ്യോഗസ്ഥൻ അസാമാന്യമായ കാരുണ്യത്തോടെ ഇടപെടുന്നതും കണ്ടിട്ടുണ്ട്. മറുഭാഗത്ത് ജൂതന്മാരായ ക്യാപ്പോസുകൾ അങ്ങേയറ്റത്തെ ക്രൂരതയോടെയും.

എന്റെ നിഗമനം ഇങ്ങനെയായിരുന്നു. ആത്യന്തികമായി പറഞ്ഞാൽ എല്ലാ നാസികളും ചെകുത്താന്മാരല്ല. ജൂതന്മാരെല്ലാം നന്മനിറഞ്ഞവരുമല്ല. മനുഷ്യജാതിക്കു നൽകാവുന്ന ഏറ്റവും നല്ല വർഗ്ഗീകരണം, നല്ല മനുഷ്യരെന്നും ചീത്ത മനുഷ്യരെന്നുമാണ്.

മേഘക്കെട്ടുകൾക്കിടയിലേക്ക് പടർന്നുകയറുന്ന സന്ധ്യ. കോടമഞ്ഞ് ഇറങ്ങാൻ തുടങ്ങുന്നു. ബോഡയിൽനിന്ന് മടങ്ങുംവഴി ചെറിയൊരു കുന്നിന്റെ വിളുമ്പിലിരിക്കുകയായിരുന്നു ഞാൻ. അപ്പോഴാണ് ജോസഫിനെ ഓർമ്മ വന്നത്.

'ഡോ. യാനുഷ് നിങ്ങളുടെ സുഹൃത്താണെന്നല്ലേ പറഞ്ഞത്?'

സന്ധ്യയ്ക്ക് പമ്പ് ഹൗസിനടുത്തുള്ള മരപ്പലകയിലിരിക്കവേ ജോസഫ് ചോദിച്ചു.

ഞാൻ തല കുലുക്കി. 'വിയന്നീസ് മെഡിക്കൽ സ്കൂളിൽ കുറച്ചുകാലം. അവൻ ശിശുരോഗ വിഭാഗത്തിലായിരുന്നു.'

'കൂടെയുണ്ടായിരുന്നിരിക്കാം, പക്ഷേ, നിങ്ങളുടെ സുഹൃത്താണെന്നു പറഞ്ഞാൽ ഞാൻ വിശ്വസിക്കില്ല.'

ജോസഫ് എന്റെ മുഖത്തേക്ക് തറപ്പിച്ചു നോക്കി. കുറേ നേരമായിട്ട് എന്നോട് മുഖം കറുപ്പിച്ചിരിക്കുകയായിരുന്നു അവൻ. പനി പിടിച്ചതിന്റെ ക്ഷീണത്തിൽ നിന്ന് ഞാൻ മെല്ലെയൊന്ന് കയറി വരുന്നേയുണ്ടായിരുന്നുള്ളൂ. ഒരാഴ്ച മുമ്പാണ് പനി ബാധിച്ചത്.

ശക്തമായ മഞ്ഞുപെയ്ത്തിൽ ആകെ നനഞ്ഞു. ക്യാമ്പിലേക്ക് കടക്കുമ്പോൾ വല്ലാത്തൊരു വിറ തുടങ്ങിയിരുന്നു. രാത്രി വൈകിയപ്പോൾ പനിക്കാൻ തുടങ്ങി. ദേഹമാകെ പിടിച്ചമർത്തുന്ന വേദന. ആരൊക്കെയോ കൂടി എടുത്ത് എന്നെ റെസ്ക്യൂ ഷെൽട്ടറിലെത്തിച്ചു. പരുക്കൻ പലകപ്പുറത്ത് വേറെയും കുറെപ്പേർ കിടക്കുന്നുണ്ടായിരുന്നു. ചൂടുള്ള ഒരു സൂപ്പ് കിട്ടിയത് ആശ്വാസമായി. ആ കൂട്ടത്തിൽ ഞാനും ചുരുണ്ടുകൂടിക്കിടന്നു. പനി പിടിച്ചത് ഒരു കണക്കിന് സമാധാനമായി. പണിസ്ഥലത്തുപോയി തല്ലു കൊള്ളേണ്ടല്ലോ. ഞങ്ങൾ പരസ്പരം കെട്ടിപ്പുണർന്നതുപോലെയാണ് കിടന്നത്. അങ്ങനെ കിട്ടിയ ചെറിയ ചൂട്പോലും ആ കൊടുംതണുപ്പത്ത് എന്തൊരു ആശ്വാസമായിരുന്നെന്നോ! അത്തവണയും എന്നെ ശുശ്രൂഷിക്കാൻ അവർ ഏർപ്പാടാക്കിയത് ജോസഫിനെത്തന്നെയായിരുന്നു. അതെനിക്ക് ഏറെ ആശ്വാസമായി. രോഗം മാറിയിട്ടും എന്നെ അവർ ക്യാമ്പിൽ വിശ്രമിക്കാൻ അനുവദിച്ചു. നാലഞ്ചു

ദിവസം പിന്നിട്ടപ്പോൾ ക്യാമ്പിന്റെ ചുമതലയുള്ള ചീഫ് ഡോക്ടർ വന്ന് എന്നെയും ജോസഫിനെയും പുറത്തേക്ക് വിളിച്ചു.

'ഞങ്ങൾക്ക് കുറച്ച് സന്നദ്ധപ്രവർത്തകരെ ആവശ്യമുണ്ടായിരുന്നു. മറ്റൊരു ക്യാമ്പിൽ രോഗികളെ ശുശ്രൂഷിക്കാൻ. നിങ്ങൾക്ക് സമ്മതമാണെങ്കിൽ അത് നന്നായേനെ. ഇവിടുത്തെ തടവിൽനിന്ന് ഒരു ആശ്വാസവും.'

ക്ഷീണിച്ചു തളർന്നിരിക്കുന്ന അവസ്ഥയിൽ രോഗികളെ ശുശ്രൂഷിക്കാൻ പോവുക അത്ര എളുപ്പമുള്ള കാര്യമല്ലെന്നെനിക്കു തോന്നി.

ഞാൻ മറുപടിയൊന്നും പറഞ്ഞില്ല. അതാണ് ജോസഫിനിഷ്ടപ്പെട്ടാഞ്ഞത്. സ്വന്തം ആരോഗ്യം നോക്കാതെ അത്തരം ജോലികൾക്ക് എങ്ങനെ പോകും? എന്നൊരു ചോദ്യവും ഞാൻ ചോദിച്ചിരുന്നു.

അവൻ എന്റെയടുത്തേക്ക് നീങ്ങിയിരുന്നു.

'കഴിഞ്ഞ ദിവസം വാസോവിൽ നിന്നുവന്ന ഒരു സുഹൃത്ത് പറഞ്ഞാണറിഞ്ഞത്. ഡോ. യാനുഷ് കൊല്ലപ്പെട്ടു.'

മരണങ്ങൾ ഒരു വാർത്തയല്ലാത്തതുകൊണ്ട് ഞാൻ ഞെട്ടിയില്ല. എന്നാലും യാനുഷ് കൊല്ലപ്പെട്ടുവെന്നറിഞ്ഞപ്പോൾ സങ്കടം തോന്നി. നല്ലൊരു സുഹൃത്തായിരുന്നു. ക്ലിനിക്കൽ പ്രാക്ടീസൊക്കെയുപേക്ഷിച്ച് പോളണ്ടിലെ വാസോവിൽ അനാഥക്കുട്ടികൾക്കുവേണ്ടി ഒരു സ്ഥാപനം നടത്തുന്നതായി കേട്ടിരുന്നു. കുറേ പുസ്തകങ്ങളൊക്കെ പ്രസിദ്ധീകരിച്ചിരുന്നു.

സംഭവിച്ച കാര്യങ്ങൾ ജോസഫ് വിശദീകരിച്ചു.

പോളണ്ടിലെ ജൂതക്കുട്ടികളെ നശിപ്പിച്ചു കളയുന്നതിന്റെ ഭാഗമായി ഗസ്റ്റപ്പോകൾ അനാഥാലയത്തിലെ അന്തേവാസികളെ മുഴുവൻ ട്രെബ്ലിൻകയിലേക്ക് കടത്തിക്കൊണ്ടു പോകുവാൻ തീരുമാനിച്ചുവത്രേ. പറഞ്ഞത് ഒരു വിനോദയാത്രയ്ക്കാണെന്നാണ്. അവിടുന്ന് കുട്ടികളെ നേരെ ഗ്യാസ് ചേമ്പറിലിട്ട് കൊല്ലാനായിരുന്നു നീക്കം. ഡോക്ടർ യാനുഷിനെ അനുനയിപ്പിച്ച് ഏതെങ്കിലും ക്യാമ്പിലേക്ക് മാറ്റിയ ശേഷം കുട്ടികളെ വണ്ടിയിൽ കയറ്റാനായിരുന്നു തീരുമാനം. എന്നാൽ ഡോക്ടർക്ക് അവരുടെ ഉദ്ദേശ്യം കൃത്യമായി മനസ്സിലായി. അനിവാര്യമായ ദുർവിധി. അതിന്റെ മുഖത്തുനോക്കി ചിരിക്കാനദ്ദേഹം തീരുമാനിച്ചു.

അദ്ദേഹം കുട്ടികളെ ഉത്സാഹഭരിതരാക്കി. "കാടുകൾ, മലകൾ, പുഴകൾ, പൂക്കൾ... കാണാത്ത ലോകങ്ങൾ... എല്ലാം കാണാനല്ലേ നമ്മൾ പോകുന്നത് ഏറ്റവും പുതിയ വസ്ത്രങ്ങളണിയണം, ഏറ്റവും ഇഷ്ടപ്പെട്ട കളിക്കോപ്പുകളെടുക്കണം." ഒരു കുട്ടി പുതുവസ്ത്രങ്ങളണിഞ്ഞ് വയലിൻ കയ്യിൽ പിടിച്ച് മുന്നിൽ നടന്നു. ഡോക്ടർ രണ്ടു പിഞ്ചു കുട്ടികളെ കയ്യിലെടുത്ത് ഓമനിച്ചുകൊണ്ട് തൊട്ടുപിന്നിൽ. അയാൾ അവർക്ക്

കഥകൾ പറഞ്ഞുകൊടുത്തു.

പട്ടാളക്കാർ ആകെ അങ്കലാപ്പിലായി. ഒടുവിൽ അവർ അദ്ദേഹത്തെ സ്വകാര്യമായി വിളിച്ച് കാര്യം പറഞ്ഞു.

'ഹിറ്റ്ലറുടെ നയമാണ് ജൂതക്കുട്ടികളെ നശിപ്പിച്ചേ തീരൂ. അല്പനേരത്തേക്ക് നിങ്ങളൊന്നു മാറി നിൽക്കണം.' ജർമ്മനിയിലെ വിശിഷ്ടപുരസ്കാരങ്ങൾ പലതും അവരദ്ദേഹത്തിന് വാഗ്ദാനം ചെയ്തു.

യാനുഷ് പൊട്ടിത്തെറിച്ചു: 'എന്റെ കുട്ടികളുടെ ജീവന് വില പറയുന്നോ ചെറ്റകളേ... കുട്ടികളെ ഗ്യാസ് ചേമ്പറിലേക്ക് കൊണ്ടുപോകുന്നെങ്കിൽ ഏറ്റവും മുന്നിൽ ഞാനാണുണ്ടാവുക. എന്നെ മാറ്റിയിട്ട് നിങ്ങൾക്കവരെ ഒന്നും ചെയ്യാനാവില്ല.'

ട്രെബ്ലിൻകയിലേക്കുള്ള വാഹനത്തിന്റെ ആദ്യത്തെ സീറ്റിൽ അദ്ദേഹമിരുന്നു. ഗ്യാസ് ചേമ്പറിന് മുന്നിൽ എസ് എസിന്റെ മേലുദ്യോഗസ്ഥന്മാരുണ്ടായിരുന്നു. അവരും യാനുഷ്കോട്ടാക്കിനെ ഉപദേശിച്ചു നോക്കി.

ഒന്നിനും അദ്ദേഹം വഴങ്ങിയില്ല.

ഉറച്ച മനസ്സോടെ അദ്ദേഹം കുട്ടികളെ നിർത്തിയ വരിയുടെ മുന്നിൽ നിന്നു. എന്നിട്ട് അടുത്ത വിസിലിൽ ഗ്യാസ് ചേമ്പറിലേക്ക് നടന്നുകയറി. സൈക്ലോൺ ബിയുടെ കുത്തിക്കയറുന്ന പുകച്ചുരുളുകൾ പിഞ്ചുകുഞ്ഞുങ്ങളുടെ കഴുത്തുഞെരിക്കുമ്പോൾ സ്വന്തം ഹൃദയം നുറുങ്ങുന്ന വേദനയിൽ എന്തുപറഞ്ഞാണ് അദ്ദേഹമവരെ ആശ്വസിപ്പിച്ചിട്ടുണ്ടാവുകയെന്നറിയില്ല.

ജോസഫ് എന്റെ കണ്ണുകളിലേക്ക് നോക്കി.

'രോഗികളുടെ വരിക്ക് മുന്നിൽ ഗ്യാസ് ചേമ്പറിലേക്ക് നടക്കണമെന്നൊന്നും ഞാൻ പറയുന്നില്ല. ഈ ക്യാമ്പിൽ തളർന്നുറങ്ങിയും പണിസ്ഥലത്ത് എല്ലുമുറിയെ പണിയെടുത്തും നരകിച്ചു മരിക്കുന്നതിനേക്കാൾ എത്രയോ നല്ലത് രോഗികളെ ശുശ്രൂഷിക്കുന്നതിനിടയിൽ അതാകുന്നതല്ലേ? പോകാൻ സമ്മതിച്ചുകൂടേ? വിക്കീ, പ്ലീസ്...'

അടുത്ത ദിവസം ഞങ്ങൾ അങ്ങോട്ട് പോയി.

തീരെ അവശരായ അമ്പതോളം രോഗികളെ അവിടെ പാർപ്പിച്ചിരുന്നു. കാര്യമായ ചികിത്സകളൊന്നുമില്ല. പേരിന് കുറച്ചു മരുന്നുകൾ മാത്രം. പണിയിടങ്ങളിൽ മുറിവേറ്റവരും രോഗങ്ങൾ വന്നു തളർന്നവരും അവിടെ ഞെരുങ്ങിക്കിടന്നു. രക്ഷപ്പെടാൻ തീരെ സാധ്യതയില്ലെന്ന് തോന്നിയവരെ ജീവൻ പോകുംമുമ്പുതന്നെ ഗ്യാസ് ചേമ്പറിലേക്കുള്ള വാഹനത്തിലേക്ക് വലിച്ചിടും. ശവങ്ങൾക്കൊപ്പം അവരും ആ വാഹനത്തിൽ തന്നെ നെരിപ്പോടിലേക്ക് യാത്രചെയ്യും. രോഗികളുമായി സംസാരിച്ചിരിക്കുക മാത്രമാണ് നമുക്ക് ചെയ്യാനുണ്ടായിരുന്നത്. അത് എനിക്ക്

ഏറെ പരിചയമുള്ള ഒരു ജോലിയായിരുന്നതുകൊണ്ട് തീരെ വിഷമം തോന്നിയില്ല. അവരുടെ കുടുംബ പശ്ചാത്തലവും പഴയ കാര്യങ്ങളുമൊക്കെ വെറുതെ മിണ്ടിപ്പറഞ്ഞിരുന്നു. പലരും ഓർമ്മകളുടെ കണ്ണീരിൽ ആകെ കുതിർന്നിരുന്നു. ഓർമ്മകളിലേക്ക് പിന്നെയും യാത്ര ചെയ്തും അത് വിശകലനം ചെയ്തും സംഘർഷങ്ങളിൽ നിന്നു മോചിതനാകാനുള്ള സൈക്കോ അനാലിസിസിന്റെ തത്വങ്ങളാണ് എനിക്ക് ഉപദേശിക്കാനുണ്ടായിരുന്നത്. അതവർക്ക് എത്രമാത്രം ആശ്വാസം പകരുന്നുണ്ടെന്നൊന്നും ഞാൻ തിരക്കിയില്ല.

'വിക്കീ, നീ ഇവരുടെ മുഖങ്ങൾ ശ്രദ്ധിച്ചിട്ടില്ലേ? മരണത്തിലേക്ക് ഇനിയെത്ര ദിവസം ബാക്കിയുണ്ടെന്ന ചോദ്യം മാത്രമല്ലേ വായിക്കാനാവുന്നുള്ളൂ?

നമുക്ക് മറ്റൊന്ന് പരീക്ഷിച്ചാലോ?' ഒരു ദിവസം സായാഹ്നത്തിൽ ക്യാമ്പിന് സമീപത്തെ ട്രാൻസ്ഫോർമറിനരികിലിരിക്കുമ്പോൾ ജോസഫ് ചോദിച്ചു.

'ഏതായാലും ഇവർക്ക് നൽകാൻ നമ്മുടെ കയ്യിൽ മരുന്നുകളൊന്നുമില്ല. നൽകാൻ കഴിയുന്ന മറ്റൊന്നില്ലേ?'

ചോദ്യരൂപത്തിൽ ഞാൻ അവനെ നോക്കി. വിടർന്ന കണ്ണുകളോടെ അവൻ പറഞ്ഞു:

'പ്രതീക്ഷ; അത് നശിക്കുമ്പോഴാണല്ലോ ഇവരെല്ലാം തീരെ അവശരായി പോകുന്നത്. ഇവർക്ക് പ്രതീക്ഷ നൽകാം. ഒരുനാൾ മോചിതരായി നാട്ടിൽ തിരിച്ചെത്തുമ്പോൾ അവരെ കാത്തിരിക്കുന്ന ഒരു ലോകം. യുദ്ധത്തിന്റെ ഭീകരതകളൊന്നുമില്ലാത്ത, സന്തോഷവും സമാധാനവും നിറഞ്ഞ ജീവിതത്തെക്കുറിച്ചുള്ള പ്രതീക്ഷയ്ക്ക് ജീവൻ വെച്ചാൽ അവരുടെ മനസ്സിൽ ഒരു വലിയ വെളിച്ചമായിരിക്കില്ലേ?'

ഞാൻ അർദ്ധമനസ്സോടെ തല കുലുക്കി.

അപ്പോഴാണ് അവൻ ആ കാഴ്ചയിലേക്ക് വിരൽചൂണ്ടിയത്. ബവേറിയൻ കാട്ടിലെ ഉയരമുള്ള മരങ്ങൾക്കിടയിലൂടെ കാണുന്ന ചക്രവാളം. ചുറ്റും പരന്നൊഴുകിയ ശോണിതച്ഛവി. ആകാശ നീലിമയിലേക്ക് കയറിപ്പോകുന്ന കൂറ്റൻ മേഘക്കെട്ടുകൾക്ക് പിന്നിൽ നിന്ന് കണ്ണഞ്ചുന്ന വെളിച്ചം പുറത്തേക്ക് ചിതറി. വലിയൊരു ക്യാൻവാസിൽ വരച്ചുവെച്ച ഡ്യൂററുടെ ജലഛായം പോലെ ഉന്മേഷം പകരുന്നതായിരുന്നു ആ ദൃശ്യം.

1945 ഓഗസ്റ്റ് 2

ഇന്നലെ ഞാൻ ക്രിസ്റ്റീനയെ സ്വപ്നം കണ്ടു. ഒരിക്കലും മറക്കാൻ വയ്യാത്തത്ര നിഷ്കളങ്കമായ മുഖം. ദാഹോവിലെ ടൈഫോയ്ഡ് ക്യാമ്പിലാണ് ഞാനവളെ പരിചയപ്പെട്ടത്. സന്നദ്ധപ്രവർത്തനങ്ങളിൽ എത്രമാത്രം ഇഴുകിച്ചേർന്നാണെന്നോ അവൾ പങ്കെടുത്തത്! രോഗികളെ തൊടാനോ മാലിന്യങ്ങൾ തുടച്ചു വൃത്തിയാക്കാനോ ഒന്നും ഒരറപ്പും അവൾ കാണിച്ചില്ല. പക്ഷേ, അവളെയും പനി ബാധിച്ചു. ഗുരുതരമായിത്തന്നെ. മരുന്നുകൾക്കൊന്നും അതിനെ പിടിച്ചുകെട്ടാനായില്ല. ദിവസങ്ങൾ കഴിയുന്തോറും അവൾ ക്ഷീണിച്ചുവന്നു. ഒരു ഘട്ടത്തിലെത്തിയപ്പോൾ എനിക്കുതോന്നി, ഇനി രക്ഷയില്ലെന്ന്. അവൾക്കും അത് ബോധ്യമായിക്കാണണം.

അന്ന് ഞാൻ അവളെ കാണാനെത്തിയപ്പോൾ ബാരക്കിന്റെ ഭിത്തിയോടു ചേർന്ന ഇരുമ്പു കട്ടിലിൽ അനങ്ങാതെ കിടക്കുകയായിരുന്നു അവൾ. ജനലിലൂടെ നോക്കിയാൽ വേലിക്കപ്പുറത്തെ ചെസ്റ്റ്നട്ട് മരത്തിന്റെ ഒറ്റ ശിഖരം മാത്രം കാണാം, അതിലെ രണ്ടു വെളുത്ത പൂക്കളും.

മടങ്ങാൻനേരത്ത് ഞാനവളുടെ കൈകളിൽ തൊട്ടു. ക്ഷീണിച്ച മുഖത്ത് നേർത്തൊരു പുഞ്ചിരി. അവളുടെ കണ്ണുകൾ ജനൽ കടന്ന് മരച്ചില്ലയിലേക്ക് പാറി. എന്നിട്ട് മെല്ലെ പറഞ്ഞു:

'ഞാൻ ആ മരത്തോട് ഇടയ്ക്കിടെ സംസാരിക്കും.'

പനി മൂർച്ഛിച്ചതിന്റെ പിച്ചും പേയുമാണെന്നാണ് ഞാൻ കരുതിയത്.

അവൾ തുടർന്നു: 'അതെന്നോട് പറഞ്ഞതെന്താണെന്നോ?'

ഞാൻ അവളുടെ കണ്ണുകളിലേക്കുതന്നെ നോക്കി.

'ഭയപ്പെടേണ്ട, ഞാനിവിടെത്തന്നെയുണ്ട്. അനശ്വരമായ ജീവിതം എന്ന്.'

ഞാൻ അവളുടെ കൈ പിടിച്ചുകൊണ്ട് കുറേനേരമിരുന്നു. പുറത്ത്, മരച്ചില്ലയ്ക്കപ്പുറം ദൂരെയായി ഉയർന്ന മഞ്ഞുമലകൾ. അതുതന്നെ നോക്കിയിരുന്നപ്പോൾ തോമസ് മാന്നിന്റെ മാജിക് മൗണ്ടനാണ് ഓർമ്മവന്നത്. സാനിറ്റോറിയത്തിന്റെ ജനലിലൂടെ മഞ്ഞുമലയെ നോക്കുന്ന ഹാൻസ് കാസ്ട്രോപ്പ്. രോഗം ആത്മീയതയിലേക്കുള്ള പാതയാവുന്നതിന്റെ പല വാചകങ്ങളും ചെറുപ്പത്തിൽ ഞാൻ ആർത്തിയോടെ ഹൃദിസ്ഥമാക്കിയിരുന്നു.

അന്ത്യചുംബനം നൽകി ഞാൻ അവിടെനിന്നും യാത്രയാകുമ്പോൾ ദുരിതജീവിതങ്ങൾക്കപ്പുറം ആത്മാവിന്റെ അനശ്വരതയെക്കുറിച്ച് ബോധ്യം വന്നവരെയോർത്ത് ആശ്വസിച്ചു. മനസ്സ് ഉഴറിനടന്ന് മമ്മയിലെത്തി.

മമ്മ എന്റെ കവിൾ തുടച്ചുതരികയാണ്. സങ്കടം പുരണ്ട കണ്ണിമകളെ തണുവിരൽകൊണ്ട് മെല്ലെ തലോടി. മൊറാവിയൻ ഗ്രാമത്തിലെ അലീനയുടെ കഥയാണ്. എത്രയോ പ്രാവശ്യം ഞാൻ ഈ നാടോടിക്കഥ കേട്ടിട്ടുള്ളതാണ്. എന്നിട്ടും കഥയുടെ അവസാനമെത്തുമ്പോൾ എന്റെ നെഞ്ചൊന്നിറുകും. കണ്ണുകൾ ഈറനാകും. പിന്നെയതു നിറഞ്ഞൊഴുകും. മമ്മയ്ക്കറിയുന്നതാണത്. എന്നാലും മമ്മ അതുതന്നെ പറയും. കാരണമുണ്ട്. നല്ല കുട്ടിയായി പേടിസ്വപ്നങ്ങളില്ലാത്ത ഉറക്കത്തിലേക്ക് കണ്ണടയ്ക്കാൻ അതാണ് നല്ലത്. അത്താഴം കഴിഞ്ഞാൽ എനിക്കുള്ളതാണ് മമ്മയുടെ മടിത്തട്ട്. താണ ശ്രുതിയിൽ കുയിലുകളുടെ വിരഹ ഗാനമുണ്ടാവും പശ്ചാത്തല സംഗീതമായി. വാൾട്ടറും സ്റ്റെല്ലയും കളി മതിയാക്കിയിട്ടുണ്ടാവില്ല.

ദുരിതങ്ങളുടെ നടുവിലാണ് അലീന ജനിച്ചു വീഴുന്നത്. രോഗങ്ങളും അപകടങ്ങളും നിരന്തരം വേട്ടയാടുന്ന ജീവിതം. ഒന്നും ഇല്ലാതാക്കാൻ അവൾക്ക് പറ്റുന്നില്ല. ചെറിയൊരു യന്ത്രത്തറിയുണ്ട് വീട്ടിൽ. അച്ഛനും അമ്മയും മാറിമാറി വസ്ത്രം നെയ്യും.

ബവേറിയൻ കാട്ടിൽ അതിഭീകരനായ ഒരു കടുവയുണ്ട്. അവനാണ് വിറകു ശേഖരിക്കാൻപോയ അവളുടെ അച്ഛനെ കൊന്നു തിന്നുന്നത്. ഡാന്യൂബ് കരകവിഞ്ഞൊഴുകിയ പ്രളയത്തിൽ അമ്മ ഒലിച്ചുപോയി. അവളുടെ കുടിലും വെള്ളത്തിലാണ്ടു. കുന്നിൻമുകളിൽ മുളങ്കമ്പുകൾ കൊണ്ടു കെട്ടിയ കൂര മലയിടിച്ചിലിൽ നിലംപൊത്തി. കൂട്ടിനാരുമില്ല. എന്നിട്ടും തളരാതെ അവൾ മുന്നോട്ടു പോവുകയാണ്.

ലോകത്തിലെ ഏറ്റവും മനോഹരമായ വസ്ത്രം നെയ്യുക എന്നതായിരുന്നു അവളുടെ സ്വപ്നം. അതിലേക്കു നടന്നടുക്കാൻ അവൾ മനസ്സിനെ പാകപ്പെടുത്തി. അവളുടെ ദൃഢനിശ്ചയം കണ്ട പട്ടുനൂൽപ്പുഴുക്കൾ തിളങ്ങുന്ന മഴവിൽ നിറങ്ങളാണ് അവൾക്കു നൽകുന്നത്. നീണ്ടനാളത്തെ അശ്രാന്ത പരിശ്രമത്തിനൊടുവിൽ അവൾ ആ സ്വപ്നം സാക്ഷാത്കരിക്കുകയാണ്. നാട്ടുകാർ പറഞ്ഞതുകേട്ട് വസ്ത്രം കാണാനെത്തിയ രാജകുമാരന് വസ്ത്രത്തോടൊപ്പം അതുണ്ടാക്കിയ അലീനയെക്കൂടി ഇഷ്ടമായി. അദ്ദേഹം അവളെ വിവാഹം കഴിക്കുന്നു. ബവേറിയൻ സാമ്രാജ്യത്തിന്റെ രാജകുമാരിയായി നാളുകൾക്കുശേഷം മൊറാവിയയിലേക്ക് എഴുന്നള്ളുമ്പോൾ അവൾ തന്റെ പഴയ കുടിലുകാണാൻ എത്തുകയാണ്. യന്ത്രത്തറി നെഞ്ചോട് ചേർത്ത് അവൾ വിങ്ങിക്കരയുമ്പോഴാണ് ആ വിങ്ങൽ പടർന്ന് എന്റെ നെഞ്ചിറുകുക.

എന്നെ തലോടുന്നതിനിടയിൽ മമ്മ പറയും

'മോനുറങ്ങിക്കോ നല്ല സ്വപ്നങ്ങൾ കാണണം. വലിയ സ്വപ്നങ്ങൾ... കാണാൻ എപ്പോഴും വലിയ സ്വപ്നങ്ങളുള്ളവർക്ക് പ്രളയവും മലയിടിച്ചിലുമൊന്നും ഒരു പ്രശ്നമേയല്ല. എങ്ങനെയെങ്കിലും അവർ ആ സ്വപ്നത്തെ എത്തിപ്പിടിക്കും.'

'എത്തിപ്പിടിക്ക്' റൂഡി എന്നെനോക്കി ഉച്ചത്തിൽ വിളിച്ചുപറഞ്ഞു. 'കയർ മുറുക്ക്.'

ആൽപ്പൈൻ പർവതത്തിന്റെ ചരിവാണ്. മഞ്ഞു മലയുടെ കൂർപ്പുകളും നിലയില്ലാത്ത ചാരലും. നിറയെ തടസ്സങ്ങളാണ്. റൂഡി മുന്നേ പറഞ്ഞതിൽ ഒറ്റക്കാര്യം മാത്രം ഞാൻ ഓർത്തെടുത്തു.

'ആൽപ്പൈൻ പീക്കിൽ നിന്ന് ചുറ്റും നോക്കുമ്പോഴുള്ള ലോകത്തിന്റെ മനോഹരമായ കാഴ്ച. അതുറപ്പിച്ചു കഴിഞ്ഞാൽ പിന്നെ നിന്റെ മുന്നിലുള്ളതൊന്നും ഒരു തടസ്സമായേ തോന്നില്ല.'

പിന്നീടെപ്പോഴോ നീഷെയെ വായിക്കുമ്പോൾ ഞാൻ മമ്മയെയും റൂഡിയേയും ഓർത്തു. എന്തിന് ജീവിക്കുന്നു എന്ന ചോദ്യത്തിന് നിങ്ങൾക്ക് ഉറച്ച ഒരു ഉത്തരമുണ്ടെങ്കിൽ എങ്ങനെ എന്ന ജീവിത സമസ്യയെ കരുത്തോടെ നേരിടാം.

അന്ന് രാത്രി ഉറങ്ങാൻ കിടക്കുമ്പോൾ യാദൃച്ഛികമായാണ് ഈ ഓർമ്മകളിൽ ഞാൻ പുതഞ്ഞത്. മനസ്സ് നിറയെ ആ പെൺകുട്ടിയായിരുന്നു. റേയ്ച്ചൽ. മഞ്ഞുമലയിടുക്കിലൂടെ ഒലിച്ചിറങ്ങുന്ന നീർച്ചാലുപോലെ വിളറി വെളുത്ത അവളുടെ കവിളിലൂടെ കണ്ണീരൊഴുകി. ഞാൻ കൗൺസിലിംഗ് തുടങ്ങിയിട്ട് കുറച്ചു കാലങ്ങളായിട്ടുണ്ട്. ഫ്രോയ്ഡിന്റെയും ആഡ്ലറുടെയും രീതികളാണ് പൊതുവേ ചെയ്തുവരുന്നത്. അതെല്ലാം

തിരിച്ചും മറിച്ചും പ്രയോഗിച്ചിട്ടും അവൾ വായ തുറന്നില്ല. അവളെ കൊണ്ടുവന്ന നേഴ്സ് തന്ന സൂചനപ്രകാരം പത്തിരുപത് പ്രാവശ്യം ബലാത്സംഗത്തിന് ഇരയായിട്ടുണ്ട് അവൾ. ആത്മഹത്യാ പ്രവണതയുണ്ട്. ഓർഫനേജിൽ നിന്നാണ് കൊണ്ടുവന്നത്. തൽക്കാലം നഴ്സിംഗ് ഹോമിൽ അഡ്മിറ്റ് ചെയ്തിട്ടാണുള്ളത്. നാളെ രാവിലെ വീണ്ടും അവളെന്റെ മുന്നിലെത്തുമ്പോൾ എന്തു പറയണം?

ആലോചനകളുടെ അടരുകളിൽ എവിടെയോ ഞാൻ ഉറക്കത്തിലേക്ക് വഴുതിവീണു.

ഹൃദ്യമായി പുഞ്ചിരിച്ചുകൊണ്ടാണ് ഞാൻ അവളെ കൺസൾട്ടേഷൻ മുറിയിലേക്ക് സ്വാഗതം ചെയ്തത്. വികാരരഹിതമായ അവളുടെ മുഖത്ത് എന്നോടുള്ള ഒരു പരിചയഭാവവും കണ്ടില്ല. എങ്ങനെ തുടങ്ങണമെന്ന് ഒരു രൂപവുമില്ല. പെട്ടെന്ന് ഏതോ ഒരു ഉൾപ്രേരണയിൽ ഞാൻ അവളോട് പറഞ്ഞു:

'മോൾക്ക് ഞാൻ ഇന്ന് ഒരു കഥ പറഞ്ഞു തരാം.' പറഞ്ഞത് മൊറാവിയയിലെ അലീനയുടെ കഥയായിരുന്നു. പറഞ്ഞുകഴിഞ്ഞ് ഞാൻ കുറച്ചുനേരം മിണ്ടാതെയിരുന്നു. അവളിൽ അത് എന്തെങ്കിലും ഭാവമാറ്റം ഉണ്ടാക്കിയതായി എനിക്ക് തോന്നിയില്ല. എന്നാലും ഞാൻ വെറുതെ ചോദിച്ചു;

'മോൾക്ക് ഏറ്റവും ഇഷ്ടം എന്തു ചെയ്യാനായിരുന്നു?'

'ചിത്രം വരയ്ക്കാൻ' തീരെ തളർന്ന, നേർത്തൊരു ശബ്ദം. എന്നാലും അവൾ വായ തുറന്നല്ലോ അത്രയും സമാധാനം. ഞാൻ സന്തോഷത്തോടെ അവളെ പ്രോത്സാഹിപ്പിച്ചു; 'ആഹാ! എന്നിട്ടാണോ ചിത്രകാരി മിണ്ടാതിരിക്കുന്നത് ?'

ലോകം ശ്രദ്ധിക്കുന്ന വലിയൊരു ചിത്രപ്രദർശനം. റേയ്ച്ചലിന്റെ ചിത്രങ്ങൾക്കാണ് ഏറ്റവും കൂടുതൽ കാഴ്ചക്കാർ. അവളുടെ സ്വപ്നങ്ങളെ അവിടേയ്ക്കാണ് ഞാൻ പറിച്ച് നട്ടത്. നഴ്സിങ് ഹോമിൽ അവളുടെ കിടക്ക വിവിധ പെയിന്റുകളും ബ്രഷുകളും ക്യാൻവാസുകളും കൊണ്ടു നിറഞ്ഞു. അവളെ തിരിച്ചുകൊണ്ടുവരാൻ പ്രശസ്തരുടെ സിദ്ധാന്തങ്ങളൊന്നും എനിക്ക് ആവശ്യമായി വന്നില്ല.

ഡയറിക്കുറിപ്പ്, ദിനസരിയുടെ പകർത്തിയെഴുത്തിൽക്കവിഞ്ഞ എന്തൊക്കെയോ ആയി മാറുന്നത് ഞാനറിയുന്നുണ്ട്. പക്ഷേ, എനിക്ക് ഇതൊന്നും എഴുതാതിരിക്കാനാവില്ല. എനിക്ക് എന്നെ തിരിച്ചു കിട്ടിക്കൊണ്ടിരിക്കുകയാണ്.

യുദ്ധത്തിന് നാലഞ്ചു വർഷം മുമ്പ്, മന:ശാസ്ത്രജ്ഞരുടെ കോൺഫറൻസിലാണ് ഞാൻ ആദ്യമായി എന്റെ സിദ്ധാന്തം അവതരിപ്പിച്ചത്.

ലോഗോ തെറാപ്പി. ആത്യന്തികമായ സ്വപ്നത്തെ ജ്വലിപ്പിച്ച് നിർത്തേണ്ടതിന്റെ ആവശ്യകത. അതിന്റെ കാഴ്ച പ്രകാശവത്താക്കിയാൽ നമുക്ക് കീഴടക്കാൻ കഴിയുന്ന പ്രതിബന്ധങ്ങൾ. ജീവിതത്തിന്റെ ആത്യന്തിക അർത്ഥത്തെ എത്തിപ്പിടിക്കുന്നതിന്റെ ധന്യത. കൗൺസിലിങ്ങിൽ അതിന്റെ പ്രസക്തി. പ്രൊഫസർമാരിൽ ഫ്രോയ്ഡിയൻ പാതയിൽ സഞ്ചരിക്കുന്നവരും ആഡ്‌ലറെ പിന്തുടരുന്നവരുമുണ്ടായിരുന്നു. രണ്ടു കൂട്ടർക്കും സമ്മതമായിരുന്നില്ല എന്റെ വാദം. അത് അശാസ്ത്രീയമാണത്രേ. രണ്ടു കൂട്ടരുടെയും സൊസൈറ്റികളിൽ നിന്ന് എന്നെ പുറത്താക്കി. എന്നിട്ടെന്തായി?

വിയന്നയിൽത്തന്നെ നാലഞ്ചു ക്ലിനിക്കുകളുണ്ടായിരുന്നു. ഓരോന്നും കേന്ദ്രീകരിച്ച് കുറേ യുവതീയുവാക്കൾക്ക് പരിശീലനം. ആ രണ്ടു വർഷങ്ങളിൽ ചെറുപ്പക്കാരുടെയും വിധവകളുടെയും ആത്മഹത്യകൾ തീരെ ഉണ്ടായിരുന്നില്ല എന്നുതന്നെ പറയാം. യുദ്ധത്തിന്റെ ഭീകരതകളിൽ, ഭയങ്ങളിൽ, ദുരന്തങ്ങളിൽ മനസ്സിന്റെ സമനില തെറ്റിയവരായിരുന്നു പിന്നീട് വന്നത്. പ്രതീക്ഷകളുടെ മറുതീരം തുറന്നുവച്ച് ഞാൻ അവരെയും വെളിച്ചത്തിന്റെ തോണിയിലേറ്റി. നാസികളുടെ കടന്നുകയറ്റത്തിനു ശേഷം എന്റെ പങ്കായത്തിന്മേൽ എനിക്കുള്ള പിടുത്തം അയയുന്നതായി ഇടയ്ക്കൊക്കെ ഞാൻ തിരിച്ചറിഞ്ഞു. ക്യാമ്പുകളിൽ നിന്ന് ക്യാമ്പുകളിലേക്കുള്ള യാത്രകൾ, പുലർച്ചെ മുതൽ സന്ധ്യ വൈകുംവരെ എല്ലുമുറിയുന്ന അധ്വാനം, വിശപ്പ്, ദാഹം, ചാട്ടയടികൾ...

എന്നെ എനിക്ക് കളഞ്ഞുപോയ നിർണായക അവസരങ്ങളിൽ ഓർമ്മകൾ തിരിച്ചുപിടിക്കാൻ എന്നെ സഹായിച്ചവൻ കൂടെയില്ലയെങ്കിലും എനിക്കിപ്പോൾ ഓരോന്നും അറിയാറാകുന്നുണ്ട്.

എന്നെ ഞാൻ ആ വലിയ വേദിയുടെ നടുവിൽ നിർത്തി. ഓഡിറ്റോറിയം നിറഞ്ഞു കവിഞ്ഞിട്ടുണ്ട്. മുന്നിലെ കസേരകളിൽ ആകാംക്ഷയോടെ കാത്തിരിക്കുന്നവർ. യുദ്ധം കഴിഞ്ഞിരിക്കുന്നു. കോൺസെൻട്രേഷൻ ക്യാമ്പിനെ അതിജീവിച്ച ഡോ. വിക്ടർ ഫ്രാങ്ക്ൾ പ്രസംഗിക്കുകയാണ്. വിശദമായ വിവരണം നൽകിയേ ആകൂ. തയ്യാറെടുപ്പ് അനിവാര്യമാണ്. കൃത്യമായ നോട്ടുകൾ തയ്യാറാക്കണം.

ജോസഫ് എന്നെ ഓർമ്മിപ്പിച്ചു. 'നിന്റേതെന്നു പറയാവുന്നതെല്ലാം നിന്നിൽനിന്നും അവർക്ക് കവർന്നെടുക്കാം. പക്ഷേ, ഒന്ന്, അതുമാത്രം പറ്റില്ല. നിന്റെ മനോഭാവം. ഈ ദുരിതങ്ങളോടുള്ള നിന്റെ മനോഭാവം മാറ്റുക. നിനക്ക് അതിനുള്ള സ്വാതന്ത്ര്യമുണ്ട്. നിന്റെ സ്വപ്നത്തിലേക്കുള്ള യാത്രയിൽ ഇതൊന്നും ഒരു തടസ്സമേ ആകില്ല.'

പിന്നീട് മഞ്ഞുകട്ടകൾക്കു മുകളിലൂടെ കീറിപ്പറിഞ്ഞ ഷൂസിൽ

നടന്നു നീങ്ങുമ്പോഴും ട്രഞ്ചിൽ പിക്കാസുകൊണ്ട് ആഞ്ഞു കൊത്തുമ്പോഴും പുറത്ത് ചാട്ടയടി കിട്ടുമ്പോഴുമൊക്കെ തൊട്ടടുത്തുള്ളവരെ നിരീക്ഷിക്കുകയായിരുന്നു ഞാൻ. എനിക്ക് എഴുതാനുള്ള വാചകങ്ങൾ ഞാൻ സ്വരുക്കൂട്ടി. കൂരിരുട്ടിലും നറുങ്ങ് വെട്ടങ്ങളെത്തിപ്പിടിച്ച് ഉള്ളിൽ ഒരു വലിയ പന്തം കൊളുത്തിവെച്ചു. ആ വെളിച്ചത്തിലാണ് പിന്നീട് ഞാൻ എന്റെ യാത്ര തുടർന്നത്.

1945 ഓഗസ്റ്റ് 5

'**ഞാ**നോ മഹാനായ ലൂസിഫറിന്റെ വിനീത ദാസൻ, അദ്ദേഹത്തിന്റെ അനുവാദമില്ലാതെ ആരെയും അനുസരിക്കില്ല. അദ്ദേഹം കൽപ്പിച്ചതിൽക്കവിഞ്ഞൊന്നും ചെയ്യുകയുമില്ല.'

റാക്സ് നല്ല ഉച്ചത്തിലത് പറയുന്നതുകേട്ടാണ് സ്വപ്നത്തിൽ നിന്ന് ഞെട്ടിയുണർന്നത്.

പുറത്ത് ആരൊക്കെയോ ബഹളം കൂട്ടുകയാണ്. കുരങ്ങന്മാരാകും. സമയത്തെപ്പറ്റി തീരെ ബോധമില്ലാത്തവർ.

സ്വപ്നത്തിൽ ഞാൻ നാടകാഭിനയത്തിലായിരുന്നു. ഫോസ്റ്റിന്റെ വേഷത്തിൽ തൊട്ടുമുന്നിൽ ഞാൻ നിൽപ്പുണ്ട്. സത്യത്തിൽ, മെഫിസ്റ്റോഫെലിസ് എന്ന കഥാപാത്രത്തിന് അത്ര ശബ്ദം എടുക്കേണ്ട കാര്യമില്ല. റാക്സ് നല്ല മൂഡിലായത് കാരണം ഞാൻ എതിർക്കാൻ പോയില്ല.

ഗോയ്ഥെയുടെ നാടകം മെഡിക്കൽ സ്കൂളിലെ വാർഷികത്തിന് തെരഞ്ഞെടുത്തത് ഞാനായിരുന്നു. പിശാചിനെ നേർക്കുനേർ ചോദ്യംചെയ്യുന്ന ഫോസ്റ്റിന്റെ അന്ത:സംഘർഷങ്ങളറിയാൻ കൂടിയായിരുന്നു ഞാൻ തന്നെ അന്ന് ഫോസ്റ്റിന്റെ വേഷം ചെയ്യാമെന്ന് സമ്മതിച്ചത്. ഗോയ്ഥെയുടെ വാചകങ്ങൾ പലതും ഹൃദിസ്ഥമായിരുന്നു. കൗൺസിലിങ്ങിന് ഉപകാരപ്പെടുന്ന നല്ല വെടിക്കെട്ട് സിദ്ധാന്തങ്ങൾ ഗോയ്ഥെയ്ക്കുണ്ടെന്ന് പ്രൊഫസർ ക്രിസ്റ്റഫർ ക്ലാസിൽ പറഞ്ഞിട്ടാണ് അദ്ദേഹത്തിന്റെ പുസ്തകങ്ങൾ തെരഞ്ഞുപിടിച്ച് വായിച്ചു നോക്കിയത്. സത്യമായിരുന്നു. വാചകങ്ങളോർത്തെടുക്കാൻ ശ്രമിച്ചപ്പോൾ ക്യാമ്പിൽ എന്നെത്തേടി വന്ന ചിലരുടെ മുഖങ്ങളാണ് ഓർമ്മവന്നത്.

'സാർ ഫ്രീയാണോ?'

ഞാൻ തിരിഞ്ഞുനോക്കി. ക്യാമ്പിൽ ഇന്നേവരെ ആരുമെന്നെ അങ്ങനെ അഭിസംബോധന ചെയ്തിട്ടില്ല. രോഗികളെ പാർപ്പിച്ച ഷെഡ്ഡിന് കുറച്ചകലെയായി, ജലസംഭരണിയിൽ നിന്നുള്ള പൈപ്പുകൾ ദിശ തിരിച്ചുവിടുന്ന ഒരു കുരയുണ്ട്. അതിനരികിലായി സൗകര്യത്തിലിരിക്കാൻ പറ്റുന്ന ഇരിപ്പിടമുണ്ടായിരുന്നു. നീളത്തിൽ രണ്ടു ദണ്ഡുകളിട്ട് അതിനു മേലൊരു മരപ്പലക വെച്ചുകെട്ടിയതാണ്. ഇടവേളകളിലെല്ലാം ഞാൻ അവിടെപ്പോയി വെറുതേയിരിക്കും. നേരെ നോക്കിയാൽ ആദ്യം കാണുക നിറയെ പലനിറത്തിലുള്ള പൂക്കളാണ്. മലഞ്ചരിവിലെ കരിമ്പച്ച വൃക്ഷത്തലപ്പുകൾ. വൈദ്യുതി കടന്നുപോകുന്ന മുൾവേലിയ്ക്കപ്പുറത്ത് ബവേറിയൻ മലനിരകൾ. മേലെ മേഘക്കെട്ടുകൾ.

'എനിക്കൊന്ന് സംസാരിക്കണമായിരുന്നു. നിങ്ങളൊരു മന:ശാസ്ത്ര ഡോക്ടറാണെന്ന് കേട്ടു.'

അയാൾ എന്റെ അടുത്തേക്ക് വന്നു. ഒന്നും തുടങ്ങാതെ കുറച്ചുനേരം അയാളെന്റെയടുത്തിരുന്നു. 'എനിക്ക് മരിക്കണം'

ആദ്യം കുനിഞ്ഞിരുന്നും പിന്നെ തലയുയർത്തിയും അയാളത് പറഞ്ഞു പൂർത്തിയാക്കി.

ഞാൻ ചിരിച്ചു. 'എളുപ്പമല്ലേ, മുന്നിൽ തന്നെ കാണുന്നില്ലേ കമ്പിവേലി? ഒറ്റ പിടുത്തം. കഴിയും കഥ. അല്ലെങ്കിൽ ഗ്യാസ് ചേമ്പറിലേക്കുള്ള വണ്ടിയിലേക്ക് ശുപാർശ ചെയ്യാം.'

അയാൾ പ്രതീക്ഷിച്ചത് ഞാൻ പിന്തിരിപ്പിക്കാൻ ശ്രമിക്കുമെന്നാവണം. 'നാടെവിടെയാണ്?'

ഞാൻ അയാളോട് സംസാരിക്കാനാരംഭിച്ചു. ഒരു ഹംഗേറിയൻ. പേര് ആൻഡ്രൂസ്. ബുഡാപ്പെസ്റ്റ് ബ്രോഡ്കാസ്റ്റിൽ ഉദ്യോഗസ്ഥനായിരുന്നു. പലയിടങ്ങളിലായി പണിയെടുത്തു. രോഗങ്ങൾകൊണ്ട് കഷ്ടപ്പെടുന്നു. അച്ഛനമമ്മയും മരിച്ചതാണ്. ഭാര്യയെ നാസി പട്ടാളക്കാർ ബലാത്സംഗം ചെയ്തു കൊന്നു. ഇറ്റലിയിലെ ഏതോ ഒരു ഓർഫനേജിൽ ഏകമകനുണ്ട്. അഞ്ചുവയസ്സായിക്കാണുമിപ്പോൾ.

'ഇനി ജീവിതത്തിൽ പ്രതീക്ഷിക്കാനൊന്നുമില്ല. സഹിക്കാവുന്നതിലേറെ സഹിച്ചു. വയ്യ.' തലകുനിച്ചിരുന്നാണ് അയാളത് പറഞ്ഞത്. വിതുമ്പിക്കൊണ്ട് കുറേനേരം പിന്നെയും അയാൾ എന്തൊക്കെയോ പറഞ്ഞുകൊണ്ടിരുന്നു. ആ നേരംകൊണ്ട് അയാളുടെ വൈകാരിക ദൗർബല്യം മനസ്സിലാക്കിയെടുക്കാൻ എനിക്ക് കഴിഞ്ഞു. അയാൾ മകനെ അതിഗാഢമായി സ്നേഹിക്കുന്നുണ്ട്. അയാൾക്ക് സത്യത്തിൽ മരിക്കാൻ ഭയമാണ്.

'മകന്റെ പേരെന്താണ്?'

ഞാൻ അയാളുടെ കുനിഞ്ഞ മുഖം മെല്ലെയുയർത്തി.

'വില്യം' തളർന്ന സ്വരത്തിൽ അയാളുടെ മറുപടി.

'അവനെ കാണണമെന്ന് ആഗ്രഹമില്ലേ?' പിന്നെയും അയാൾ മുഖം താഴ്ത്തി വിതുമ്പി.

'തീർച്ചയായും, കുറച്ച നാളുകൾക്ക ശേഷം നിങ്ങൾക്കവനെ കാണാൻ കഴിയുമെന്ന് തന്നെയാണ് എന്റെ വിശ്വാസം. ഒരച്ഛന്റെ വാത്സല്യം കൊടുക്കാൻ വേറെയാർക്ക പറ്റും?'

ബവേറിയൻ മലകൾക്ക് പിന്നിലേക്ക് ചുവന്ന സൂര്യൻ മെല്ലെ താഴാൻ തുടങ്ങുന്നു. അതിന്റെ രശ്മികൾ പ്രതിബിംബിച്ച് അയാളുടെ നിറകണ്ണുകൾ തിളങ്ങി.

ഞാൻ അയാളെയും കൂട്ടി ക്യാമ്പിലേക്ക് നടന്നു.

'നിങ്ങൾ ജീവിതത്തിൽനിന്നും ഇനിയൊന്നും പ്രതീക്ഷിക്കുന്നില്ല എന്ന് പറഞ്ഞില്ലേ? പക്ഷേ, ജീവിതം നിങ്ങളിൽനിന്നും ഒരുപാട് തിരിച്ച പ്രതീക്ഷിക്കുന്നുണ്ടാവും കേട്ടോ.'

കൗൺസിലിങ്ങിന്റെ പഴയ ദിനങ്ങളിലേക്ക് ഞാൻ തിരിച്ച പോയി. മെല്ലെ അയാൾ ജീവിതത്തെക്കുറിച്ച് സംസാരിക്കാൻ തുടങ്ങി. എനിക്ക് അദ്ദേഹത്തോട് കുറെനേരം സംസാരിക്കാൻ പറ്റി.

സമാനമായ മറ്റൊരു സംഭവംകൂടി എനിക്കോർമ്മയുണ്ട്. അദ്ദേഹം ഒരു ഡാനിഷ് ശാസ്ത്രജ്ഞനായിരുന്നു. നീൽസൺ. ക്യാമ്പിൽ ജീവിക്കാൻ പേടിയാണ്. എങ്ങനെയെങ്കിലും അവസാനിപ്പിക്കണം ജീവിതം. പക്ഷേ, മരണത്തെ അതിലേറെ പേടിയാണ്. ടൈഫോയിഡ് ബാധിച്ചവർക്കുള്ള ക്യാമ്പിൽവെച്ചാണ് അയാളെന്റെയടുത്തുവന്നത്. പനി മാറിയിരുന്നു. സ്വന്തമെന്നു പറയാൻ ആരുമില്ല. ജന്തുശാസ്ത്രത്തിൽ നിരവധി പുസ്തകങ്ങൾ പ്രസിദ്ധീകരിച്ചിട്ടുള്ളയാളാണ്. ഞാൻ പുസ്തകങ്ങളെക്കുറിച്ച് ചോദിച്ചു. അതേക്കുറിച്ച് അദ്ദേഹം വാചാലനായി. എഴുത്തിന്റെ രീതികളും വ്യത്യസ്തതരത്തിലുള്ള വായനക്കാർക്കുവേണ്ടി ശാസ്ത്രതത്വങ്ങൾ വ്യാഖ്യാനിക്കുന്നതിന്റെ ശൈലി ഭേദങ്ങളും വിശദീകരിച്ചു. ഒരു പുസ്തക പരമ്പരയുടെ പകുതിയിൽ വച്ചാണ് അദ്ദേഹം നാസികളുടെ പിടിയിലാവുന്നത്. മറ്റാർക്കും അത് പൂർത്തീകരിക്കാനാവില്ല. എനിക്ക് അത്രയും മതിയായിരുന്നു.

ചിരിച്ചുകൊണ്ട് ഞാൻ അദ്ദേഹത്തോട് പറഞ്ഞു.

'പ്രിയ സുഹൃത്തേ നിങ്ങളിനി ആത്മഹത്യയെപ്പറ്റി മിണ്ടിപ്പോകരുത്. ആ പരമ്പര മുഴമിപ്പിക്കേണ്ടത് നിങ്ങളുടെ ഉത്തരവാദിത്വമാണ്. അത് തീർത്തല്ലാതെ ദൈവം നിങ്ങളെ മുകളിലേക്ക് വിളിക്കില്ല. ദയവുചെയ്ത് ഇനിയുള്ള ദിവസങ്ങൾ അടുത്ത അധ്യായങ്ങളെക്കുറിച്ച് ചിന്തിക്കുക. അധികം വൈകാതെ നിങ്ങൾക്കത് പ്രസിദ്ധീകരിക്കാൻ സാധിക്കും.

അതിന്റെ പേരിലാവും നാളെ ലോകം നിങ്ങളെ അറിയുക.' കൂട്ടത്തിൽ അദ്ദേഹത്തെ പ്രചോദിപ്പിക്കാൻ ഞാൻ ഏറെനേരം സംസാരിച്ചു.

ആത്മഹത്യ ചെയ്യാനുറച്ച തീരുമാനിച്ചവർ ആരോടും അത് പറയാറില്ല. ക്യാമ്പിൽ സാധാരണ നിലയ്ക്ക് ആത്മഹത്യാ ശ്രമത്തിനിടയിൽ ആരെങ്കിലും കണ്ടാൽത്തന്നെ രക്ഷിക്കാൻ മുതിരാറില്ല. തൂങ്ങിമരിക്കുന്നവനെ കയറുമുറിച്ച് താഴെയിറക്കാനൊന്നും ആരും ഉണ്ടാവില്ല. മരിക്കാൻ ഉറച്ച തീരുമാനിച്ചവരൊന്നും ഒരു കൗൺസിലിങ്ങിനും വരാറില്ല. ജീവിതയാത്രയിലെ ദുരിതം പിടിച്ച നിർണായകഘട്ടത്തിൽ ചിലരെയൊക്കെ മൂടുന്നൊരു കറുത്ത ശൂന്യതയുണ്ട്. ജീവിതം അവസാനിപ്പിക്കലാണ് പ്രതിവിധി എന്നൊക്കെ തോന്നും. പക്ഷേ, മരിക്കാൻ ധൈര്യം കാണില്ല. വെളിച്ചത്തിന്റെ ചെറിയൊരു തുറവ് തേടിയാണ് വരുന്നത്. വെളിച്ചമുണ്ടെന്ന് കണ്ടാൽ അതു ലക്ഷ്യമാക്കി നീങ്ങാനവർ ഒരുക്കമാണ്. വെളിച്ചത്തിന്റെ ആ ചെറുതിരി കൊളുത്തിക്കൊടുക്കണം.

എത്രയോ അവസരങ്ങളുണ്ടായിരുന്നു. പക്ഷേ, ഞാൻ ഉപയോഗപ്പെടുത്തിയത് വളരെ ചുരുക്കം. അതുതന്നെ ജോസഫ് ഓർമ്മപ്പെടുത്താനുണ്ടായതുകൊണ്ട് മാത്രം. വിഷാദത്തിന്റെ മഞ്ഞുപാളികൾക്കിടയിൽ നഷ്ടപ്പെട്ട ദിനങ്ങളായിരുന്നു കൂടുതലും.

'വിക്കീ, ഒന്നെഴുന്നേൽക്ക്. കാര്യമുണ്ട്' ജോസഫാണ്.

ഞാൻ അവനെ തള്ളി മാറ്റി. എനിക്ക് നല്ല ക്ഷീണമുണ്ടായിരുന്നു. കാലത്തു പോയതാണ് പണിയിടത്തേക്ക്. സന്ധികളെല്ലാം കഠിന വേദന. അത്താഴത്തിന് രണ്ടു തവി സൂപ്പാണ് കിട്ടിയത്. വിശപ്പ് മാറിയിട്ടില്ല. ഒന്നുറങ്ങിയാൽ തൽക്കാലം സമാധാനമാകും. ഞാൻ ചുരുണ്ടുകൂടി.

അവൻ എന്റെയടുത്തിരുന്ന് കാര്യം പറഞ്ഞു.

തൊട്ടപ്പുറത്തെ ക്യാമ്പിലാണ് പ്രശ്നം. രണ്ടായിരത്തി അഞ്ഞൂറോളം അന്തേവാസികളുണ്ട്. ഏതോ ഒരാൾ സ്റ്റോർ റൂമിൽ കയറി കുറച്ച് ഉരുളക്കിഴങ്ങുകൾ മോഷ്ടിച്ചു. കാവൽക്കാരറിഞ്ഞു. പക്ഷേ, ആരാണെന്ന് മാത്രം മനസ്സിലായില്ല. ക്യാമ്പധികാരികൾ കൽപ്പിച്ചു. കുറ്റം ചെയ്തയാളെ ചൂണ്ടിക്കാണിച്ചില്ലെങ്കിൽ എല്ലാവരും പട്ടിണി കിടക്കണം. അവർ രണ്ടായിരത്തിയഞ്ഞൂറ് പേരും പട്ടിണി കിടക്കാനാണ് തീരുമാനിച്ചത്. വിശന്നവരായി കിടക്കുകയാണ് എല്ലാവരും. പട്ടിണിക്ക് പുറമേ വല്ലാത്ത നിരാശരുമാണവർ. വാർഡൻ ഒരു നല്ല മനുഷ്യനാണ്. അയാളാണ് പറഞ്ഞത്, ഇവരെയൊന്ന് സമാധാനിപ്പിക്കാൻ എന്തെങ്കിലുമൊക്കെ ചെയ്തില്ലെങ്കിൽ സമ്മർദ്ദം കൊണ്ടുതന്നെ കുറെപ്പേർ മരിക്കാനിടയുണ്ടെന്ന്.

'നിനക്കേ അതിന് പറ്റൂ. ഒന്നെഴുന്നേറ്റ് എന്റെ കൂടെ വാ. വിക്കീ, പ്ലീസ്....'

ഞാൻ അവനെ തള്ളിമാറ്റി. 'ജോ... നീയൊന്ന് പോകുന്നുണ്ടോ?'

അവൻ അവിടെത്തന്നെ നിശബ്ദനായി നിന്നു. കുറച്ചു കഴിഞ്ഞ് ഞാൻ മുഖമുയർത്തിയപ്പോഴും എന്റെ കണ്ണുകളിലേക്ക് നോക്കി അതേ നില്പാണ്. എന്നെ അത്രമാത്രം വിശ്വസിക്കുന്നതുകൊണ്ടാവില്ലേ അവനങ്ങനെ നിൽക്കുന്നത്? പല പ്രാവശ്യം എന്നെ സഹായിച്ചതാണ്. പോകാതിരിക്കുന്നത് നന്ദികേടാവും. ഞാൻ എഴുന്നേറ്റു. ഇടനാഴിയിലാകെ ഇരുട്ടാണ്. യുദ്ധക്കളത്തിൽ ചിതറി കിടക്കുന്ന ശവശരീരങ്ങൾ പോലെ ക്യാമ്പിലെ ഡോർമെറ്ററിയിൽ പരന്നു കിടക്കുകയാണ് എല്ലാവരും. മലമൂത്രങ്ങളുടെ കെട്ടനാറ്റം. എല്ലാവരോടുമായി എന്തെങ്കിലും സംസാരിക്കാനുള്ള മാനസികാവസ്ഥയിലേ ആയിരുന്നില്ല ഞാൻ. പക്ഷേ, ജോസഫ് എന്റെ കയ്യിൽ മുറുകെപ്പിടിച്ചപ്പോൾ ഏതോ ഒരുർജ്ജം പെട്ടെന്നെന്നിലേക്കിരച്ചു കയറി. തൊട്ടടുത്ത നിമിഷം പ്രൊഫ. ഡെന്നിസിന്റെ ഗ്രൂപ്പ് കൗൺസിലിങ് ക്ലാസിലെ വിദ്യാർത്ഥിയായി ഞാൻ.

കൗൺസിലിങ്ങിലെ ഏറ്റവും കുഴപ്പംപിടിച്ച പണിയാണ് ഗ്രൂപ്പ് കൗൺസിലിങ്. ഓരോരുത്തരും വ്യത്യസ്ത സ്വഭാവക്കാരായിരിക്കും. വ്യക്തിപരമായി അവരെ മനസ്സിലാക്കിയെടുക്കാനുള്ള സ്വാതന്ത്ര്യമോ സാവകാശമോ നമുക്കില്ല. ആകെ ചെയ്യാവുന്ന കാര്യം, അവരുടെ പൊതുവായ ചില പ്രശ്നങ്ങൾ കണ്ടെത്തി അതിനെ അഭിസംബോധന ചെയ്യുകയാവും. അഭയാർത്ഥി ക്യാമ്പിൽ പ്രൊഫ. ഡെന്നിസിനൊപ്പമാണ് പ്രാക്ടിക്കൽ സെഷനുവേണ്ടിയെത്തിയത്. അദ്ദേഹത്തിന്റെ ശരീരഭാഷ ഞാൻ അത്ഭുതത്തോടെ നോക്കിനിന്നു. തുടക്കത്തിൽ അദ്ദേഹത്തെ ആരും ശ്രദ്ധിച്ചില്ല. മെല്ലെ മെല്ലെ അവർക്ക് തോന്നിത്തുടങ്ങി, അദ്ദേഹം പറയുന്നത് മുഴുവൻ തങ്ങളുടെ കാര്യങ്ങളാണെന്ന്. ഓരോരുത്തരായി മുന്നോട്ടുവന്ന് സാകൂതം അദ്ദേഹത്തെ കേൾക്കാൻ തുടങ്ങി. പലയിടങ്ങളിലായി ചിതറിക്കിടന്നവർ അദ്ദേഹത്തിന് ചുറ്റുംകൂടി. അവസാനിപ്പിക്കുമ്പോൾ എനിക്ക് ബോധ്യമായി ആ ഗ്രൂപ്പ് കൗൺസിലിങ് എത്രമാത്രം പ്രധാനമായിരുന്നുവെന്ന്. ചിലരൊക്കെ ഒറ്റയ്ക്കൊറ്റയ്ക്ക് പ്രൊഫസർക്കരികിലെത്തി അവരുടെ പ്രശ്നങ്ങൾ പങ്കുവെച്ചു. പരിഹാരം കാണിച്ചുകൊടുക്കാൻ അദ്ദേഹത്തിന് പറ്റുമെന്ന് ആ ചെറിയ നേരത്തിനുള്ളിൽ അവർക്ക് വിശ്വാസമായിക്കാണണം.

കുറച്ചുനേരം ഞാൻ കണ്ണടച്ചു നിന്നു. പ്രൊഫസർ ഡെന്നിസിന്റെ ശരീരഭാഷയിലേക്ക് എന്നെ പറിച്ചു നടാനായിരുന്നു എന്റെ ശ്രമം. ഞാൻ അവിടത്തെ ഉയർന്ന പീഠത്തിൽ കയറി നിന്നു. 'പ്രിയപ്പെട്ടവരേ, നിങ്ങളിൽ ഒരുവനാണ് ഞാനും. എന്നെ ഒന്ന് ശ്രദ്ധിക്കണേ.'

ഞാനും അവരും ഒരുപോലെ അനുഭവിക്കുന്ന സഹനത്തിന്റെ തീവ്രത എന്റെ വാക്കുകളിലുണ്ടായതുകൊണ്ടാവണം, പലരും എന്നെ

കേൾക്കാനായി കിടന്നിടത്തുനിന്ന് എഴുന്നേറ്റിരുന്നു. മഹായുദ്ധത്തിന്റെ കെടുതികൾ, മരണങ്ങൾ, പലായനങ്ങൾ... അതിനിടയിലും നമ്മൾ അവിടെ ജീവിക്കുന്നു എന്നതിന്റെ അത്ഭുതം. എന്റെ ശരീരഭാഷ പൂർണ്ണമായും പ്രൊഫസറുടേതായിക്കഴിഞ്ഞിരുന്നു. സഹനങ്ങൾക്കിടയിലും ദൂരെ കാണുന്ന വെളിച്ചത്തുരുത്തുകളെക്കുറിച്ച് ഞാൻ സംസാരിച്ചു. ശ്രമിച്ചാൽ നീന്തി കയറിയെത്താൻ പറ്റുന്ന കരകൾ നമുക്ക് ചുറ്റുമുണ്ട്. അവിടേക്ക് എത്തണമെങ്കിൽ നിരാശരാകാനേ പാടില്ല.

'നിങ്ങൾ അനുഭവിച്ചതൊക്കെ, ചിന്തിച്ചതൊക്കെ നിങ്ങളുടെ ഉള്ളിൽ മഹത്തായ സംസ്കാരമായി രൂപപ്പെട്ടിരിക്കും. അത് നിങ്ങളുടെ വെളിച്ചമായി ഭാവി ജീവിതത്തിൽ വഴികാട്ടും. നമ്മൾ വെറുതേ ജീവിച്ചതുകൊണ്ടായില്ലല്ലോ. ജീവിച്ചിരിക്കാനുള്ള കാരണങ്ങൾ കണ്ടെത്തുന്നതിലാണ് കാര്യം.'

ഞാൻ അവരെ പ്രചോദിതരാക്കാൻ ഏറെ ഉദാഹരണങ്ങൾ പറഞ്ഞു. സത്യത്തിൽ എനിക്ക് അങ്ങനെയൊക്കെ സംസാരിക്കാൻ പറ്റുമെന്ന് കുറെ കാലങ്ങളായി ഞാൻ മറന്നു പോയിട്ടുണ്ടായിരുന്നു. അവിടെ ആകെയുണ്ടായിരുന്ന ഒരു വൈദ്യുത വിളക്ക് പെട്ടെന്ന് കെട്ടുപോയി. ഞാൻ ജോസഫിന്റെ കൈപിടിച്ച് പീഠത്തിൽ നിന്നിറങ്ങി താഴെ ഒരു മൂലയിൽ ഒതുങ്ങി നിന്നു. യാതൊരു ഉറപ്പുമില്ല, ഞാൻ പറഞ്ഞത് ആർക്കെങ്കിലും ഉള്ളിൽ തട്ടിയോ എന്ന്.

ഉടനടി എനിക്ക് അവരുടെ പ്രതികരണം ബോധ്യമായി. പ്രകാശം തെളിഞ്ഞപ്പോൾ എന്നെ പൊതിഞ്ഞു നിൽക്കുന്ന കുറേ അന്തേവാസികൾ. തളർന്ന ചുവടുകളോടെ പിന്നെയും കുറേപ്പേർ മുന്നോട്ട് വരുന്നുണ്ട്. അവരുടെ കണ്ണുകൾ നിറഞ്ഞിരുന്നു പലരും നന്ദിയോടെ എന്റെ കയ്യിൽ തൊടാൻ ധൃതികൂട്ടി. ജോസഫ് എന്നെ കെട്ടിപ്പിടിച്ചു. അവന്റെ കണ്ണുകളും നിറഞ്ഞിരുന്നു.

1945 ഓഗസ്റ്റ് 7

നേരം പുലർന്നുവരുന്നതിന്റെ കോലാഹലങ്ങളാണ് പുറത്ത്. രാത്രി മുഴുവൻ ബ്രൂണോ എന്റെ മടിയിൽത്തന്നെയാണ് കിടന്നത്. നല്ല ഭാരമുള്ള ഒരു പഞ്ഞിക്കെട്ട്. ഞാനവന്റെ ദേഹം മുഴുവൻ മെല്ലെ തടവിക്കൊണ്ടിരുന്നു. വിരലെടുത്താൽ ഞെട്ടിയുണരും. മുഖം എന്റെ നേർക്കു തിരിച്ച് ഒന്നുമുരളും. തവിട്ടും കറുപ്പും ഇടകലർന്ന സടയിലൂടെ ഞാൻ അമർത്തി തടവണം ഉറക്കം കിട്ടാൻ. അവനെ പറഞ്ഞിട്ട് കാര്യമില്ല. അത്രത്തോളം ആഴത്തിലുള്ള വ്രണമാണ്. പാവം... നല്ല വേദന കാണും. വയറിനു താഴെ അത് വലിയൊരു ഗർത്തം കണക്കെ കുഴിഞ്ഞു കിടന്നു.

മങ്ങിയ വെളിച്ചത്തിൽ അവന്റെ കണ്ണുകളിലേക്ക് ഞാൻ നോക്കി. ഉറങ്ങുന്നതിനിടയിൽ ഇടയ്ക്കിടെ കണ്ണ് പാതി തുറക്കുന്നുണ്ട്. കുറച്ചുനാളുകൾക്കു മുമ്പായിരുന്നെങ്കിൽ മടിയിൽ കിടക്കുന്നത് ഒരു സിംഹമാണ് എന്ന ചിന്ത എന്നിൽ ഭയം ഉണർത്തിയേനെ. രണ്ടാഴ്ച കഴിയുന്നു അവൻ എത്തിയിട്ട്. വിങ്കോയ്ക്ക് മുൻപരിചയമുണ്ട്. ഷുമാവൻ അതിർത്തിയിലെ ക്രൗര്യം കൂടിയ ഇനമാണ്. എല്ലാവർക്കും ഭയങ്കര പേടിയായിരുന്നു. തുടക്കം മുതൽക്കേ ഞാൻ തന്നെയാണ് അവന്റെ വ്രണത്തിൽ മരുന്ന് വെച്ചത്.

ബോഡയുടെ മരുന്നുപുരയോട് ചേർന്ന് അബോധാവസ്ഥയിൽ കിടക്കുകയായിരുന്നു അവൻ. അലക്സിയും ആൽഫിയും ഞാനും ചേർന്ന് മുളങ്കട്ടിലിലേക്ക് എടുത്തുകിടത്തി കൂരയിലേക്ക് കൊണ്ടുവന്നു. വിങ്കോ മരുന്നുകളെല്ലാം കൃത്യമായി പറഞ്ഞു തന്നിരുന്നതുകൊണ്ട് പെട്ടെന്നു തന്നെ തുടങ്ങാൻ പറ്റി. തൊട്ടുണർത്തേണ്ട ചില മർമ്മ സ്ഥാനങ്ങളുണ്ട്.

അബോധത്തിൽ നിന്ന് അവൻ അരമണിക്കൂറിൽ ഉണർന്നു. മെരുക്കിയെടുക്കാനുള്ള മർമ്മങ്ങളിലായിരുന്നു എന്റെ വിരൽത്തുമ്പുകൾ. അപ്പോഴാണ് വയറിലെ വ്രണത്തിന്റെ അരികിലെവിടെയോ തൊട്ടുപോയത്.

ഒറ്റക്കുടയലാണ്... ഞാൻ തെറിച്ചു വീണുപോയി. വലിയ ശബ്ദത്തിൽ അവനൊന്ന് അലറി. എന്നിട്ട് അതൊരു മുരൾച്ചയായി നീണ്ടു. കുറ്റൻ ഉടലനക്കി അവൻ എഴുന്നേറ്റു നിൽക്കാനാഞ്ഞു. പറ്റുന്നില്ല. അവിടെത്തന്നെ ചരിഞ്ഞുവീണു.

വേദനകൊണ്ട് എരിപൊരികൊള്ളുകയാണവൻ. പിന്നിലൂടെ ചെന്ന് പതിയെ ഞാൻ അവനെ തൊട്ടു തടവി. രുചിക്കാത്ത പ്രതികരണമൊന്നും കണ്ടില്ല. മെല്ലെമെല്ലെ ഞാനവനെ വരുതിയിലാക്കിയെടുത്തു. മരുന്നുവെക്കാനും എതിർപ്പൊന്നും കാണിച്ചില്ല. ബോധയിൽ അങ്ങനെയൊക്കെയാണ് എന്ന് ഏതാണ്ട് അറിയുന്ന പെരുമാറ്റം. വേദന കുറയുന്നതുകൊണ്ടാവാം എന്റെ പരിചരണങ്ങൾക്കു മുന്നിൽ അവൻ തലതാഴ്ത്തി മുരളാതെ കിടന്നുതന്നു.

ദൂരെ എവിടേയ്ക്കും മാറാൻ പാടില്ല. ദയനീയമായ ഒരു നോട്ടമുണ്ട്, സങ്കടത്തോടെ ഒന്ന് അമർത്തി മുരളും. എന്നെവിട്ട് എങ്ങോട്ടും പോകല്ലേ എന്നപോലെ. അതെനിക്കും വിഷമമാണ്. ഞാൻ അവനെ മടിയിൽ കിടത്തി മെല്ലെ തടവിയുറക്കി. അത് കഴിഞ്ഞിട്ടാണ് എനിക്കൊന്നു തലചായ്ക്കാൻ പറ്റിയത്. ഗാഢനിദ്രയാണ്. അതാവണം സ്വപ്നത്തിന് സത്യലോകവുമായി വ്യത്യാസങ്ങളില്ലാതിരുന്നത്.

ന്യൂറോളജി വാർഡാണ്. നിറയെ രോഗികൾ കിടക്കുന്നുണ്ട്. നഴ്സുമാർ, ഓപ്പറേഷൻ തിയേറ്ററിന് മുന്നിലെ അക്ഷമരായ ബന്ധുക്കൾ... എല്ലാവരും ആർക്കോവേണ്ടി കാത്തിരിക്കുകയാണ്. അതിന്റെ വിഷമം അവരുടെയെല്ലാം മുഖങ്ങളിലുണ്ട്. ഞാനാണെങ്കിൽ പർവ്വതാരോഹണത്തിലാണ്. ആൽപ്സിൽത്തന്നെ. കൂടെ റൂഡിയുമുണ്ട്. പർവ്വതാരോഹണത്തിൽ എന്റെ സന്തത സഹചാരി. ഒരു കാൽ അമർത്തിവച്ച് അടുത്ത മഞ്ഞുപാളിയിലേക്ക് ഞാൻ കാലുവെച്ചു. പക്ഷേ, പാദം അവിടെ ഉറയ്ക്കുന്നില്ല. ഉയരത്തിലെത്തിയിട്ടും എനിക്ക് കുതിക്കാനേ പറ്റുന്നില്ല. ആരോ പിന്നിലേക്ക് വലിക്കുംപോലെ. അപ്പോഴാണ് ശ്രദ്ധിക്കുന്നത് മലയുടെ മുകളിൽ നിന്ന് കുറെപ്പേർ എന്നെ ഉറക്കെ വിളിക്കുന്നുണ്ട്.

'ഡോക്ടർ വേഗം വരൂ.. വേഗം.' അത് വാർഡിലെ രോഗികളാണ്. നേഴ്സുമാരാണ്. അവർ എനിക്കുവേണ്ടിയുള്ള കാത്തിരിപ്പിലാണ്. മുകളിൽ നിറഞ്ഞ വെളിച്ചത്തിൽ മേഘക്കെട്ടുകൾ കണ്ടു. സ്വർഗീയ ലോകം. രോഗികളുടെയും നേഴ്സുമാരുടെയും നീണ്ട നിലവിളികളിലേക്ക് കയറിച്ചെല്ലാൻ കാലുകൾ വെമ്പുന്നുണ്ട്. പക്ഷേ, എനിക്ക് ഒരടി പോലും മുകളിലേക്ക് കുതിക്കാനാവുന്നില്ല. ഒരു മലയാട് എന്നെ പ്രതീ

ക്ഷിച്ച് ദൂരെ നിൽക്കുന്നുണ്ട്.

മുമ്പെപ്പൊഴോ അതുപോലൊരു സ്വപ്നം കണ്ടതായി ഓർത്തെടുത്തു. അന്ന് മലമുകളിൽ നിൽപ്പുണ്ടായിരുന്നത് പപ്പയും മമ്മയുമായിരുന്നു. ജീവിതത്തിലെ ഒരു നിർണായക സമസ്യയ്ക്ക് മുന്നിൽ പകച്ചുനിന്ന ദിവസം. എങ്ങനെയോ സംഘടിപ്പിച്ചെടുത്ത വിസയിൽ യു എസിലേക്ക് രക്ഷപ്പെടണോ അതോ നാസികൾക്ക് കീഴടങ്ങണോ? അന്ന് പുലർച്ചെ അതിനുള്ള ഉത്തരവും കിട്ടി.

ഇന്നത്തെ സ്വപ്നത്തിന് എന്നോട് പറയാനുള്ളത് എന്താവും? പുറത്ത് നല്ല വെളിച്ചം വന്നുകഴിഞ്ഞു. ഞാൻ ചിന്തിച്ചു.

തിരിച്ചു പോകാനുള്ള നേരമായിരിക്കുന്നോ? എന്റെ വൈദഗ്ധ്യം ആവശ്യമുള്ളവർ എന്നെത്തേടി വിയന്നയിലെത്തുമ്പോൾ ഞാൻ അവിടെയല്ലേ ഉണ്ടാകേണ്ടത്? ഒരുപാടു കാര്യങ്ങൾ ചെയ്യാനുണ്ട്. കുറേനേരം ഞാൻ അതുതന്നെ ആലോചിച്ചു കിടന്നു. ജോസഫും അതുതന്നെ ചെവിയിൽ വന്നു പറയുംപോലെ. ഇനിയും ജോസഫിനെ പ്രതീക്ഷിച്ച് ഇവിടെ നിൽക്കുന്നതിൽ വലിയ അർത്ഥമില്ല. അവൻ എന്നെക്കാണാൻ വരുമെന്നുറപ്പാണ്, എപ്പോഴെങ്കിലും.

ഉപേക്ഷിച്ചു പോകാനാകാത്ത വിധം പ്രിയപ്പെട്ടതായി മാറിയിരിക്കുന്നു നേബ. ഉടലാകെ ചുറ്റിവരിയുന്ന ലതാജാലം. വാൽത്താവയിൽ നിന്നുള്ള സിരാപ്രവാഹം. ഹൃദയത്തിന്റെ താളം തിരിച്ചുപിടിക്കാൻ സഹായിച്ച ഇവിടുത്തെ ശ്വാസവായു. വിങ്കോയും കൂട്ടുകാരും, സോഫി, തെരേസാമ്മ സ്നേഹം... എല്ലാം ഉപേക്ഷിച്ച് പോകണം. വിഷാദത്തിന്റെ നിഴൽഭൂതങ്ങൾ ഇനിയും എന്നെ ചങ്ങലക്കുരുക്കിൽ മുറുക്കുമോ എന്നറിയില്ല. എന്നാലും നേബയുടെ ഓർമ്മകൾ എന്നെ സ്വതന്ത്രനാക്കുമെന്ന് ഉറപ്പുണ്ട്.

ജിബ്രാന്റെ വരികളാണ് മനസ്സിലേക്ക് വന്നത്. 'ജീവിതത്തിന്റെ അനുദിനാത്ഭുതങ്ങളിൽ ആശ്ചര്യം കൊള്ളുമാറ് ഹൃദയത്തെ നിലനിർത്തുകയാണെങ്കിൽ നിങ്ങളുടെ വേദനകളൊന്നും വേദനകളായി തോന്നില്ല.'

1945 ഓഗസ്റ്റ് 9

വൈകുന്നേരത്തോടെ ഞാൻ പ്രാഗിൽനിന്ന് വിയന്നയിലേക്കുള്ള ട്രെയിനിൽ കയറി. നേർത്ത മഞ്ഞുമഴ. ദൂരെ ചക്രവാളത്തിൽ നിറങ്ങളുടെ കാർണിവൽ. തിരമാലകളില്ലാത്ത കടൽപ്പരപ്പുപോലെ ശാന്തമാണ് എന്റെ മനസ്സ്. ചിന്തകൾ വാൾത്താവ പോലെ തെളിഞ്ഞൊഴുകി. ന്യൂറോളജി വിഭാഗത്തിൽ ചാർജെടുക്കണം. പകുതിയിൽ നിർത്തിയ മന:ശാസ്ത്ര നിരീക്ഷണങ്ങൾ, ഗവേഷണങ്ങൾ, എഴുത്ത്... എല്ലാം തുടരേണ്ടതുണ്ട്.

കോൺസെൻട്രേഷൻ ക്യാമ്പ് അനുഭവങ്ങൾ ഓരോന്നായി വിശദമായി എഴുതണം, പ്രഭാഷണങ്ങൾക്ക് വേണ്ട കുറിപ്പുകൾ തയ്യാറാക്കണം. രാവിലെ നേരത്തെ പുറപ്പെട്ടതായിരുന്നു. ബോഡയിൽ പെട്ടെന്നൊന്ന് കയറിയിറങ്ങാമെന്ന് കരുതിയതാണ് കണക്കുകൂട്ടലുകൾ തെറ്റിച്ചത്. ആളുകളുടെ മനസ്സറിയാൻ എന്തൊരു കഴിവാണ് അവിടുത്തെ ചങ്ങാതിമാർക്ക്! കഴുത്തിലും കയ്യിലും കാലിലുമൊക്കെയായി ചുറ്റിപ്പിണഞ്ഞ് കുരങ്ങന്മാരും അണ്ണാന്മാരുമൊക്കെ നടക്കാൻ പോലും വിടാതായി. കുറേപ്പേർക്ക് കെട്ടിപ്പുണരണം, മുഖത്ത് ഉരസണം, തലയിൽ കയറണം...

കിറ്റി എന്റെ ചുമലിൽ നിന്ന് മാറിയതേയില്ല.

'പോവുകയാണല്ലേ?'എന്ന് ദീനമായി ചോദിക്കുംപോലെ നിറഞ്ഞിരുന്നു അവന്റെ കണ്ണുകൾ. എനിക്കും സങ്കടമായി.

വിങ്കോയും ഹെൻട്രിയുമൊക്കെച്ചേർന്ന് ഒരുതരത്തിലാണ് അവരുടെ കണ്ണുവെട്ടിച്ച് എന്നെ പുറത്തെത്തിച്ചത്. പിന്നെ എനിക്കായി വിഷമം. ഞാൻ ഒന്നുകൂടി തിരിഞ്ഞുനോക്കി. ഓർമ്മച്ചിത്രങ്ങൾ പലയിട

ങ്ങളിൽ നിന്നായി മാടിവിളിച്ചു.

മാത്യൂസപ്പൻ എന്റെ കൈകൾ മുറുകെപ്പിടിച്ച് വിതുമ്പി. തെരേസാമ്മ തലയിൽ കൈകൾ വെച്ച് നെറ്റിയിൽ നുകർന്നപ്പോൾ എനിക്ക് മമ്മയെ ഓർമ്മ വന്നു.

'തിരിച്ചു വരവ് ഉണ്ടാവില്ല. അതാണല്ലോ നിയമം. നിങ്ങളൊക്കെ എന്നും എന്റെ മനസ്സിലുണ്ടാകും. സൗകര്യപ്പെട്ടുമ്പോൾ വിയന്നയ്ക്ക് വരണം' നിറകണ്ണുകളോടെ ഞാൻ പറഞ്ഞു.

സന്ധ്യയുടെ നിറക്കൂട്ടുകളിലൂടെ ട്രെയിൻ കുതിച്ചുപാഞ്ഞു. ഞാൻ ഒരു നിമിഷം പിന്നോട്ട് തിരിഞ്ഞുനോക്കി. ഏതോ പൂവിന്റെ ഹൃദ്യമായ സുഗന്ധവുമായി ഒരു തണുത്ത കാറ്റ് എന്റെ മുഖത്തേക്കിരച്ചു വന്നു. അങ്ങനെയും ചില ഓർമ്മകൾ.

ആൽപ്സിന്റെ മലനിരകളിലേക്ക് ഇരുട്ടു പെയ്തിറങ്ങി.

മങ്ങിമങ്ങി മറഞ്ഞുപോകുന്ന കാഴ്ചകളിൽനിന്നും കണ്ണുകൾ പിൻവലിച്ച് ഞാൻ സ്വപ്നത്തിന്റെ വാതിലുകൾ തുറന്നുവെച്ചു.

1945 ഓഗസ്റ്റ് 12

പാതിയിൽ നിർത്തിയ ആ കത്ത് ഇന്ന് ഞാൻ വീണ്ടും എടുത്തു. അഞ്ചു മാസങ്ങൾക്കുമുമ്പ് ഒരു വല്ലാത്ത രാത്രിയിൽ ഞാൻ സ്റ്റെല്ലയ്ക്ക് എഴുതാൻ തുടങ്ങിയതാണ്. പേന ഊർന്നുവീണുപോയ നിമിഷം ഒരു സ്വപ്നത്തിലെന്നപോലെ ഓർമ്മയുണ്ട്. പിന്നെ എല്ലാം പുകപിടിച്ച ഒരു ജനലിന് അപ്പുറത്തെ കാഴ്ചകളാണ്.

സ്റ്റെല്ലയ്ക്കുള്ള കത്തിന്റെ അവസാന വരികൾ ഞാൻ വെട്ടിക്കളഞ്ഞു. ടേബിൾ ലാമ്പിന്റെ നീല ഷെയ്ഡിലൂടെ ഇഴഞ്ഞു നീങ്ങുന്ന ചെറിയൊരു ശലഭത്തെ കുറച്ചുനേരം നോക്കിയിരുന്ന ശേഷം തുടർന്ന് എഴുതി.

'ജീവിതം ഇങ്ങനെയൊക്കെ ആയിത്തീർന്നെങ്കിലും വിധിക്ക് കീഴടങ്ങാൻ ഞാൻ ഉദ്ദേശിക്കുന്നില്ല. മുന്നിൽ ഒരുപാട് ദൗത്യങ്ങളുണ്ട്. ഞാൻ പുതിയ ഒരാളാവാൻ ശ്രമിച്ചുകൊണ്ടിരിക്കുകയാണ്. നഷ്ടപ്പെട്ടുപോയ എന്റെ കടലാസു തുണ്ടുകളിൽ എഴുതി സൂക്ഷിച്ചതെല്ലാം ഓർത്തെടുത്ത് വീണ്ടും എഴുതണം. അത് പ്രസിദ്ധീകരിക്കണം. എന്റെ പുനർജ്ജനിക്ക് അത്യാവശ്യമാണ് അത്. എനിക്ക് കുറച്ച് നല്ല സുഹൃത്തുക്കളെ കിട്ടിയിട്ടുണ്ട്. പുതിയ ജീവിതത്തിലേക്ക് നടക്കാൻ അവർ എന്നെ സഹായിച്ചുകൊണ്ടിരിക്കുന്നു. നീ ഇത് വായിക്കുമ്പോൾ ചുണ്ടിൽ ഒരു പരിഹാസച്ചിരി വിടരുമായിരിക്കും. രക്ഷപ്പെടാൻ വിസയുടെ രൂപത്തിൽ എളുപ്പത്തിൽ ഒരു വഴി തെളിഞ്ഞിട്ടും തട്ടിമാറ്റിയവൻ എന്ന് പുച്ഛിക്കുമായിരിക്കും. പക്ഷേ, ജീവിതത്തെക്കുറിച്ച് എനിക്ക് കുറ്റബോധമേതുമില്ല. നിറഞ്ഞ വെളിച്ചം മാത്രമാണ് ഇപ്പോൾ എന്റെ മുന്നിലുള്ളത്. സഹനങ്ങളും കർമ്മങ്ങളുംകൊണ്ട് ജീവിതത്തിന് വലിയ അർത്ഥതലങ്ങൾ ഉണ്ടാ

ക്കാൻ കഴിയുമെന്ന ബോധമാണ് എന്നെ ഈ വെളിച്ചത്തിലേക്ക് നട ത്തുന്നത്. വ്യക്തിപരമായ നേട്ടങ്ങൾക്കോ പ്രശസ്തിക്കോ ഉപരി ഒന്നും പ്രതീക്ഷിക്കാതെ സഹജീവികൾക്കുവേണ്ടി ചെയ്യുന്ന കർമ്മങ്ങളിലാ ണ് ജീവിതത്തിന്റെ മഹനീയമായ അർത്ഥം കണ്ടെത്തേണ്ടത് എന്ന് വലിയ തിരിച്ചറിവിലൂടെയാണ് ഞാൻ സഞ്ചരിച്ചത്. അത് നിന്നോടുകൂ ടി പങ്കുവയ്ക്കുന്നു. തൽക്കാലം നിർത്തുകയാണ്. എഴുതിയ വാചകങ്ങൾക്ക് പരസ്പരബന്ധം ഇല്ലെന്ന് തോന്നുകയാണെങ്കിൽ ക്ഷമിക്കുക. ഞാൻ വീണ്ടും എഴുതി തുടങ്ങുകയല്ലേ, പതിയെ ശരിയായിക്കൊള്ളും. ഇനിയും എഴുതാം.

സസ്നേഹം
സഹോദരൻ വിക്കി

1977 ജൂൺ 20

ഇന്നലെക്കൊണ്ട് ഞാൻ എന്റെ ബൊഹീമിയൻ ഡയറി എഴുതിത്തീർത്തു. ഏതാണ്ട് ഒരു മാസമെടുത്തുകാണും. ഹൃദയം നിറഞ്ഞ ധ്യാനത്തിന്റെ അപൂർവ രാത്രികൾ എന്നല്ലാതെ വേറൊന്നും വിശേഷിപ്പിക്കാനില്ല. തിരക്കേറിയ ആശുപത്രി ജോലികൾ കഴിഞ്ഞ് വൈകി തിരിച്ചെത്തിയാൽ എന്തെങ്കിലും ലഘുവായി കഴിച്ച് ഒന്നുറങ്ങും. അലാറം വെച്ചിട്ടെന്നതുപോലെ അർദ്ധരാത്രി കഴിയുമ്പോൾ ഞെട്ടിയുണരും. മുഖം കഴുകി ഞാനെന്റെ എഴുത്തുമേശയ്ക്കരികിലെത്തും. പഴയ അക്ഷരവടിവുകൾ എന്നെ ചുറ്റിവരിഞ്ഞ് കാലങ്ങൾക്ക് പിന്നിലേക്ക് വലിച്ചുകൊണ്ടുപോകും. ഞാൻ കണ്ണുകളടയ്ക്കും. പിന്നെ ആ ധ്യാനം വരികളായി ഡയറിയിലേക്ക് ഒഴുകിയിറങ്ങും. കഴിഞ്ഞുപോയ മുപ്പത് വർഷങ്ങളിൽ ഒരു ദിവസമൊഴിയാതെ ഞാൻ ജോസഫിനെ പ്രതീക്ഷിച്ചിരുന്നു എന്നു പറഞ്ഞാൽ കളവാവും. പക്ഷേ, ഞാൻ അവനെ ആലോചിക്കാത്ത ഒറ്റദിവസം പോലും ഉണ്ടായിരുന്നെന്ന് തോന്നുന്നില്ല. വിങ്കോ വന്നു മുന്നിൽ നിന്നപ്പോൾ സത്യത്തിൽ ഒരു നിമിഷം ഞാൻ ജോസഫിന്റെ മുഖമാണ് കണ്ടത്.

'തെരേസാമ്മ പോയി. ഒരാഴ്ചയായി. ഇന്നലെയോടെ സംസ്കാരാചാരങ്ങളും പൂർത്തിയായി.' അവൻ പറഞ്ഞു.

ഞാൻ കാണുമ്പോൾത്തന്നെ അവർ വൃദ്ധയായിരുന്നു എന്നിട്ട് ഈ മുപ്പത്തിരണ്ടു വർഷങ്ങൾ കൂടി ജീവിച്ചിരുന്നുവെന്നോ! അത്ഭുതമാണ് തോന്നിയത്.

വിങ്കോ തുടർന്നു. 'മരണക്കിടക്കയിൽ എന്നെയടുത്ത് വിളിച്ചാണ്

അളു പറഞ്ഞത്.'

പറയുമ്പോൾ അവന്റെ ശബ്ദം ഇടറിയിരുന്നു. തെരേസാമ്മ ജീവിതാന്ത്യംവരെ സൂക്ഷിച്ച വാക്ക്. ജോസഫിന് കൊടുത്ത ഉറപ്പായിരുന്നു അത്, ആരെയും അറിയിക്കില്ലെന്ന്. ഗോലത്തിന്റെ കഥ കൊണ്ടു പൊതിഞ്ഞ് അത് അവരെത്രയോ കാലം സൂക്ഷിച്ചു. കോബമാരുടെ ആചാരരഹസ്യങ്ങളുടെ ഭാഗമായിട്ടേ അവിടുത്തെ അന്തേവാസികൾ പോലും അത് ധരിച്ചുള്ളൂ.

ആ ദൃശ്യങ്ങൾ എന്റെ കൺമുന്നിൽ തെളിഞ്ഞു വന്നു.

അംഗവൈകല്യം വന്ന കുട്ടികളെ തിരഞ്ഞുപിടിച്ച് കോൺസെൻട്രേഷൻ ക്യാമ്പിലെത്തിക്കുന്ന ഹിറ്റ്ലറുടെ രഹസ്യപ്പോലീസ്. എല്ലാറ്റിനേയും കൊന്നുകളയാനായിരുന്നു ഉത്തരവ്. അവർക്കൊന്നും വേണ്ടി കളയാനുള്ളതല്ല രാജ്യത്തിന്റെ സമ്പത്തും സമയവുമെന്നാണ് ന്യായം. വെടിവെച്ചും കത്തിച്ചും കൊല്ലുമ്പോഴുള്ള കൂട്ടക്കരച്ചിലും ബഹളവും ഒഴിവാക്കാമെന്ന് കരുതിയാണ് ഗ്യാസ് ചേമ്പറുകളുണ്ടാക്കിയത്. അതാണെങ്കിൽ ഒഴിഞ്ഞു കിട്ടുന്നുമില്ല. ഒരുതവണ ശവക്കൂമ്പാരമെടുത്തു മാറ്റുമ്പോഴേക്കും അടുത്ത ബാച്ച് നിറയുകയായി. ഹിറ്റ്ലറുടെ കൽപ്പന നടപ്പിലാക്കിയില്ലെങ്കിൽ പ്രശ്നമാണ്. എസ് എസ് ഉദ്യോഗസ്ഥരോട് രഹസ്യമായി ജോസഫ് തന്നെയാണ് പറഞ്ഞത്.

'മറ്റൊരു വഴിയുണ്ട്. കുട്ടികളെ എനിക്ക് വിട്ടുതന്നാൽ മതി. ബൊഹീമിയൻ കാട്ടിലെ വിശന്നു വലയുന്ന വന്യമൃഗങ്ങൾക്കെറിഞ്ഞു കൊടുത്തും അവിടുത്തെ പുഴയിലെറിഞ്ഞും തീർത്തുതരാം കുറേയെണ്ണത്തിനെ. ആരുമറിയില്ല.'

കൃത്യമായ ഉദ്ദേശ്യത്തോടെയും കണക്കുകൂട്ടലോടും കൂടിയാണ് അവൻ അത് ചെയ്തത്. ആർക്കും ഒരു സംശയവും ജനിപ്പിക്കാതെ.

ജോസഫിന് അങ്ങനെയല്ലാതെ ചെയ്യാൻ കഴിയില്ലല്ലോ.

ഹാബേലച്ചനും തെരേസാമ്മയും പ്രാഗിൽ നടത്തിവന്നിരുന്ന അനാഥാലയത്തിലായിരുന്നത്രെ അവന്റെ കുട്ടിക്കാലം. മനസ്സ് തളർന്നപ്പൊഴെല്ലാം ഹാബേലച്ചൻ ചേർത്തുപിടിച്ച് പറഞ്ഞ സാന്ത്വന വാക്കുകളാണ് അവന് ജീവിക്കാനുള്ള ഊർജ്ജം പകർന്നത്. അനാഥാലയത്തിന്റെ നടത്തിപ്പിലും അവൻ ഉത്സാഹിച്ചു.

അന്നുമുണ്ടായിരുന്നു രഹസ്യമായി പരിപാലിക്കേണ്ട കുറച്ചു കുട്ടികൾ. അവർക്കു വേണ്ടിയാണ് സത്യത്തിൽ ഹാബേലച്ചനും തെരേസാമ്മയും കാട്ടിലെത്തിയത്. അതിദുഷ്കരമായ ആൽപ്സിന്റെ മലയിടുക്കുകൾ കടന്നുചെന്ന് അവർ അവിടുത്തെ വനവാസികളുമായി സൗഹൃദം സ്ഥാപിച്ചു. പരിക്കേറ്റ കാട്ടുമൃഗങ്ങളെ ചികിത്സിക്കുന്നത് അവിടുത്തെ വനവാസികളുടെ ആനന്ദമായിരുന്നത്രേ.

ഹാബേലച്ചൻ ചുമലിലേറ്റിയെത്തിച്ച കുട്ടികളെയും അവർ നന്നായി നോക്കി. മെല്ലെ മെല്ലെ ഹാബേലച്ചനും തെരേസാമ്മയും വനവാസികളുടെ പ്രിയപ്പെട്ടവരായി മാറി. അവരുടെ ജീവിതത്തിൽ ഇരുവരും നന്മയുടെ വഴികാട്ടികളായി. വനവാസികളിൽ നിന്നാണ് കുട്ടികൾ എല്ലാം പഠിച്ചത്. ജോസഫ് പട്ടാളത്തിൽ ചേർന്ന ശേഷവും അനാഥാലയത്തിലേക്ക് പലതരത്തിലും സഹായമെത്തിച്ചിരുന്നുവത്രേ.

യുദ്ധം തുടങ്ങുന്നതിന് കുറേമുമ്പ് ഹാബേലച്ചൻ പൂർണ്ണമായും നേബയിൽത്തന്നെയായി. മെല്ലെ പ്രാഗിലെ ഓർഫനേജ് അവസാനിപ്പിച്ച് തെരേസാമ്മയും നേബയിലെത്തി. ജോസഫ് എല്ലാറ്റിനും കൂടെയുണ്ടായിരുന്നുവത്രേ.

പിന്നീടാണ് ഹാബേലച്ചൻ സന്ന്യാസിയായി ഷുമാവയിലേക്ക് കുടിയേറിയത്. ജൂതക്കുട്ടികളെ ദയാവധം ചെയ്യാനേൽപ്പിച്ചപ്പോൾ ജോസഫിന് ഏറെ ചിന്തിക്കേണ്ടി വന്നില്ല. പറ്റാവുന്നിടത്തോളം കുട്ടികളെ നേബയിലെത്തിക്കുക; അതു മാത്രമായിരുന്നു അവന്റെ മനസ്സിൽ.

അതീവ രഹസ്യമായ പാതകൾ, സഹായത്തിന് വിശ്വസ്തരായ കൂട്ടാളികൾ.

വിങ്കോ തുടർന്നു,

രാജ്യദ്രോഹക്കുറ്റത്തിനാണ് അയാളെ അറസ്റ്റ് ചെയ്തത്. അവസാനത്തെ കുറച്ചുകുട്ടികളെ കൊല്ലാതെ രക്ഷപ്പെടുത്തിയത് പട്ടാള ഉദ്യോഗസ്ഥൻ കണ്ടുപിടിച്ചു. പക്ഷേ, നേബയുടെ കാര്യം ജോസഫ് മിണ്ടിയതേയില്ല. സ്വന്തം ഭാര്യയോടുപോലും അയാൾ ഇക്കാര്യം വെളിപ്പെടുത്തിയിരുന്നില്ലത്രേ.

നാസികളുടെ പിടിയിലായ അയാളെ കാണാൻ ഭാര്യ ഉദ്യോഗസ്ഥർ വഴി ഏറെ ശ്രമിച്ചെങ്കിലും നടന്നില്ല. അപ്പോഴേക്കും വിശ്വസനീയമെന്നുതോന്നുന്ന കുറെ തെളിവുകൾ ചേർത്തുവെച്ച് നാസികൾ അയാൾക്കെതിരെ പല കുറ്റങ്ങളും ചാർത്തിയിരുന്നു. സമർത്ഥനായ ഒരു രാജ്യദ്രോഹിയെന്ന് അവരയാളെ മുദ്രകുത്തി. ജർമ്മൻ കത്തോലിക്കൻ രക്തമുള്ള ഭാര്യയ്ക്ക് അത് വല്ലാത്തൊരു ആഘാതമായി. ആദ്യമൊന്നും അവരത് വിശ്വസിക്കാൻ തയ്യാറായില്ലെങ്കിലും വളരെ അടുത്ത ചില സുഹൃത്തുക്കൾ കൂടി സാക്ഷ്യം പറഞ്ഞതോടെയാണ് ജോസഫിനെ അവർ മനസ്സിൽനിന്നും പറിച്ചെറിയാൻ തയ്യാറായത്. ഒരു നേഴ്സായിരുന്നു അവർ. രാജ്യദ്രോഹിയുടെ ഭാര്യ എന്ന ഭാരവും പേറിയാണ് കുഞ്ഞുമകളോടൊപ്പം അവർ കഴിഞ്ഞത്.

മോചിതനായ ജോസഫ് ആദ്യം ഓടിയെത്തിയത് അവരെക്കണ്ട് സത്യങ്ങൾ തുറന്നുപറയാനായിരുന്നു. പക്ഷേ, ജോസഫിനെ ഒന്നു കാണാൻ പോലും അവർ കൂട്ടാക്കിയില്ല

'ഒരു രാജ്യദ്രോഹിയെ എനിക്ക് കാണണ്ട' എന്നൊരു കുറിപ്പ് തിരിച്ച് കൊടുത്തുവിട്ടുവത്രേ. ജോസഫ് കുറേ ശ്രമിച്ചിട്ടും അവരെ നേരിട്ടു കാണാൻ സാധിച്ചില്ല.

നേബയിൽ തിരിച്ചെത്തിയ ജോസഫ് വല്ലാതെ ദുഃഖിതനായിരുന്നത്രേ. അവന് ഏറെ പ്രിയപ്പെട്ട ഹാബേലച്ചന്റെ സാന്ത്വനം പ്രതീക്ഷിച്ച് ഷൂമാവൻ ഉൾക്കാട്ടിലേക്ക് പോവുകയായിരുന്നു. അത്ര എളുപ്പമുള്ള പാതയായിരുന്നില്ല അത്. വാൾത്താവയുടെ ക്രൗര്യം കൂടിയ കുതിപ്പ് നീന്തിക്കടന്നു വേണം അക്കരെയെത്താൻ. നിറയെ ചുഴികളുണ്ട്. അതിലൊന്നിലാവണം ജോസഫ് പെട്ടുപോയത്. രണ്ടുമൂന്നു ദിവസങ്ങൾക്കു ശേഷമാണ് ഒരു വനവാസി, കരയ്ക്കടിഞ്ഞ ചീഞ്ഞൊരു ശവശരീരം കണ്ടത്. അയാൾക്ക് ജോസഫിനെ പരിചയമുണ്ടായിരുന്നതുകൊണ്ട് മാത്രമാണ് തിരിച്ചറിഞ്ഞത്. തെരേസാമ്മയെ മാത്രം അറിയിച്ചു. എന്തുകൊണ്ടാണെന്നറിയില്ല, അവരത് വേറെയാരെയും അറിയിച്ചില്ല.

ശബ്ദത്തിൽ ഒരിടർച്ചയുമില്ലാതെ തെരേസാമ്മ അത് പറഞ്ഞുതീർത്തുവത്രേ. വിങ്കോ എന്റെ കൈകളിൽ മുറുകെപ്പിടിച്ച് വിതുമ്പി.

'തെറ്റിദ്ധരിപ്പിക്കപ്പെട്ട അവരെയെങ്കിലും സത്യമൊന്ന് അറിയിക്കണം. ആ അമ്മയും മകളും ഇവിടെ എവിടെയെങ്കിലും ഉണ്ടാകും അത്രയെങ്കിലും നമ്മൾ ചെയ്യേണ്ടതല്ലേ? നിങ്ങൾ വിചാരിച്ചാൽ സാധിക്കും.'

ഞാൻ തലകുനിച്ചിരുന്നു. ജോസഫിന്റെ ശബ്ദമാണ് കാതുകളിൽ; 'വിക്കീ, പ്ലീസ്.'

ഈ ഡയറി എഴുത്ത് തൽക്കാലം ഞാനിവിടെ നിർത്തുകയാണ്. അവരെ തെരഞ്ഞ് കണ്ടെത്തണം. സത്യം തുറന്നുപറയണം. അവർ വിശ്വസിച്ചില്ലെങ്കിലോ? മുന്നിലേക്ക് നീട്ടിക്കാണിക്കാൻ എനിക്ക് ഈ ഡയറി മാത്രമേയുള്ളൂ. അതിനുവേണ്ടി മാത്രമാണല്ലോ ഞാനിത് എഴുതിയത്.

കുറച്ചുനേരം ഹെലൻ സ്തബ്ധയായി ഇരുന്നുപോയി. ഹൃദയത്തിന്റെ പെട്ടെന്നുള്ള പിടച്ചിലിൽ അവളുടെ കയ്യിൽ നിന്ന് ഡയറി താഴേക്ക് വീണു. ധൃതിയിൽ അത് തിരിച്ചെടുത്ത് നെഞ്ചോടമർത്തിപ്പിടിച്ച് ഇന്റൻസീവ് കെയർ യൂണിറ്റിലേക്ക് ഓടുമ്പോൾ പരിസരങ്ങളൊന്നും അവളുടെ കാഴ്ചയിലുണ്ടായിരുന്നില്ല.

'നിങ്ങൾ മുറിയിൽ കുറച്ചുനേരംകൂടി കാത്തിരുന്നേ മതിയാവൂ. അദ്ദേഹത്തിന് ചെറുതായി ബോധം വന്നിട്ടുണ്ടെന്നല്ലാതെ കാണാനോ സംസാരിക്കാനോ പറ്റുന്ന അവസ്ഥയിലല്ല.' നേഴ്സ് അവളെ സമാധാനിപ്പിച്ച് മുറിയിലേക്ക് തിരിച്ചയക്കാൻ നോക്കിയെങ്കിലും അവരെ തള്ളിമാറ്റിയാണ് അവൾ ഉള്ളിലേക്ക് കുതിച്ചത്.

ചാരി കിടക്കുകയാണ് അദ്ദേഹം. ഡ്രിപ്പ് സ്റ്റാൻഡുകളിൽ നിന്നുമുള്ള കുഴലുകൾ നിവർത്തിവെച്ച് കൈകളിലേക്ക് പ്രവഹിക്കുന്നുണ്ട്. ഹെലൻ അദ്ദേഹത്തിന്റെ അടുത്തേക്കു ചെന്ന് ആ മുഖത്തേക്ക് സ്നേഹത്തോടെ നോക്കി. കണ്ണുകൾ പാതി തുറന്നിട്ടുണ്ട്. കണ്ടാലറിയാം, നല്ല ക്ഷീണിതനാണെന്ന്. അവൾ അദ്ദേഹത്തിന്റെ കൈകളിൽ മെല്ലെ തൊട്ടു.

പാതിയടഞ്ഞ കണ്ണുകളിൽ പൂക്കൾ വിടർന്നുവന്നു. പല വർണ്ണങ്ങളിൽ അത് പൂത്തുലഞ്ഞു നില്പാണ്. കമ്പിവേലികൾക്കിടയിലൂടെ താഴ്വാരം. മഞ്ഞുപാളികൾക്കു മുകളിലൂടെ കിതച്ചു പായുകയാണ് രണ്ടു പേർ.

അവൾ അദ്ദേഹത്തിന്റെ കൈപ്പടത്തിൽ മുറുകെപ്പിടിച്ചു. ചുണ്ടുകൾ ഇറുക്കിപ്പിടിച്ചിട്ടും നിയന്ത്രണംവിട്ട് കരച്ചിൽ കുത്തിയൊലിച്ചു. അദ്ദേഹം കണ്ണു തുറന്നു. അവളുടെ മുഖത്തേക്കുതന്നെ കുറച്ചുനേരം നോക്കിയിട്ട് ഒന്ന് ചിരിച്ചു. വിതുമ്പലടക്കാനാവാതെ അവൾ അദ്ദേഹത്തിന്റെ കൈകൾ തന്റെ നെഞ്ചിലേക്ക് ചേർത്തുവെച്ചു. പരസ്പരം ഒരക്ഷരം

മിണ്ടിയില്ല.

തൊട്ടടുത്തേക്ക് വന്ന നേഴ്സിനോട് അദ്ദേഹം കണ്ണുകൊണ്ട് ആംഗ്യം കാണിച്ചപ്പോൾ അവർ കുറച്ചപ്പുറത്തേക്ക് പോയി അദ്ദേഹത്തിന്റെ കോട്ടിൽനിന്നും ഒരു കുഞ്ഞു പൊതി എടുത്തുകൊടുത്തു. തിളങ്ങുന്ന കണ്ണുകളുള്ള ഒരു കുഞ്ഞുപാവ.

ഹെലൻ അത് മുഖത്തോട് ചേർത്തുപിടിച്ച് തെരുതെരെ ഉമ്മ വെച്ചു.

ചിരിച്ചുകൊണ്ട് അദ്ദേഹം മെല്ലെ കണ്ണുകളടച്ചു.

ജോസഫിന്റെ ചിരിക്കുന്ന മുഖം തന്നെയായിരുന്നു മുന്നിൽ.

വയ്യാത്ത ഒരു കുഞ്ഞിനെ ചുമലിലേറ്റിയിട്ടുണ്ട്. ഒന്നിനെ തോളത്തും. സന്ധ്യ കഴിഞ്ഞിരുന്നു. ഇരുട്ടുമൂടാൻ തുടങ്ങിയ വഴിയിലൂടെ പ്രയാസപ്പെട്ട് കയറുകയാണ് അവൻ. ഇടയിൽ ഒന്നുനിന്ന് അരയിൽ കെട്ടിയ ഭാണ്ഡത്തിൽ നിന്ന് കുപ്പിവെള്ളമെടുത്ത് കരയുന്ന കുട്ടിയുടെ വായിൽ പകർന്നുകൊടുത്തു. പിന്നെയും കയറ്റം തന്നെ. ഇടയ്ക്കിടെ പിന്നിലേക്കും ദൂരേക്കുമൊക്കെ നോക്കുന്നുണ്ട്. മലയിറങ്ങിയെത്തിയയിടത്ത് രണ്ടുപേർ കാത്തുനിൽപ്പുണ്ട്. കരുതലോടെ അവർക്ക് കുട്ടികളെ കൈമാറിയ ശേഷം അവൻ പിന്നെയും തിരിഞ്ഞ് മലകടക്കുകയാണ്. പുഴക്കരയിൽ നിർത്തിയ വാഹനത്തിൽ നിന്നാണ് ഓരോരുത്തരെയായി ഇറക്കി ചുമലിലെടുത്ത് അവൻ കാട്ടിലേക്ക് നടന്നത്. കരയുന്ന കുട്ടികളെ സമാധാനിപ്പിക്കാൻ ഇടയിൽ അവൻ പാട്ടുപാടുന്നുണ്ട്, കഥ പറയുന്നുണ്ട്.

കാട് ഇപ്പോൾ പൂർണ്ണമായും ഇരുട്ടു മൂടിക്കഴിഞ്ഞു. എന്നിട്ടും അവൻ മലകയറുക തന്നെയാണ്. ഇത്തവണ അവന്റെ ഒക്കത്ത് തീരെ ചെറിയൊരു കുഞ്ഞാണ്. കഴിയാവുന്നത്ര തുണികൾകൊണ്ട് പൊതിഞ്ഞാണ് അവൻ അതിനെ എടുത്തിരിക്കുന്നത്. മല കുറേ കയറിയ ശേഷം അവൻ ഒന്നുനിന്നു. എന്നിട്ട് കയ്യിലെ കുഞ്ഞുവിളക്ക് തെളിയിച്ച് അതിന്റെ മുഖത്തേക്ക് നോക്കി. നല്ല ഓമനത്തമുള്ള ഒരു പെൺകുഞ്ഞ്. അവൾ ഉറങ്ങുകയാണ്. കുറച്ചുനേരം ആ മുഖത്തേക്ക് തന്നെ നോക്കി നിന്നശേഷം അതിനെ നെഞ്ചോട് ചേർത്തുപിടിച്ച് അവൻ വേഗത്തിൽ നടന്നു.

പ്രൊഫ. വിക്ടർ ഫ്രാങ്ക്ൾ ദീർഘമായി ശ്വാസമെടുത്തു. ആൽപ്സിന്റെ നെറുകയിൽ, വെളിച്ചം നിറഞ്ഞ ആകാശത്തേക്ക് നോക്കി നിവർന്നുനിന്ന് തെളിഞ്ഞ ജീവവായു വലിച്ചെടുക്കുംപോലെയാണ് അപ്പോൾ അദ്ദേഹത്തിന് തോന്നിയത്.

പിൻമൊഴി

അനാഥനായ രക്തസാക്ഷിയെ മറവു ചെയ്തയിടത്തെ ചെടിത്തഴപ്പിനും അനുഭവങ്ങൾക്കു മേലെ എഴുതിവെച്ച വാക്കിനും ഒരേ ഛായയാണ്. അതു കുറച്ചുനേരം നോക്കിയിരുന്നാൽ തീപിടിച്ച ഒരു കാലം നമ്മിലേക്ക് ഇരച്ചുവരും. ഒരു ചുഴലിക്കാറ്റിലെന്നപോലെ കറങ്ങിച്ചുഴ്ന്ന് വേറൊരു ലോകത്തിലെത്തിയേക്കാം. ഉറക്കം കെടുത്തുന്ന ദൃശ്യങ്ങളിലൂടെയും നിലവിളികളിലൂടെയും ഉഴറി നടക്കുമ്പോൾ അസാമാന്യമായ ചെറുത്തുനില്പിന്റെ ഒറ്റപ്പെട്ട ചില മുഖങ്ങൾ അവിടവിടെ തെളിഞ്ഞുകാണാം. അതു നമ്മെ അത്ഭുതപ്പെടുത്തും.

അങ്ങനെയൊരു അത്ഭുതത്തിൽ നിന്നാണ് ഈ നോവൽ പിറവിയെടുക്കുന്നത്. വളരെ യാദൃച്ഛികമായി കൈയിൽ വന്നുപെട്ട ചെറിയൊരു പുസ്തകം. വിക്ടർ ഫ്രാങ്ക്ളിന്റെ *മാൻസ് സെർച്ച് ഫോർ മീനിങ്*. ആദ്യം വെറുതേ വായിച്ചു വിട്ടെങ്കിലും അതിലെ പല മുഹൂർത്തങ്ങളും വാചകങ്ങളും നിരന്തരം വേട്ടയാടിക്കൊണ്ടിരുന്നു.

ഹിറ്റ്ലറുടെ കോൺസൺട്രേഷൻ ക്യാമ്പിൽ അതിക്രൂരമായ പീഡനങ്ങൾക്കാണ് സൈക്യാട്രി പ്രൊഫസറായ വിക്ടർ ഫ്രാങ്ക്ൾ ഇരയാകുന്നത്. ഇടയിൽ കുറച്ചുനാൾ, ടൈഫോയ്ഡ് ബാധിച്ചവരുടെ ടെന്റിൽ രോഗികളെ ശുശ്രൂഷിച്ച് കഴിയേണ്ട സാഹചര്യമുണ്ടായി. ഓരോ നിമിഷവും തടവുകാർ മരിച്ചുകൊണ്ടിരിക്കുകയാണ്. ഉന്തുവണ്ടിയിലേക്ക് വലിച്ചെറിയപ്പെടുന്ന ശവങ്ങൾ. ക്ഷീണിച്ച് ഉറങ്ങുന്നവർ രക്തസ്തംഭനം വന്ന് ഉണരാത്ത ഉറക്കത്തിലേക്ക് വീണുപോവുകയാണ്. മരിക്കാതിരിക്കണമെങ്കിൽ ഉണർന്നിരുന്നേ തീരൂ.

രാത്രിയിൽ അദ്ദേഹം ഉറങ്ങാതിരുന്ന് എഴുതുകയാണ്. ഓക്കുവിറകു കത്തിച്ച മങ്ങിയ വെളിച്ചത്തിൽ സിഗരറ്റുകൂടിന്റെ പിന്നിൽ കു

റ്റിപ്പെൻസിൽകൊണ്ട് കുത്തിക്കുറിച്ചിരിക്കുന്ന ആ രൂപം ആദ്യം വല്ലാത്തൊരു നീറ്റലായെങ്കിലും മരണത്തെപ്പോലും പ്രതിരോധിച്ചുകൊണ്ട് ഉയർന്നുനിൽക്കുന്ന ദീപസ്തംഭമായി എഴുത്ത് മാറുന്നത് വിസ്മയകരമായ ഒരു വായനാനുഭവമായി.

വരികൾക്കിടയിൽനിന്ന് കനൽ തെറിച്ചു.

അദ്ദേഹത്തിന്റെ ജീവിതത്തിലേക്കും രചനകളിലേക്കുമുള്ള അസ്വസ്ഥമായ സഞ്ചാരത്തിലായിരുന്നു കുറേക്കാലം. ഹോളോകോസ്റ്റ് സാഹിത്യമെന്നു വിളിപ്പേരുള്ള, മഹായുദ്ധത്തിന്റെ രക്തസാക്ഷികളെഴുതിയ പുസ്തകങ്ങൾ, ഡയറിക്കുറിപ്പുകൾ, ഡോക്യുമെന്ററികൾ, സിനിമകൾ... വരികൾക്കും ചിത്രങ്ങൾക്കുമിടയിലെല്ലാം ഒരുപാട് അനാഥരുടെയും അശരണരുടെയും കിതപ്പുകൾ.

ക്യാമ്പ് മോചിതനായി വീട്ടിൽ തിരിച്ചെത്തിയ വിക്ടർ ഫ്രാങ്ക്ൾ പ്രിയപ്പെട്ടവരെല്ലാം നഷ്ടപ്പെട്ടുവെന്ന് തിരിച്ചറിഞ്ഞ നിമിഷം വല്ലാത്തൊരു വിഷാദത്തിന്റെ ചുഴിയിലകപ്പെട്ടുപോയതായി അദ്ദേഹത്തിന്റെ സുഹൃത്ത് സാക്ഷ്യപ്പെടുത്തുന്നുണ്ട്. പിന്നീടുള്ള നാലഞ്ചു മാസക്കാലം അദ്ദേഹമെവിടെയായിരുന്നുവെന്ന് ആർക്കും അറിയില്ല. വിഷാദത്തിനടിപ്പെട്ട് ആത്മഹത്യ ചെയ്തതായിവരെ വാർത്തകളുണ്ടായിരുന്നത്രേ.

ആയിരങ്ങളെ വിഷാദത്തിൽ നിന്ന് കൈപിടിച്ചുയർത്തിയ ഒരു ഡോക്ടർ സ്വയം വിഷാദത്തിന്റെ ഇരുളിൽ മരവിച്ചുപോയ നിമിഷങ്ങൾ. ഒരു കുഞ്ഞുനക്ഷത്രത്തിന്റെ മിന്നാമിന്നി വെട്ടം പോലുമില്ലാത്ത കൂരിരുട്ടിൽ നിന്ന് പൂർവ്വാധികം പ്രസന്നനായി അദ്ദേഹം ഉയർന്നുവന്നതിന്റെ നാൾവഴികൾ മാത്രം എവിടെയും കാണാൻ കഴിഞ്ഞില്ല.

ആ നാലഞ്ചു മാസത്തിന്റെ നാൾ വഴിരേഖയാണ് *ഈ ബൊഹീമിയൻ ഡയറി.*

കോൺസൺട്രേഷൻ ക്യാമ്പിനെ ഒരു രൂപകമായി അദ്ദേഹം പലപ്പോഴും പറഞ്ഞിട്ടുണ്ട്. സമാനമായ സാഹചര്യങ്ങളിലൂടെ ഏതു കാലത്തും മനുഷ്യന് കടന്നുപോകേണ്ടതായി വരാമെന്നും അപ്പോഴെല്ലാം ജീവിതത്തിന്റെ ആത്യന്തികമായ പൊരുളിനെ മുൻനിർത്തി മറ്റെല്ലാ സഹനങ്ങളെയും കീഴ്പ്പെടുത്താൻ സാധിക്കുമെന്നും അദ്ദേഹം പറഞ്ഞു.

രൂപകത്തിലുപരി, ഏതു നിമിഷം വേണമെങ്കിലും ഒരു കോൺസൺട്രേഷൻ ക്യാമ്പിൽത്തന്നെ എത്തിപ്പെടാമെന്ന ഭീതി ഇന്ന് നമ്മെ ചൂഴ്ന്നുനില്പുണ്ട്. വേഷംമാറിയ നാസിസത്തിന്റെയും ഫാസിസത്തിന്റെയും ഏറ്റവും പുതിയ വാഴ്ചകൾക്ക് അറിയാതെയെങ്കിലും കീഴ്പ്പെട്ടുകൊണ്ടിരിക്കുന്നവരാണ് നമ്മൾ. യാത്ര ഇതേ വഴിയിലാണെങ്കിൽ ഒരു ഘട്ടത്തിൽ നമ്മളെത്താൻ പോകുന്നത് മറ്റൊരിടത്താകാനിടയില്ല തന്നെ.

ആകെയുള്ള പ്രതീക്ഷ, സമാന്തരമായി നമുക്ക് കെട്ടിപ്പടുക്കാൻ കഴിയുന്ന ഒരു ലോകമാണ്. വെറുപ്പിന്റെ ലാഞ്ഛന പോലുമില്ലാത്ത, ഓരോരുത്തരും അന്യന് വെളിച്ചമായി മാറുന്ന ആ ലോകത്തെക്കുറിച്ചുള്ള പ്രതീക്ഷാനിർഭരമായ സ്വപ്നമാണ് നേബ.

ഗ്യാസ് ചേംബറിന്റെ ഷട്ടർ തുറന്നപ്പോൾ കൂമ്പാരത്തിൽ നിന്നടർന്നു വീണ പിഞ്ചു മൃതദേഹങ്ങളുടെ തുറിച്ച കണ്ണുകൾ എന്റെ ഉറക്കം കെടുത്തിയ രാത്രികളിൽ മനസ്സിനെ വേറേതു വഴിയിൽ മേയാൻവിട്ടാൽ ഒന്നുറങ്ങാനാകുമെന്ന അന്വേഷണത്തിലാണ് ദൂരെ ചെറിയൊരു പച്ചത്തുരുത്ത് കണ്ടുപിടിച്ചത്. താഴെ വെള്ളാരങ്കല്ലുവരെ തെളിഞ്ഞു കാണാവുന്ന നീരൊഴുക്കിന്റെ കരയിൽ പല വിതാനങ്ങളിലുള്ള പച്ചപ്പിന്റെ നിറസമൃദ്ധി. വെളിച്ചം ചിതറിവീണ വഴികളിലൂടെ മെല്ലെ നടന്നു. ഉള്ളിലേക്ക് കയറുന്തോറും വിസ്മയം ജനിപ്പിക്കുന്ന കാഴ്ചകൾ. ഒന്നിൽനിന്നു മറ്റൊന്നിലേക്ക് അവയെന്നെ ബലമായി വലിച്ചുകൊണ്ടുപോയി. ചെറിയ കുട്ടികളും പക്ഷികളും മൃഗങ്ങളുമെല്ലാം ഏറെ സ്നേഹത്തോടെ തൊട്ടുരുമ്മി നടന്ന ഒരിടം. ആർക്കും ആരോടും വെറുപ്പില്ലാത്ത വലിയൊരു ലോകം. അതിന് നേബയെന്ന് പേരു വിളിച്ചു.

യുദ്ധക്കെടുതികളുടെയും ക്രൂരമായ മനുഷ്യഹത്യകളുടെയും അനുഭവസാക്ഷ്യങ്ങൾ പൊള്ളുന്നവയാണ്. അക്ഷരങ്ങളുടെ ആ അഗ്നിപാതത്തിൽ സ്വയം നഷ്ടപ്പെട്ടുപോവാതെ എനിക്കു വഴികാട്ടിയ സ്വപ്നങ്ങളെയും കെട്ടുകഥകളെയും കൂടെ നടന്നവരെയും ഏറെ സ്നേഹത്തോടെ ഹൃദയത്തോടു ചേർത്തുനിർത്തുന്നു.

www.ingramcontent.com/pod-product-compliance
Lightning Source LLC
LaVergne TN
LVHW090400051026
849518LV00006B/2191